मनोहर पर्रीकर

मनोहर पर्रीकर

साधी राहणी, उच्च विचारसरणी

नितीन अ. गोखले

अनुवाद - आराधना जोशी

B L O O M S B U R Y

NEW DELHI • LONDON • OXFORD • NEW YORK • SYDNEY

BLOOMSBURY INDIA
Bloomsbury Publishing India Pvt. Ltd
Second Floor, LSC Building No. 4, DDA Complex, Pocket C – 6 & 7,
Vasant Kunj, New Delhi 110070

BLOOMSBURY, BLOOMSBURY INDIA and the Diana logo are
trademarks of Bloomsbury Publishing Plc

Marathi translation of Manohar Parrikar
First published in Marathi, 2023
Proofreading and typesetting by TranslationPanacea, Pune
Translated from English to Marathi by Aaradhana M. Joshi

ISBN: 978-93-54355-26-4

2 4 6 8 10 9 7 5 3 1

Printed and bound in India by Replika Press Pvt Ltd

मनोहर पर्रीकर

यांचे सगळे मित्र, परिवार आणि

अनुयायी ज्यांनी त्यांच्या आठवणी

अजूनही जपून ठेवल्या आहेत,

त्यांना समर्पित

अनुक्रमणिका

प्रस्तावना

कॅन्सरशी झुंज देताना, १९ मार्च २०१९ रोजी मनोहर पर्रीकर यांचं निधन झालं, त्यालाही आता जवळपास तीन वर्षांचा काळ उलटून गेला आहे. त्यांचे मित्र, कुटुंब आणि गोव्यातील लोकांच्या आठवणीत पर्रीकर हे कॅन्सर पेशंट म्हणून नव्हे तर, एक अत्यंत हुशार व्यक्ती, उत्कृष्ट प्रशासक, लोकप्रिय राजकारणी आणि साध्या राहणीमानाची आवड असणारा माणूस म्हणून आहेत. गोव्याच्या विकासासाठी शेवटपर्यंत कार्यरत असताना, प्रतिकूल परिस्थितीत ना कधी ते नाउमेद झाले, ना त्यांचा उत्साह कमी झाला.

याचं उदाहरण म्हणून डिसेंबर २०१८ ची घटना बघता येईल. अत्यंत अशक्त झालेले, नाकात ट्यूब घातलेले, एकेकाळी अत्यंत देखणे पण आता चटकन ओळखू न येणारे आणि अत्यंत साधी राहणीमान असलेले मुख्यमंत्री पर्रीकर, मांडवी नदीवर बांधण्यात येणाऱ्या तिसऱ्या पुलाच्या बांधकामाचा आढावा घेण्यासाठी साईटवर आले होते. आपल्या शरीरात भीषण आजार बळावत असताना, नियोजित पूल पूर्ण होण्याची चिंता पर्रीकर यांना जास्त होती. मार्च

२०१७ मध्ये चौथ्यांदा गोव्याचे मुख्यमंत्री झाल्यावर त्यांनीच या पुलाची संकल्पना मांडली होती.

त्यांच्या या भेटीवर अनेक राजकीय विरोधकांनी टीकेची झोड उठवली होती. 'फोटोसाठी घेण्यात आलेली संधी', किंवा 'तमाशा' अशा शब्दांमध्ये ही टीका झाली होती. पर्रीकर मात्र शांत होते. लाडक्या गोव्याच्या जनतेचं हित आणि खुद्द ते, यामध्ये कोणालाही स्थान नव्हतं. आयआयटी मधून पदवीधर झालेले ते पहिलेच मुख्यमंत्री होते आणि गोव्याच्या राजकारणात जवळपास तीन दशके त्यांचा वावर हा एखाद्या सम्राटासारखाच होता. सत्तेत असो किंवा बाहेर, इंजिनिअर - व्यावसायिक-सामाजिक कार्यकर्ता - राजकारणी असणाऱ्या पर्रीकरांच्याच अवतीभवती १९९० नंतरच्या दशकांमधील राजकारण फिरत होतं. पर्रीकर अत्यंत साधे, पण व्यवहारी होते, असं मी नेहमीच म्हणतो.

भारताचे संरक्षणमंत्री म्हणून २०१४ मध्ये त्यांची झालेली निवड हा एक सुखद धक्का होता. महत्त्वपूर्ण मंत्रालयासाठी पंतप्रधान नरेंद्र मोदी यांनी घेतलेला हा निर्णय अतिशय प्रेरणादायी होता. एक प्रामाणिक, अत्यंत मेहनती आणि नावीन्यपूर्ण पद्धती स्वीकारणारा प्रशासक म्हणून पर्रीकरांची प्रतिमा आधीच तयार झाली होती. संरक्षण मंत्रालयाला प्रामाणिक राजकारणी याबरोबरच अधिक कशाची तरी गरज होती. मग पंतप्रधानांनी पर्रीकरांची निवड का केली? पर्रीकरांकडे तांत्रिक आणि विश्लेषक पद्धतीने विचार करण्याची आणि संरक्षण मंत्रालयातलं कामकाज नेमकं कसं चालतं, हे लगेच जाणून घेण्याची क्षमता होती.

म्हणूनच २८ महिन्यांच्या साऊथ ब्लॉकमधील कार्यकाळात पर्रीकरांनी कधीही या विश्वासाला तडा जाऊ दिला नाही. त्यांनी केवळ संरक्षण प्रक्रियेतील अडचणीच समजून घेतल्या नाहीत, तर वैयक्तिक पातळीवर केलेल्या प्रयत्नांमुळे, संरक्षण संपादन प्रक्रिया पारदर्शक आणि सोपी झाली. पर्रीकरांनी मांडलेल्या अनेक नावीन्यपूर्ण कल्पना नंतरच्या काळात भारताच्या संरक्षण खरेदी धोरणांमध्ये समाविष्ट करण्यात आल्या.

नंतरच्या काळात गोव्यातील राजकीय दबावामुळे त्यांची संरक्षणमंत्री म्हणून असलेली लहानशी कारकीर्द संपुष्टात आली. ज्यांचा भारतीय संरक्षण क्षेत्राशी

जवळून संबंध येतो त्यांच्यासाठी पर्रीकरांचं असं अचानक गोव्याला परतणं नक्कीच खेदजनक असेल. पण या छोट्याशा कार्यकाळातही पर्रीकरांनी संरक्षण मंत्रालयात आपली कायमस्वरुपी छाप सोडली. त्यांच्या दिल्लीतील वास्तव्यात वैयक्तिक पातळीवर असलेल्या आमच्या लहानशा, पण घट्ट नात्यामध्ये मी त्यांच्याकडून बऱ्याच गोष्टी शिकलो.

पुढच्या काही प्रकरणांमधून तुमच्या लक्षात येईल की, जानेवारी २०१५ पर्यंत आम्ही एकमेकांना ओळखतही नव्हतो, पण आमच्यात काही समान आवडीचे विषय - संरक्षण विषयक गोष्टी आणि वाचनाची आवड - होते ज्यामुळे आम्ही जास्त जवळ आलो.

म्हणूनच गोवा सरकारकडून मनोहर पर्रीकर यांच्या चरित्रविषयक लेखनासाठी विचारणा झाली, तेव्हा मी आनंदाने तो प्रस्ताव स्वीकारला. कोणत्या मुद्यांवर आधारित हे चरित्र हवं, याबद्दल गोव्याचे मुख्यमंत्री प्रमोद सावंत अतिशय ठाम होते. ते मुद्दे होते : देश बांधणीसाठी पर्रीकरांनी दिलेलं अफाट योगदान आणि त्यापेक्षाही गोवन समाजासाठी त्यांनी दिलेली सेवा.

पर्रीकरांचा मित्र परिवार, राजकीय सहकारी, सामान्य जनता आणि अर्थातच त्यांच्या अत्यंत जवळच्या व्यक्ती, यांच्याशिवाय हे काम पूर्ण झालंच नसतं. पर्रीकरांच्या आठवणी आणि त्यांच्याबद्दलच्या भावना व्यक्त करण्यासाठी ज्या-ज्या व्यक्ती पुढे आल्या, त्या सगळ्यांची नावं घेणं अशक्य आहे, मात्र काहींचा नामोल्लेख अवश्य करायला हवा. सगळ्यात आधी, अनेक अर्थांनी पर्रीकरांचे राजकीय वारसदार असणारे मुख्यमंत्री प्रमोद सावंत; उपेंद्र जोशी, जे पर्रीकर मुख्यमंत्री आणि नंतर संरक्षणमंत्री असताना त्यांचे अत्यंत विश्वासू अधिकारी होते (जोशी सध्या सावंत यांच्यासोबत काम करत आहेत); पर्रीकर परिवार आणि विशेषतः त्यांची मोठी बहीण ज्योतीताई; मुंबईच्या वास्तव्यातील आणि गोव्यातील आरएसएसमधील जवळचे मित्र; अनेक उद्योजक, सैन्याधिकारी, पर्रीकरांचे फोटो उपलब्ध करून देणारा गोवा शासनाचा माहिती विभाग आणि इतर सरकारी अधिकारी. या सर्वांचे आभार मी शब्दांत मांडू शकत नाही.

विविध क्षेत्रातल्या व्यक्तींच्या मुलाखती नीलंजना बॅनर्जी हिने अत्यंत मेहनतीने रेकॉर्ड केल्याने हे पुस्तक अधिक वाचनीय झालं आहे. तिच्या या योगदानाशिवाय

कदाचित हे पुस्तक पूर्णत्वाला जाऊ शकलं नसतं. माझे प्रकाशक ब्लूम्सबरी आणि तिथल्या पॉल विनय कुमार, ज्योती मेहेरोत्रा आणि राजबिलोचन प्रसाद यांच्या विश्वासू टीमने माझं व्यग्र वेळापत्रक लक्षात घेऊन हस्तलिखितांचा गोंधळ सांभाळून घेतला. या सगळ्यांचे आभार.

पर्रीकरांचा सामाजिक कार्यकर्ता ते भारताचे संरक्षणमंत्री म्हणून झालेल्या प्रवासाचा आवाका जाणून घेण्यासाठी मी दिल्लीतील त्यांच्या वास्तव्यात एकत्रित घालवलेला वेळ पुरेसा नव्हता, हे आज मागे वळून बघतांना लक्षात येतं. आपल्यातून ते एवढ्या लवकर जाणार आहेत, हे जर आधीच कळलं असतं, तर त्यांचं तत्वज्ञान, त्यांची तत्त्वं, सतत कामात मग्न राहण्यामागच्या त्यांच्या प्रेरणा या सगळ्या गोष्टी जाणून घेण्यासाठी मी अधिक काळ त्यांच्यासोबत घालवला असता. पण दुर्दैवानं तसं झालं नाही. मोठ्या संख्येने असणारे त्यांचे अनुयायी, मित्र आणि कुटुंबीय यांच्याशी मी संवाद साधल्यानंतरच या विलक्षण माणसाचं काहीसं पूर्ण चित्र समोर आलं. हे पुस्तक त्यांचं घटनाक्रम नाही तर, मनोहर पर्रीकर एक व्यक्ती, एक राजकारणी, एक तंत्रस्नेही म्हणून कसे होते, ज्यांचं आपल्या देशावर आणि गोव्यातील जनतेवर मनापासून प्रेम होतं त्याचा सारांश देण्याचा हा प्रयत्न आहे. त्यांचं असं अकाली जाणं केवळ माझ्यासारख्या असंख्य मित्रांसाठीच नाही, तर देशासाठीही मोठं नुकसानकारक आहे. त्यांचं योगदान आणि त्यांच्या आठवणी, अर्थातच, आपल्या सगळ्यांच्याच मनात कायम जिवंत राहणार आहेत.

नवी दिल्ली
डिसेंबर, २०२२

नितीन अ. गोखले

परिचय

मनोहर पर्रीकर नोव्हेंबर २०१४ साली देशाचे संरक्षणमंत्री झाले, त्यावेळी मी एनडीटीव्हीतील (भारतीय प्रसारण नेटवर्क) सुरक्षा आणि धोरणात्मक व्यूहरचना विषयाच्या संपादकपदाचा राजीनामा दिला होता. माझ्या स्वतःच्या भविष्यातील योजनांबद्दलच्या विचारांमध्ये इतका गुंतलेला होतो की, पर्रीकर नक्की काय करत आहेत, याबद्दल जाणून घ्यायला मी फारसा उत्सुक नव्हतो. डिसेंबर २०१४ ते जानेवारी २०१५ या काळात यापुढे कोणतीही नोकरी न करता स्वतःसाठी काम करायचे, या निर्णयाप्रत मी पोहोचलो होतो. यादरम्यान, सगळ्या वृत्तपत्रांमधून, पर्रीकर संरक्षण मंत्रालयात जम बसवण्याचा प्रयत्न करत असल्याचं समजलं होतं. त्यावेळच्या परिस्थितीमुळे त्यांची भेट घेण्याची मला गरज वाटली नव्हती. १९८३ सालापासून सुरू झालेल्या माझ्या पत्रकारितेची महत्त्वाची वर्षं भारताच्या ईशान्य भागात किंवा दिल्लीत व्यतीत झाल्यामुळे महाराष्ट्र किंवा पश्चिम भारताशी माझा तेवढा संपर्क नव्हता, त्यामुळे कोणत्याही परिस्थितीत त्यांची भेट होणं किंवा त्यांना समजून घेणं जमलं नाही.

मुंबईत संरक्षणमंत्री पर्रीकर यांची मुलाखत घेताना लेखक

पण तरीही आमची भेट होणं नशीबात लिहिलं होतं आणि अल्पावधीतच त्याचं घट्ट मैत्रीत रूपांतर झालं.

आमचं पहिलं संभाषण झालं ते एका गैरसमजातून. जानेवारी २०१५ मध्ये मी वडोदरा येथे असताना माझ्या मोबाईलवर एका अनोळखी नंबरवरून फोन आला. हा फोन माझ्या परदेशातील मित्राचा असेल - त्याचा नंबर सामान्यपणे मोबाईलवर झळकत नाही - या समजूतीनं मी उत्साहानं बोलायला सुरुवात केली आणि समोरूनही तसाच प्रतिसाद मिळेल, अशी मला अपेक्षा होती. त्याऐवजी समोरून आवाज आला, "मी मनोहर." "कोण मनोहर?" काहीशा तुसडेपणानं मी विचारलं. "पर्रीकर" समोरून अधिक खुलासा झाला आणि क्षणार्धात काय बोलावं, हेच मला कळेना.

ते भारताचे संरक्षणमंत्री मनोहर पर्रीकर होते. त्यांनी त्यांच्या मोबाईलवरून वैयक्तिक पातळीवर मला संपर्क केला होता. मधे ना कोणी पीए होता, ना टेलिफोन ऑपरेटर होता, ना लॅण्डलाईनवरून दुसऱ्या कोणीतरी फोन लावून दिला होता. त्यांनी थेट मला फोन लावला होता. आधी तुसडेपणानं बोलल्याबद्दल मी त्यांची माफी मागितली; तेव्हा अत्यंत शांतपणे ते म्हणाले, "मला तुला भेटायचं आहे." "आपण या आधी कधीही बोललो नाही, शिवाय माझा नंबरही झळकत नाही. त्यामुळे नेमकं कोण फोन करतंय, हे तुला कसं कळणार? त्यामुळे माफी मागू

नकोस," पर्रीकरांनी वस्तुस्थिती सांगितली आणि माझी समजूत घालण्याचा प्रयत्न केला. "मी आता दिल्लीबाहेर आहे आणि येत्या दोन-तीन दिवसांतच दिल्लीत परत येणार असल्याचं" मी त्यांना सांगितलं. "मग ठरलं तर. या रविवारी आपण दुपारचं जेवण एकत्र घेऊ या. मी कोटा हाऊसला राहायला आहे. कृपया तिथेच दुपारी १२.३० पर्यंत ये." त्यावर साहाजिकच माझा प्रश्न होता, "यासाठी मी कोणाच्या संपर्कात राहू?" "कोणाच्याही नाही. तू मलाच फोन कर. त्यासाठी माझा नंबर लिहून घे," असं त्यांनी सांगितलं आणि इथूनच माझा मनोहर पर्रीकर यांच्याबरोबर लहानसाच पण संस्मरणीय प्रवास सुरू झाला.

भारताच्या संरक्षणमंत्र्यांना मला का भेटायचं असेल, असा मला प्रश्न पडला होता. त्यावेळी मी कोणताही महत्त्वाचा संपादक किंवा समाजप्रबोधन करणारा पत्रकार नव्हतो, तरीही त्यांना माझी भेट का घ्यायची आहे, याचीही मला उत्सुकता होती. पर्रीकरांनी आमच्या या भेटीचा नेमका उद्देश किंवा कारण सांगितलं नव्हतं त्यामुळे "त्यांना माझ्याकडून नेमकं काय हवं आहे?" याच विचारात मी पुढचे दोन दिवस होतो.

ल्यूटियन्स झोन बंगला अद्याप पर्रीकरांना देण्यात आला नव्हता. त्यामुळे ते नौदलाच्या सुविधा असणाऱ्या कोटा हाऊस येथेच राहात होते. कोटा हाऊसमधील आमच्या भेटीच्या काही तास अगोदर, मी एका पानावर काही सूचना बुलेट पॉईंट्समध्ये टाईप करून माझ्या दृष्टीनं संरक्षण मंत्रालयात कोणकोणत्या समस्या आहेत, त्यावर अधिक प्रकाश टाकण्याचा प्रयत्न केला.

कोटा हाऊसला पोहोचल्यावर मी थेट ते राहात असलेल्या सूटमध्ये गेलो. तिथे बुश शर्ट आणि पॅन्ट अशाच वेशात नेहमी असणाऱ्या हसतमुख पर्रीकर यांना बघताच माझ्या मनावरचं दडपण एकदम कमी झालं. आतापर्यंत मी त्यांच्या साधेपणाबद्दल, त्यांच्या खुल्या दृष्टिकोनाबद्दल ऐकून होतो. खरंतर, नोव्हेंबर २०१४ साली पर्रीकर संरक्षणमंत्री झाल्यानंतर, एनडीटीव्ही मुंबई ऑफिसचा त्यावेळचा ब्युरो चीफ आणि माझा मित्र तेजस मेहता याने 'पर्रीकर यांना भेटणं खूप सोपं आहे. त्यांना एकदा भेटच' असं मला सांगितलं होतं. या सगळ्या गोष्टी मला पर्रीकर यांना भेटताना आठवत होत्या.

२०१६ मधील संरक्षणविषयक बैठकीत संरक्षणमंत्र्यांसोबत लेखक

सुरुवातीचे काही क्षण जरा अवघडलेल्या शांततेत गेल्यानंतर टाईप करून आणलेले ते पान वाचायला दिले. दोन-तीन मिनिटं ते मुद्दे वाचण्यात गेल्यानंतर पर्रीकर म्हणाले, "अतिशय उत्तम सूचना आहेत. यातल्या काही मुद्द्यांवर मी अगोदरच काम सुरू केलं आहे. पण तरीही मला एक गोष्ट सांग की, संरक्षण मंत्रालय अविश्वास या तत्त्वावर का काम करतं?" यावर लगेचच कोणत्याही प्रकारची थेट प्रतिक्रिया देण्याचं टाळून मी त्यांना तो मुद्दा अधिक स्पष्ट करायला सांगितला. "गेल्या २ - ३ महिन्यांपासून मी इथे आहे आणि सगळीकडे संशयाचं

वातावरण असल्याचं माझ्या लक्षात आलं आहे. प्रत्येकजण इतरांकडे संशयाने बघत असतो. समन्वय हा प्रकार इथे जवळपास नाही. कोणत्याही गोष्टीची सुरुवात नकार देऊन करायची ही बहुतेक सगळ्यांची प्रवृत्ती बनली आहे," काहीशा चिडलेल्या स्वरात पर्रीकरांनी स्पष्टीकरण केलं.

केंद्रात काम करण्याचा कोणताही पूर्वानुभव नसलेल्या त्यांच्यासारख्या नवख्याने साऊथ ब्लॉकमधील कार्य संस्कृतीचा किती वेगाने अंदाज लावला आहे, याचं मला आश्चर्य वाटलं. 'गेली अनेक दशकं हे असंच सुरू असल्याचं' मी मान्य केलं. त्यावर लगेचच पर्रीकरांनी 'सिस्टीम सुधारण्यासाठी काय करता येईल?' असं विचारल्यावर, 'खरंतर, यावर कोणताही रेडिमेड तोडगा नाही,' हे मी स्पष्ट केलं.

'यावर तोडगा काढायला लागेल! मला वाटतं प्रत्येकाने शांतपणे बसून नवीन दृष्टिकोन विकसित करण्याची गरज आहे. माझ्या मनात नेमकं काय सुरू आहे याबद्दल चर्चा करण्यासाठी मी परत एकदा तुला बोलावून घेईन. पण आता माशांना अधिक ताटकळत ठेवलं तर त्यांच्यावर अन्याय केल्यासारखं होईल,' असं म्हणत त्यांनी डायनिंग टेबलच्या दिशेने चलण्यास सुचवलं. यावेळी पहिल्यांदाच पर्रीकर यांच्या माशांप्रती असणाऱ्या प्रेमाची झलक बघायला मिळाली. आम्ही जेवायला बसलो असतानाच आणखी एक गोष्ट माझ्या लक्षात आली होती की, ते आपल्या वैयक्तिक कर्मचाऱ्यांशीही अत्यंत सहजतेनं संवाद साधत होते. उपेंद्र जोशी आणि मयूरेश खानवटे हे दोघेजण त्यांच्या वैयक्तिक कर्मचाऱ्यांपैकी अत्यंत विश्वासू होते. ते दोघेही आमच्याबरोबर त्यावेळी जेवायला बसले होते. त्याचं कारण मला नंतर समजलं. जेव्हा पर्रीकर एखाद्या व्यक्तीवर विश्वास ठेवायचे, तेव्हा तो १०० टक्के असायचा. विश्वास ठेवायचा की नाही, असं अधांतरी काहीही नसायचं.

जसजसे आठवडे जाऊ लागले, आमच्या वारंवार भेटी व्हायला लागल्या. अर्थात, त्यासाठी तेच पुढाकार घेत होते, कारण जेव्हा त्यांना गरज असेल फक्त तेव्हाच आपली भेट होईल, याबद्दल मी आग्रही होतो. लवकरच त्यांचा रोजचा फोन येणं सुरू झालं. ते नवनवीन माहिती, दृष्टिकोन जाणून घ्यायला उत्सुक असायचे. माझ्याकडे असणाऱ्या मर्यादित ज्ञानाच्या आधारे जी काही माहिती देणं शक्य होतं, ती त्यांना देत असे.

संरक्षणविषयक खरेदी प्रक्रियेमध्ये (डीपीपी) सुधारणा करायची इच्छा असल्याचं एके दिवशी पर्रीकरांनी सांगितलं. 'मला यामधील काही तज्ज्ञांची नावं सांग, जे या प्रक्रियेत सुधारणा सुचवतील, पुनर्लेखन करू शकतील किंवा ती अधिक सुलभ, सोपी कशी करायची याबाबत मार्गदर्शन करू शकतील,' असं ते म्हणाले. त्यानुसार साधारणपणे सहा-सात नावं मी त्यांना सुचवली. त्यातली चार नावं निवडून त्यांची समिती त्यांनी स्थापन केली. पुढे याच समितीने २०१६ साली डीपीपीचा मसुदा तयार केला. यात अनेक क्रांतिकारक कल्पना मांडलेल्या होत्या आणि पर्रीकरांच्या विचारांचा स्पष्ट प्रभाव त्यावर होता. संरक्षण मंत्रालयात, स्वदेशात डिझाइन केलेल्या, विकसित आणि उत्पादित करता येणाऱ्या (आयडीडीएम) उत्पादनांच्या अधिग्रहणास सर्वोच्च प्राधान्य देऊन खरेदीसाठी नवा पायंडा सुरू करण्याचं खरं श्रेय पर्रीकरांना जातं. अर्थात, त्यासाठी त्यांना मोठ्या प्रमाणात अंतर्गत विरोधाचाही सामना करावा लागला होता. संरक्षण मंत्रालयात अधिक पारदर्शकता आणणं, उच्चपदस्थ अधिकाऱ्यांमध्ये अधिकाधिक बैठका होऊन त्यांनी सामंजस्य करारासाठी चाचपणी करणं, हा पर्रीकरांनी साऊथ ब्लॉकमध्ये कायमस्वरुपी सोडलेला वारसा आहे, हे मी धाडसानं म्हणू शकतो.

काही महिन्यांनंतर, १०, अकबर रोड येथील निवासस्थानी येण्यासाठी पर्रीकर यांचा मला फोन येई. काहीवेळा अगदी सकाळी ७ वाजता, तर इतरवेळी त्यांचं कार्यालयीन काम संपल्यानंतर रात्री १० वाजता अशा भेटी होत असत. रात्रीच्या वेळी ते बीअर शेअर करून, (बिरा त्यांची आवडीची झाली होती) मनन करणं, नव्या कल्पनांवर काम करणे तेव्हा असे किंवा काहीवेळा व्यवस्थेमुळे निर्माण होणाऱ्या अडथळ्यांबाबतची आपली निराशा ते व्यक्त करत. सप्टेंबर - ऑक्टोबर २०१५ या काळात मी ४० दिवस होनुलूलू येथील एशिया पॅसिफिक सेंटर फॉर सिक्युरिटी स्टडीज येथे झालेल्या ॲडव्हान्स सिक्युरिटी को-ऑपरेशन कोर्ससाठी उपस्थित होतो. त्यावेळी कधीकधी आपल्या कर्मचाऱ्यांच्या व्हॉट्सॲप क्रमांकावरुन फक्त गप्पा मारण्यासाठी ते कॉल करीत असत.

२०१५ च्या मध्यापर्यंत, संरक्षण खात्यात असणाऱ्या बजबजपुरीत आपण काय काम करू शकतो आणि काय करू शकत नाही, हे त्यांना उमगलं होतं.

दिल्लीतल्या लाळघोट्या वातावरणात ते कधीच मनापासून रमले नाहीत. त्यांच्या बंगल्याची दारं सर्वांसाठी कायम खुली असायची, पण त्यात फिक्सर्स आणि इन्फ्लूएन्झर्स यांना स्थान नव्हतं. पण त्यामुळेच मला दुप्पट काळजी घ्यावी लागत होती, कारण भारताच्या संरक्षणमंत्र्यांकडे मी कधीही जाऊ येऊ शकतो, ही बातमी हळूहळू पसरत चालली होती. पर्रीकर दिल्लीत असेपर्यंत मला किमान १४ - १५ नंबर ब्लॉक करावे लागले होते. कारण संशयास्पद व्यवहारात असणारे अनेकजण त्यांच्याशी असणारी माझी जवळीक वापरू इच्छित होते. मी कोणत्या व्यक्तींचे नंबर ब्लॉक केले आहेत, हे त्यांना सांगितल्यावर ते हसून म्हणाले 'छान!'

नोव्हेंबर २०१५ मध्ये माझं पहिलं डिजिटल चॅनल bharatShakti.in - तर जानेवारी २०२० मध्ये StratNewsGlobal.com हे दुसरं डिजिटल चॅनल- सुरू झालं. त्यावेळी भारताच्या संरक्षणमंत्र्यांच्या सविस्तर मुलाखतीने त्याची सुरुवात व्हावी, अशी माझी इच्छा होती. पण काही कारणांनी सलगपणाने एक-दोन तास वेळ काढणं, त्यांना जमत नव्हतं. जसजशी डेडलाईन जवळ यायला लागली, तसं मी त्यांच्यामागे वेळेसाठी लकडा लावायला सुरुवात केली. शेवटी त्यांनीच यावर पर्याय शोधून काढला, 'तू गोव्याला ये. तिथून आपण विमानाने दिल्लीला येऊ. प्रवासाचे हे दोन तास कोणत्याही व्यत्ययाविना आपल्याला मिळतील.' आणि त्याप्रमाणे नोव्हेंबर २०१५ मधील एके दिवशी आम्ही दाबोलिम विमानतळावरून त्यांच्या कार्यालयीन एम्ब्रियरमध्ये चढलो. पुढच्या दोन तासांत कोणत्याही व्यत्ययाविना मी त्यांच्या सविस्तर गप्पा रेकॉर्ड करू शकलो. त्यामुळे त्यांची आतापर्यंतची अतिशय सविस्तर मुलाखत मला मिळाली. ती इतकी सविस्तर होती की, त्यातील अनेक मुद्दे नंतरच्या काळात धोरणांमध्ये बदलत गेले. गोवा ते दिल्ली या दोन तासांच्या हवाई प्रवासात रेकॉर्ड झालेल्या या मुलाखतीसाठी संदर्भ म्हणून पर्रीकरांनी कोणत्याही कागदपत्रांचा आधार घेतला नाही, हा त्यातला सर्वात चकित करणारा भाग होता. चुटकीसरशी ते एकेका मुद्यासाठी संदर्भ देत होते. या संपूर्ण काळात त्यांच्या जबरदस्त स्मरणशक्तीचा आणि प्रत्येक गोष्टीकडे खोलात जाऊन बघण्याचा अनुभव मला मिळाला. (संपूर्ण मुलाखतीसाठी पुरवणी विभाग बघा).

पर्रीकर हे उत्कृष्ट वाचकही होते. एक दिवस - माझ्या आठवणीप्रमाणे, भारताचे

संरक्षणमंत्री म्हणून पहिल्यांदाच ते अमेरिका दौरा करून आल्यानंतर - त्यांनी एक पुस्तक मला दिलं आणि म्हणाले, 'जर तुझ्याकडे नसेल तर हे नक्की वाच.' पुस्तकाचं नाव होतं, *'व्हिक्टरी ऑन पोटोमॅक'* आणि लेखक होती, पेन्टॅगॉनमध्ये काम करणारी अज्ञात व्यक्ती. गोल्ड वॉटर निकोलस कायदा संमत होण्यापूर्वी अमेरिकन राजकारणात जिंकलेल्या आणि हरलेल्या युद्धांचं तपशीलवार वर्णन त्यात होतं. 'हे पुस्तक वाचून, त्यातून आपण भारताच्या दृष्टीनं कोणत्या गोष्टी स्वीकारू शकतो, यावर तुझं मत सांग,' असं म्हणत असतानाच त्यांनी तीन संरक्षण सेवांचं एकत्रीकरण आणि एकीकरण करण्याचा हेतू सूचित केला होता.

रॉबर्ट ग्रीन यांचं *'३३ स्ट्रॅटेजीज् ऑफ वॉर'* हे पुस्तक वाचून झाल्यानंतर पर्रीकर एके दिवशी गप्पांमध्ये म्हणाले, 'माझ्या राजकीय प्रवासासाठी या पुस्तकातील काही टिप्सचं पालन करणं, हे अत्यंत आवश्यक आहे. तू सुद्धा हे पुस्तक नक्की वाच.' ही दोन्ही पुस्तकं अजूनही माझ्याकडे आहेत. खरं सांगायचं तर, दिल्लीतील बंगला ज्या दिवशी त्यांनी सोडला त्यावेळी सगळी पुस्तकं बॉक्समध्ये भरून ती गोवा सदनला ठेवली होती. त्यानंतर तीन आठवड्यांनी त्यांनी मला त्यातील कोणती पुस्तकं हवी, ती निवडून घरी घेऊन जाण्यास सांगितलं. मी जवळपास ६०-६५ पुस्तकं घेऊन आलो. आज तीच पुस्तकं वाचण्यासाठी किंवा संदर्भ तपासण्यासाठी उचलतो तेव्हा त्यांच्या आठवणी उचंबळून येतात.

आयआयटी, मुंबई ते राजकारण या त्यांच्या प्रवासाची मला नेहमीच उत्सुकता वाटत होती. हे सर्व कसं घडलं, याविषयीचे रंजक किस्से ते सांगायचे. दोन दशके अनेक गोवेकर पर्रीकरांवर प्रेम करत होते, त्यांचा आदर करत होते, डोळे झाकून ते त्यांचं अनुकरणही करत होते, असं माझं निरीक्षण आहे. प्रत्येक कामाच्या बाबतीत ते परफेक्शनिस्ट असल्यामुळे महत्त्वाची कामं इतरांकडे देणं किंवा सोपवणं, त्याऐवजी स्वतः ती हातावेगळी करणं याकडे त्यांचा जास्त कल होता. त्यामुळे अनेकांना ते अधिकार गाजवणारे वाटायचे. पण कदाचित याचमुळे ते गोव्यात त्यांचा उत्तराधिकारी म्हणून कोणाला तयार करू शकले नाहीत. गरज असेल तर, प्रसंगी ते कडवटपणेही बोलायचे. पर्रीकर स्वतःच्या राज्यात अत्यंत लोकप्रिय नेते होते आणि तीच प्रतिमा त्यांनी दिल्लीतही आणली होती, पण संरक्षण

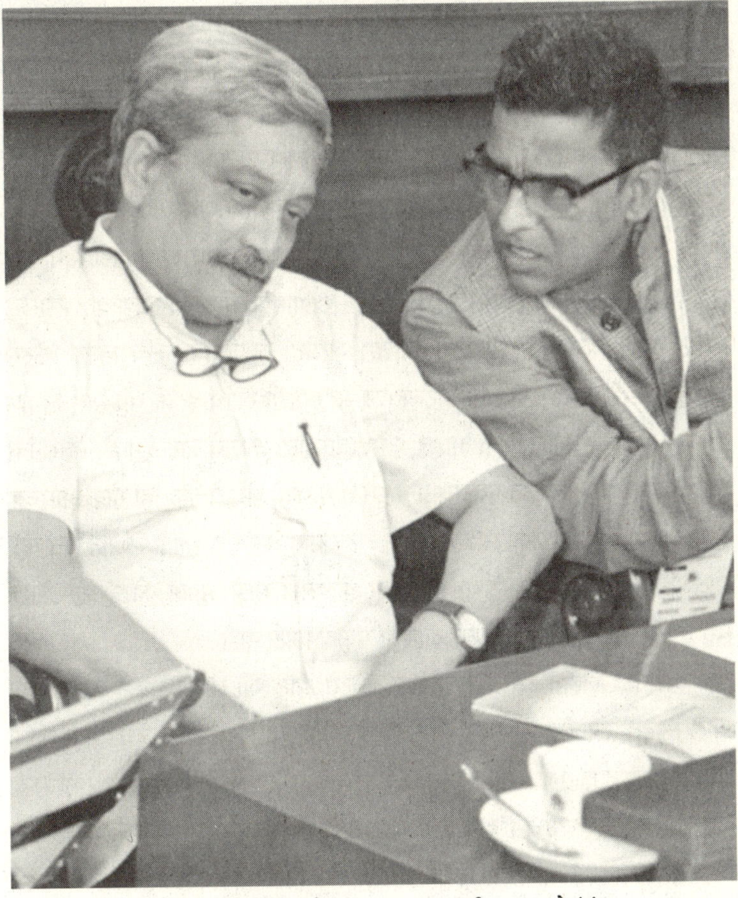

परींकर यांच्यासमवेत लेखक : अल्पकाळातील घट्ट नातेसंबंध

मंत्रालयातील कामाचा ताण प्रचंड होता. सकाळी ४ वाजता सुरू झालेला त्यांचा दिवस रात्री ११ वाजता संपत असे. हा अरा शिक्षा दिल्यासारखा दिनक्रम आणि आठवड्याचे सातही दिवस काम करणं - पाच दिवस दिल्लीमध्ये आणि दोन दिवस गोव्यात - याचा व्हायचा तोच परिणाम झाला. भारताचे संरक्षणमंत्री म्हणून २८ महिने काम करणाऱ्या परींकरांनी त्या काळात संरक्षण मंत्रालय आणि गोवा राज्याचा कारभार एकाच वेळी समर्थपणे सांभाळला होता.

दिल्लीत असताना गोव्याच्या काहीशा मोकळ्या-ढाकळ्या जीवनशैलीची

त्यांना आठवण येत असे. संरक्षणमंत्री म्हणून त्यांना औपचारिकपणे वागावं लागत असे. पण आता आपल्याला विश्रांतीची गरज आहे, हे जाणवल्यानंतर ते अचानक मला फोन करून, मी दिल्लीत आहे का आणि कामातून मोकळा झालो आहे का? याची चौकशी करायचे. माझं उत्तर होकारार्थी असेल, तर माझ्या बायकोला घरी बनवलेली साधी फिश करी आणि भात असा मेन्यू तयार करण्याची विनंती करून, ते येण्याआधी मला बियरच्या दोन बाटल्या फ्रीजमध्ये गार करायला ठेवायला सांगायचे. त्यानंतरची जवळपास ९० मिनिटं भारताचे संरक्षणमंत्री आपल्या खांद्यांवर असलेलं सगळं ओझं विसरून, आपल्या विशिष्ट शैलीत, वैयक्तिक जीवनातील किस्से आम्हाला सांगायचे. आमच्या कुटुंबातील सदस्यांशी त्यांचं इतकं घट्ट नातं निर्माण झालं होतं की, ते कोणी परके आहेत, असं आम्हाला कधीच वाटलं नाही. नंतर नंतर तर, अतिशय कमी वेळेत पूर्वसूचना देऊन ते कधीही घरी येतील, ही गोष्ट आमच्या सगळ्यांच्याच अंगवळणी पडली होती. आज मागं वळून बघताना लक्षात येतं की, सार्वजनिक कार्यक्रमांमध्ये त्यांच्याबरोबर काढलेले माझे अनेक फोटो आहेत पण घरी आलेले असताना काढलेला आमचा एकही फोटो नाही.

हे सगळं लिहीत असताना त्यांच्या हजारो आठवणी जाग्या होऊन डोळे भरून आले आहेत. त्यांच्या निधनाला तीन वर्षं होऊन गेल्यावर मी आज जेव्हा मागे वळून बघतो, तेव्हा लक्षात येतं गोवेकरांसाठी ते जसे 'भाई' होते तसेच ते माझ्यासाठी सुद्धा होते. दिल्लीतील त्यांच्या दोन वर्षांच्या काळात त्यांना ओळखण्याची संधी मला मिळाली, त्यातून निर्माण झालेल्या भावबंधातून मोठा भाऊ मिळाला, असंच मला वाटतं आलं. त्यांच्या जाण्याने स्वाभाविकपणे आम्ही त्यांना खूप 'मिस' करतोय. पण माझ्या दृष्टीनं, एक देश म्हणून भारताचं खूप मोठं नुकसान झालं आहे. मनोहर पर्रीकर, तुम्ही खूप लवकर गेलात. माझ्या मित्रा, यापुढचा प्रवासही नीट होऊ दे. तुम्ही आयुष्यभरासाठी प्रेरणादायी उरणार आहात. आयुष्यात कितीही मोठ्या पदावर पोहोचलात तरीही कायम नम्र रहा, हा मोठा धडा मी तुमच्या आयुष्याकडून शिकलो आहे.

प्रकरण १

अनपेक्षित प्रस्ताव

भारताची सर्वात मोठी युद्ध नौका आयएनएस विक्रमादित्यवर २०१४ च्या पावसाळ्यात मनोहर पर्रीकर यांचं पंतप्रधान नरेंद्र मोदी यांच्याशी बोलणं झालं होतं. मात्र ही चर्चा त्यांच्या राजकीय आणि वैयक्तिक आयुष्यात मोठे बदल घडवून आणणारी नांदी ठरली.

भारताचे पंतप्रधान म्हणून सूत्रं स्वीकारल्यानंतर महिन्याभरातच, म्हणजे जूनच्या मध्यावर, विक्रमादित्यवर अर्धा दिवस घालवण्याची भारतीय नौदलाने केलेली विनंती मोदी यांनी मान्य केली होती. खरंतर मोदी कारवारमध्ये उपस्थित राहणार होते कारण विक्रमादित्यचा मूळ तळ कारवारच होता. मात्र मान्सूनचे आगमन आणि वाहतुकीचा प्रश्न लक्षात घेता, पंतप्रधानांच्या या पहिल्याच विमानवाहू नौकेवरील भेटीसाठी गोव्याची निवड करावी लागली होती. त्यावेळी पर्रीकरही उपस्थित होते.

तेव्हाच पर्रीकर केंद्रात येऊ शकतील का याची चाचपणी मोदी यांनी केली होती. तोपर्यंत लोकप्रिय आणि सक्षम मुख्यमंत्री म्हणून पर्रीकरांनी गोव्यात आपलं वेगळं

स्थान निर्माण केलं होतं. इतर कोणत्याही गोष्टींपेक्षा आपलं राज्य, तिथली जनता, जीवनशैली यांवर त्यांचं विलक्षण प्रेम होतं. आपल्या इतर सहकाऱ्यांप्रमाणे राजकीय जीवनाबद्दल ते फारसे महत्त्वाकांक्षी नव्हते. त्यामुळे नरेंद्र मोदी यांनी वैयक्तिकरित्या पर्रीकरांच्या येण्याच्या संभाव्यतेवर जोपर्यंत चर्चा केली नव्हती तोपर्यंत दिल्ली गाठणं हे त्यांच्या ध्यानीमनीही नव्हतं.

पंतप्रधानांच्या दृष्टीनं आता पर्रीकरांनी मोठ्या जबाबदाऱ्यांकडे वळणं आवश्यक होतं. आयआयटी इंजिनिअर असलेले ते पहिलेच मुख्यमंत्री होते (या उच्चशिक्षित क्लबमध्ये अरविंद केजरीवाल नंतर समाविष्ट झाले), राजकारण आणि प्रशासन यांचा जवळपास २ दशकांइतका अनुभव त्यांच्या गाठीशी होता, बोलणं साधं सरळ होतं, समाजात त्यांची प्रतिमा मिस्टर क्लीन अशी होती, प्रश्नांची उकल करण्यासाठी त्यांच्याकडे तांत्रिक दृष्टिकोन होता. अर्थात आयएनएस विक्रमादित्यवर झालेल्या भेटीतच पंतप्रधानांनी पर्रीकरांना संरक्षण खात्याचा कार्यभार सांभाळण्याची जबाबदारी देण्याविषयी थेट शब्द दिला होता का हे मात्र कधीच कळणार नाही. पण जर तसं असेल तर पर्रीकरांच्या कामाला मिळालेली ती पावती होती असंच म्हणावं लागेल.

कोणालाही मोहात पाडणाऱ्या या प्रस्तावाचा पर्रीकरांनी मात्र लगेच स्वीकार केला नाही. त्यामागे त्यांची वैयक्तिक कारणं होती. आमच्यात झालेल्या एका

पंतप्रधान मोदी यांनी स्वत: संरक्षणमंत्री म्हणून पर्रीकरांनाच पसंती दिली.

संभाषणात पर्रीकरांनी त्याबद्दल स्पष्टीकरण दिलं होतं. जेव्हा पंतप्रधानांनी अचानकपणे दिल्लीला येण्यासाठी तयारी आहे का, असं मला विचारलं त्यावेळी माझी पहिली प्रतिक्रिया होती, मग गोव्याचं काय होणार? राजकीय पक्ष म्हणून आम्ही राज्यात बऱ्यापैकी स्थिरावलो होतो. मुख्यमंत्री म्हणून माझी अडीच वर्षे बाकी होती (मुख्यमंत्री म्हणून २०१२ साली त्यांची तिसऱ्यांदा निवड झाली होती). महत्त्वाची गोष्ट म्हणजे माझ्या कुटुंबाला माझी गोव्यात जास्त गरज होती. यामुळेच मी मोदींकडून विचार करायला अधिक वेळ मागून घेतला. त्यावर त्यांनी औदार्याने माझी ही मागणी मान्य केली, पर्रीकरांनी त्या आठवणी ताज्या करत सांगितलं.

ही जून २०१४ मधील घटना होती.

त्यावेळी, मोदींचे निकटवर्ती मानले जाणारे अरुण जेटली हे अर्थ आणि संरक्षण मंत्री म्हणून जबाबदारी पार पाडत होते. खरंतर ही तात्पुरती व्यवस्था करण्यात आली होती. जेटली यांनीही दोन - तीन कार्यक्रमांमधून संरक्षण खात्याची जबाबदारी काही काळापुरतीच आपल्याकडे दिल्याचं स्पष्ट केलं होतं. त्यांना स्वतःला अर्थ खातं सांभाळण्यात जास्त रस होता. २७ मे २०१४ रोजी माध्यमांशी बोलताना, संरक्षण मंत्री अरुण जेटली यांनी, "पुढच्या एक - दोन आठवड्यांमध्ये नवीन संरक्षण मंत्र्यांची निवड केली जाईल, जे स्वतंत्रपणे काम बघतील," हे स्पष्ट केलं होतं. तरीही हे प्रत्यक्षात उतरायला पाच महिन्यांपेक्षा जास्त काळ जावा लागला.

राजकीय निरीक्षकांच्या मते, विशेषतः दिल्लीतील, पूर्णवेळ संरक्षण मंत्र्यांची नेमणूक न करण्याचा मोदींचा हा निर्णय धक्कादायक होता. पर्रीकरांच्या निर्णयाची पंतप्रधान वाट बघत होते, याची फारच थोड्या लोकांना माहिती होती. त्यामुळे दर पंधरा दिवसांनी भारताचे आगामी संरक्षण मंत्री कोण असतील याबाबत वावड्या उठत होत्या. मात्र त्यात पर्रीकरांच्या नावाचा समावेश नसायचा. अरुण शौरी, मुरली मनोहर जोशी, यशवंत सिन्हा आणि आणखी काही नावं त्यावेळी चर्चेत होती, पण नक्की कोणाची निवड होणार, हे कोणालाच माहीत नव्हतं.

मे २०१४ च्या अखेरीस भारतीय जनता पक्षाच्या नेतृत्वाखालील राष्ट्रीय लोकशाही आघाडीने आपले सरकार स्थापन केले, त्यावेळी मोदींच्या बहुतांश

मंत्र्यांकडे विविध खात्यांची जबाबदारी होती. जसजसे महिने उलटू लागले, तसतसं पंतप्रधानांना मंत्रिमंडळाचा विस्तार करण्याची गरज भासू लागली. दोन महत्त्वाच्या खात्यांचा कारभार सांभाळणाऱ्या अरुण जेटलींच्या तब्येतीचा गंभीर प्रश्न निर्माण होऊन त्यांच्या हॉस्पिटलच्या फेऱ्या सुरू झाल्या. इतर मंत्र्यांसाठी नाही, तरी किमान जेटलींवर असणारं ओझं कमी करण्यासाठी वेगळ्या व्यक्तीची गरज मोदींना भासू लागली.

राष्ट्रीय स्वयंसेवक संघाच्या वरिष्ठ पदाधिकाऱ्यांसह, पर्रीकरांच्या मित्रांनी मोदींकडून आलेल्या प्रस्तावाची आठवण करुन दिली होती. त्यावेळीही त्याबाबत पर्रीकर द्विधा मन:स्थितीत होते. अखेरीस देशभक्ती आणि कर्तव्याची भावना यालाच त्यांनी प्राधान्य दिलं. या संदर्भात ऑक्टोबर - नोव्हेंबर २०१४ या काळात त्यांच्या मनात सुरू असणारा संघर्ष आजही जवळचे नातेवाईक आणि मित्र विसरलेले नाहीत. राष्ट्रीय स्वयंसेवक संघाच्या दिवसांपासून आपले सहकारी आणि मित्र यांच्याकडून ते नेहमीच सल्ला घेत असतं, यावेळी आपली दोन मुलं आणि मोठी बहीण ज्योती या अत्यंत जवळच्या नातेवाईकांशी सल्लामसलत केल्यानंतरच त्यांनी अंतिम निर्णय घेतला होता. त्यांचा मोठा मुलगा उत्पल याच्या मते, 'पंतप्रधानांकडून आलेला प्रस्ताव स्वीकारायचा की नाही, या संदर्भात ते ज्या मोजक्या व्यक्तींशी बोलले होते त्यात कदाचित मी पण होतो. खरंतर सुरुवातीला त्यांनी याला नकारच दिला होता, पण पंतप्रधानांकडून वैयक्तिक पातळीवर सातत्याने त्यांना विचारणा केली जात होती. माझं उत्तर थेट आणि स्पष्ट होतं. स्पष्ट बहुमत आणि २८२ खासदारांचा पाठिंबा असणाऱ्या पंतप्रधानांचा प्रस्ताव न स्वीकारण्यासाठी त्यांच्याकडे ठोस कारण असणं गरजेचं असल्याचं मी त्यांना सांगितलं होतं. गोव्यातील जनतेला मात्र हा प्रस्ताव स्वीकारू नये, असंच वाटत होतं; कारण त्यांनीच मुख्यमंत्रीपदासाठी त्यांची निवड केली होती.'

हा आणखी एक महत्त्वाचा पेच निर्माण झाला होता. अर्थात, असे प्रसंग त्यांच्या आयुष्यात अनेकदा आले होते. माझ्या मते गोवा राज्यातून फक्त दोनच खासदार निवडून येतात आणि एकूण राष्ट्रीय राजकारणाचा विचार करता हे फारसं महत्त्वाचं नाही. प्रामाणिकपणा आणि व्यक्तिमत्व यामुळेच पंतप्रधानांनी त्यांना

विनंती केली आहे, हे मी त्यांच्या लक्षात आणून दिलं. पंतप्रधानांना आपल्या मंत्रिमंडळातील ज्या मोजक्या व्यक्तींवर विश्वास ठेवता येईल अशांमध्ये ते एक होते. शेवटी या सगळ्या गोष्टी लक्षात घेऊन त्यांनी दिल्लीला जाण्याचा निर्णय घेतला. मंत्रिमंडळात येण्यासाठी आपल्याला फक्त एकच आठवडा देण्यात आला आहे, हे सांगण्यासाठी त्यांनी मला फोन केला होता. त्यानंतरच आम्ही हा निर्णय आमच्या जवळच्या मित्रांना सांगितला होता.'

'गोव्यातून मिळालेला जनाधार त्यांच्यासाठी खूप मोलाचा होता. म्हणूनच इथल्या कारभारात सहभागी होण्याचा ते प्रयत्न करत होते, पण त्यांना जेवढ्या प्रमाणात सहभागी व्हायचं होतं तेवढं होता येत नव्हतं.'

पर्रीकरांच्या मनात सुरू असणारी ही ओढाताण खरी होती. एकीकडे, मागील दशकात भारतातील सर्वोत्तम प्रशासित राज्य म्हणून विकसित होण्यासाठी त्यांनी मेहनत घेतली होती, तो लाडका गोवा सोडायचा नव्हता. तर दुसरीकडे राष्ट्रासाठी उच्च स्तरावर आपलं योगदान देण्याची संधी चालून आली होती. हा खूप मोठा सन्मान आणि बढतीचा योग होता. १९९० च्या दशकापर्यंत ज्या राजकीय पक्षाचा गोव्यात मागमूसही नव्हता त्या पक्षाला राज्यात एक महत्त्वाचा पक्ष म्हणून प्रस्थापित करण्यासाठी त्यांनी जी कठोर मेहनत घेतली होती त्याचंच हे फळ होतं.

योगायोग असा की, २०१४ साली पर्रीकरांनी जनतेने निवडून दिलेला प्रतिनिधी आणि राजकीय नेता म्हणून २० वर्षे पूर्ण केली होती. वयाच्या ५९ व्या वर्षी, ते एक अनुभवी प्रशासक, चतुर राजकारणी आणि चांगले वाचक, चांगली माहिती असलेले तंत्रज्ञ म्हणून उच्च शिखरावर होते. त्यांना वेळेची साथ होती. संधी स्वतःहून त्यांच्यासमोर आली होती.

सगळ्यात महत्त्वाची गोष्ट म्हणजे, पंतप्रधान स्वतः त्यांच्यासाठी उत्सुक होते. दैव अनुकूल होतं. पर्रीकर या संधीकडे "आताच, नाहीतर कधीच नाही' या दृष्टिकोनातून बघत होते का? याबद्दल काहीच ठामपणे सांगता येणार नाही; पण ते धोका पत्करायला नेहमीच तयार असायचे. १९९० च्या दशकाच्या सुरुवातीस, गोव्यात भाजपचा फारसा बोलबाला नव्हता आणि कोणत्याही निवडणुकीत फारशी मतंही मिळत नव्हती तेव्हा पर्रीकर यांनी निवडणूक लढवून राजकारणात येण्याची

ऑफर स्वीकारली होती. हा खरंतर आत्मघाती निर्णय होता. मात्र पुढच्या काहीच वर्षांमध्ये पर्रीकर आणि त्यांच्या सहकाऱ्यांनी भाजपला सत्तेत आणून दाखवण्याची किमया केली होती.

नोव्हेंबर २०१४ मध्ये, गोव्याच्या मुख्यमंत्र्यांनी पुन्हा एकदा मोठी झेप घेण्याचा निर्णय घेतला. ही जाणीवपूर्वक स्वीकारलेली जोखीम होती. गोव्याचे मुख्यमंत्री म्हणून त्यांनी एखाद्या साम्राज्याप्रमाणे कामकाज सांभाळले होते. पण दिल्लीचं राजकारण हा एक वेगळाच विषय होता. दिल्लीच्या त्या कुप्रसिद्ध राजकीय क्षेत्रात वावरताना त्यांना स्वतःला सिद्ध करावं लागणार होतं.

अर्थात, दिल्लीला जाताना आपण कोणती जोखीम स्वीकारली आहे, याची पर्रीकरांना पूर्ण जाणीव होती. पण असं असूनही, आत्मपरीक्षणाच्या जोरावर ते मला म्हणाले होते, “देशसेवेप्रती असणारी बांधिलकी सर्वोच्च स्थानी असते हेच मला राष्ट्रीय स्वयंसेवक संघाच्या शिक्षण आणि संगोपनानं शिकवलं होतं. ज्यावेळी देशहित महत्त्वाचं असतं तेव्हा इतर सगळ्या गोष्टी बाजूला सारायच्या असतात. पंतप्रधानांना मी त्यांच्या टीममध्ये सहभागी व्हावं असं वाटत होतं. राष्ट्रीय स्वयंसेवक संघ आणि भाजपचा सदस्य म्हणून संघाकडून आलेले सगळे आदेश आम्ही मान्य करत होतो. म्हणूनच १९९१ साली मी जे केलं होतं, नेमकं तसंच मी यावेळीही केलं,’ बायकोची फारशी इच्छा नसतानाही, कोणत्या परिस्थितीत ते राजकारणात आले याचा संदर्भ देत ते बोलत होते.

अफवांचं पेव फुटायला लागल्यावर, *इंडिया टुडे*च्या संदीप उन्नीथन यांनी लिहिले होते, ‘२५ ऑक्टोबर रोजी पणजीतील त्यांच्या सरकारी निवासस्थानी “महालक्ष्मी” येथे *इंडिया टुडे* ने घेतलेल्या मुलाखतीत ५८ वर्षीय पर्रीकरांनी केंद्रीय मंत्री म्हणून कोणताही प्रस्ताव आलेला नसल्याचे स्पष्ट केलं होतं. “मोदींनी मला असा कोणताही प्रस्ताव दिलेला नाही” जरा जोरकसपणाने त्यांनी याचा उच्चार केला होता. जर मोदींकडून अशी विचारणा झाली तर मी त्यावर विचार करीन. पण आता तरी कोणत्याही अफवेवर माझा विश्वास नाही,” हे स्पष्ट करतानाच “जर तशी विचारणा झाली तर मी नक्कीच विचार करीन” असंही स्पष्टीकरण दिलं.

*इंडिया टुडे*च्या अहवालात असं नमूद केलं गेलं आहे की, 'मंत्रिमंडळात पर्रीकरांसारख्या हुशार माणसाची अत्यंत गरज आहे, यावर विश्वास ठेवण्याची अनेक कारणं आहेत. भाजपकडून पंतप्रधानपदासाठी नाव घोषित झाल्यानंतर १२ जानेवारी रोजी गोव्यात झालेल्या पहिल्या जाहीर सभेत जनतेला संबोधित करणाऱ्या नरेंद्र मोदींशी त्यांची विशेष जवळीक होती. या जाहीर सभेला राज्याच्या एकूण लोकसंख्येच्या १० टक्के म्हणजे जवळपास २ लाख लोकांची उपस्थिती होती. पर्रीकर संयमी, अतिशय साधे आणि प्रामाणिक आहेत... नंदन निलेकणी वर्गमित्र असलेले पर्रीकर हे आयआयटी मुंबईचे पदवीधर असल्याने अत्यंत गुंतागुंतीच्या प्रकल्पांमध्ये आपली तांत्रिक कौशल्यं ते सहजपणे वापरतात. त्यामुळे पंतप्रधान नरेंद्र मोदींच्या 'मेड इन इंडिया' या उपक्रमाची संरक्षण खात्यात अंमलबजावणी करण्यासाठी त्यांच्या नावाची निवड अत्यंत योग्य होती.'

अखेरीस, नोव्हेंबर २०१४ च्या सुरुवातीलाच पर्रीकरांचा केंद्रीय मंत्रिमंडळात समावेश झाला. केंद्रीय मंत्रिमंडळ सुरक्षा विषयक समितीवरही (सीसीएस) त्यांची ताबडतोब नियुक्ती करण्यात आली. राष्ट्रीय सुरक्षाविषयक मुद्यांवर निर्णय घेणारी ही सर्वोच्च समिती आहे. पर्रीकरांसाठी वैयक्तिकरित्या हा एक महत्त्वाचा आणि बहुधा अर्थपूर्ण टप्पा होता. १५ वर्ष राष्ट्रीय स्वयंसेवक संघाचे प्रचारक म्हणून काम केल्यानंतर ज्यावेळी ते काहीशा अनिच्छेने राजकारणात आले, तेव्हा यशवंतराव चव्हाण, जगजीवन राम, जॉर्ज फर्नांडिस यांच्यासारख्या काही माजी दिग्गज संरक्षण मंत्र्यांनी ज्या कार्यालयातून कामकाज चालवले होते, त्याच कार्यालयात आपणही बसू याची कदाचित त्यांनी कल्पनाही केली नसेल.

त्यांच्यासमोरचं काम अवाढव्य होतं. जास्तच सावधगिरी बाळगणारे ए. के. ॲन्टनी आणि घोटाळ्यांच्या मालिका या दोन गोष्टींमुळे संरक्षण दल काहीसे खिळखिळे झाले होते. त्यामुळे संरक्षण मंत्रालयाला स्वपरीक्षणाची आणि नव्या दृष्टिकोनाची नितांत गरज होती. आपले इतर सहकारी जसे अमेरिकेतील मल्टिनॅशनल कंपन्यांमध्ये गलेलठ्ठ पगार घेतात, त्यापेक्षा एक छोटासा व्यवसाय चालवण्यात अधिक रस असणाऱ्या, प्रत्येक मिनिट महत्त्वाचं आहे असं मानणाऱ्या, प्रशिक्षित अभियंता असणाऱ्या व्यक्तीसाठीसुद्धा अशी जबाबदारी पेलणं अतिशय अवघड

होतं. साऊथ ब्लॉकच्या पहिल्या मजल्यावरील एका कोपऱ्यात असणाऱ्या भारताच्या संरक्षण मंत्र्यांच्या अवाढव्य खोलीत बसलेल्या पर्रीकरांना, आपल्याला एकाचवेळी अनेक प्रश्न हाताळावे लागणार आहेत, याची पूर्ण कल्पना होती.

त्यावेळी संरक्षण मंत्रालय पूर्वग्रहदूषित दृष्टिकोन आणि गुंतागुंतीच्या कार्यपद्धतीमुळे संशयाच्या भोवऱ्यात सापडलं होतं. एकप्रकारचा सुस्तपणा, बेपर्वाई, औदासीन्य आणि भीती यांचंच सर्वत्र साम्राज्य होतं. अनेक वर्षांपासूनचे निर्णय प्रलंबित होते, संशय आणि अविश्वासाचं वातावरण होतं. अशा स्थितीत पर्रीकरांनी साऊथ ब्लॉकमधील सूत्रं स्वीकारली होती. एखादा कमी अनुभवी माणूस पुढे येणाऱ्या जबाबदाऱ्यांमुळे भांबावून गेला असता, पण पर्रीकरांच्या बाबतीत तसं झालं नाही. मनमिळावू स्वभावाबरोबरच, पर्रीकर यांच्याकडे हट्टीपणा आणि जबरदस्त इच्छाशक्तीची एक देणगी होती, जी बहुतेकदा लक्ष वेधून घेत असे. अंगभूत असणाऱ्या करारीपणामुळे त्यांनी भारताच्या संरक्षण मंत्रालयात सुधारणा करण्यासाठी ठोस पावलं उचलण्यास सुरुवात केली.

प्रकरण २

जडणघडणीची वर्षे

फ्लॅशबॅक... पोर्तुगीजांचं राज्य असलेल्या गोव्यातील १९६० ची सुरुवात.

एक सहा वर्षांचा मुलगा धावत अंगण पार करून नारळाच्या झाडावर सरसर चढायला लागतो. रागाने हातात चप्पल घेऊन त्याच्यामागे पळणारी आई, तो अर्धं झाड चढून गेलेला बघताच, अचानक काकुळतीला येऊन त्याला खाली उतरायला सांगते. 'मी तुला मारणार नाही', असं आश्वासनही देते.

मुलाच्या चेहऱ्यावर विजयी हास्य पसरलं. यावेळी तो जिंकला होता. झाडावरून खाली उतरून, आईचा हात धरून ते दोघं घरात शिरले. मोठी बहीण ज्योती हिच्याकडे बघून त्याने डोळे मिचकावले, कारण आता आई त्याची आवडती फिश करी करणार होती हे त्याला उमगलं होतं.

आपला धाकटा भाऊ मनोहर - कुटुंबासाठी मनू असणारा - याची ही आठवण सांगताना ज्योती कोटणीस यांच्या चेहऱ्यावर एकाचवेळी खेद आणि एक मंद स्मित तरळलं होतं. हा भाऊ आईला कसं आपल्यामागे धावायला लावायचा, तिच्याकडून

पर्रीकर यांचे पालक :
वडील गोपीकृष्ण आणि आई राधाबाई

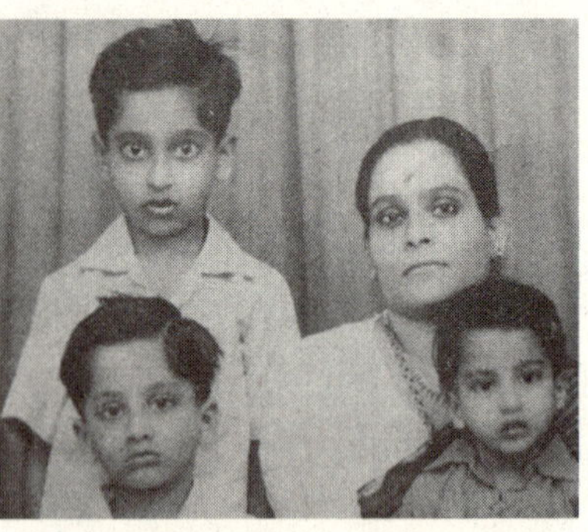

आई राधाबाई आणि दोन भावांसोबत मनोहर

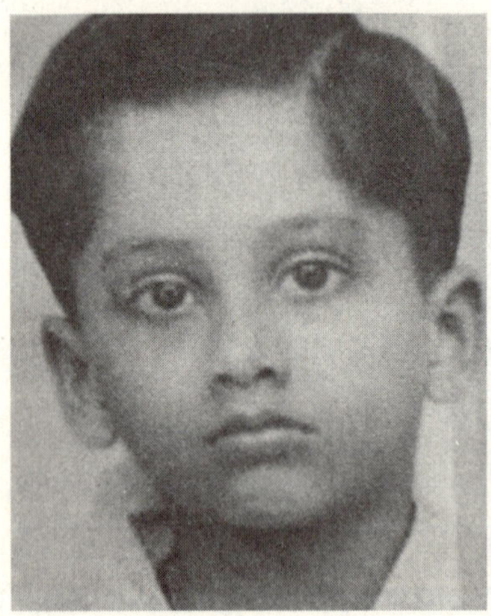

लहानपणीचे मनोहर : भांग पाडून नीट बसलेले
केस आणि डोळ्यातली चमक लगेच लक्षात येते

मोठा भाऊ अवधूत सोबत

नातेवाईकांसोबत पर्रीकर भावंडे

वडील गोपीकृष्ण, आई राधाबाई, मावशी आणि
मावशीचे यजमान (केरकर) यांच्यासोबत

कुलू मनालीमध्ये लहान अभिजात सोबत दुर्मिळ सुट्टीचा आनंद घेणाऱ्या मेधाताई

लहानपणापासूनचे मित्र संजय वालावलकर (डावीकडे) आणि सतीश धोंड (मध्यभागी) यांच्यासोबत पर्रीकर

घरच्या एका धार्मिक कार्यक्रमासाठी पारंपरिक वेशभूषेतील मनोहरजी आणि मेधाताई

मुख्यमंत्री झाल्यानंतर २००३मध्ये म्हापसा येथे शालेय कार्यक्रमात विद्यार्थ्याला पुरस्कार देताना

एखादी गोष्ट हवी असेल तर तिला कसा इमोशनली ब्लॅकमेल करायचा आणि शेवटी त्याला हवं ते पदरात पाडून घ्यायचा, याची आठवण ज्योती कोटणीस यांनी सांगितली.

"निश्चयी. मनूचं या एका शब्दात असंच वर्णन करता येईल," आठवणींमध्ये रमलेल्या ज्योतीताई सांगतात. "एखादी गोष्ट हवी असेल, तर ती मिळवण्यासाठी मनू दृढनिश्चयी असायचा," त्या पुढे म्हणाल्या. ज्योतीताई आणि मनोहर यांच्यातलं नातं विलक्षण होतं. खरंतर, त्या वयाने मोठ्या आणि कडक शिस्तीच्या असल्या तरी सगळ्या भावंडांमध्ये अतिशय बुद्धिमान, गणितं सोडवण्यात अत्यंत कुशल, हट्टी आणि जबरदस्त इच्छाशक्ती असणाऱ्या मनोहरवर त्यांचं प्रचंड प्रेम होतं. मनोहरच्या

प्रौढपणातही लहानपणीचे हे बंध टिकून होते. शेवटपर्यंत ज्योतीताई त्याच्यासाठी एक भक्कम आधार म्हणून उभी होती.

तर असे होते मनोहर पर्रीकर. चार वेळा गोव्याचे मुख्यमंत्रीपद भूषविलेले, आपल्या छोट्याशा पण चमकदार कामगिरीमुळे भारताचे संरक्षण मंत्री म्हणून जनमानसात प्रसिद्ध असणाऱ्या पर्रीकरांची राजकीय कारकीर्द कर्करोगामुळे मार्च २०१९ मध्ये अकाली संपुष्टात आली. गोव्यातील प्रत्येकासाठी भाई असणारे, आयआयटी मुंबईचे पदवीधर, अत्यंत कुशल प्रशासक, तळागाळातील लोकांपर्यंत पोहोचलेला अत्यंत लोकप्रिय राजकीय नेता यापेक्षाही अत्यंत जबरदस्त इच्छाशक्ती असलेला, पण तरीही मानवतावादी नेता, आपल्या आयुष्यातील प्रत्येक वळणावर सर्वसामान्यांच्या मदतीसाठी हात पुढे करण्याचा संकल्प केलेल्या मनोहर पर्रीकर यांची ही गोष्ट आहे.

पर्रीकरांना जन्मतःच हुशारीची देणगी लाभली होती. त्यामुळे शाळेत असताना, इतर विद्यार्थ्यांप्रमाणे अभ्यासाकडे फारसं लक्ष न देताही परीक्षांमध्ये चांगले गुण ते कायम मिळवायचे. आयुष्यात सगळ्यात जास्त महत्त्व दिलेल्या आकडेमोडीबद्दल मात्र त्यांना जबरदस्त कुतूहल होतं. म्हणूनच पहिल्याच प्रयत्नात मुंबईच्या आयआयटीमध्ये मनोहर यांना प्रवेश मिळाला, याबद्दल कुटुंबाला फारसं आश्चर्य वाटलं नव्हतं. लोकांना कुशलतेनं कसं हाताळावं याचा वारसा बहुधा त्यांना आई राधाबाई यांच्याकडून मिळाला होता. लोकांमध्ये मिसळायला मनोहर यांना अतिशय आवडायचं. आपलं ज्ञान आणि तर्कशुद्ध बोलणं यामुळे वयाने बऱ्याच मोठ्या असणाऱ्या कुटुंबातील आणि आजूबाजूच्या व्यक्तींना आपला मुद्दा पटवून द्यायला त्यांना आवडायचं. सर्वसामान्यांचा नेता ही त्यांची जनमानसातील प्रतिमा, तळागाळातील शेवटच्या माणसापर्यंत पोहोचण्याची तळमळ ही दिखाऊ नव्हती, तर आजूबाजूच्या लोकांबद्दल वाटणारी खरीखुरी चिंता होती. नंतरच्या काळात ही सवय समाजातल्या मोठ्या संख्येपर्यंत पोहोचायला लागली.

लोकांना मदत करण्याचा हा वारसा मनोहर यांना बहुधा वडिलांकडून मिळाला होता, ते पर्रा गावात लहानसं किराणामालाचं दुकान चालवत होते आणि व्यवसायात

नफा व्हावा यासाठी आपल्या तत्त्वांशी त्यांनी कधीही तडजोड केली नाही. कुटुंबातील एका जवळच्या सदस्याने याबाबत बोलताना सांगितलं,' आयुष्यातील सगळ्यात महत्त्वाची जी तत्वं या भावंडांना शिकवली होती, तीच मनोहर यांनी आपल्या राजकीय जीवनातसुद्धा अंगीकारली होती.

मनोहर यांचे वडील गोपीकृष्ण ज्यावेळी व्यवसाय करत होते त्यावेळच्या काही आठवणी ज्योतीताई सांगत असतात. तेव्हा गोव्यात पोर्तुगीजांचं राज्य होतं. 'त्यावेळी आमच्या दुकानात लहान मुलांसाठी आवश्यक असणाऱ्या लॅक्टोजीन दुधाच्या पावडरीचे डबे पूर्वनिर्धारित कोट्यातून सरकारकडून विकण्यासाठी दिले जायचे. हे डबे पालकांना त्यांच्या रेशन कार्डवर विकत घेता यायचे. रेशन कार्डावर हा एक डबा विकला गेला तर त्यामागे ५० पैसे नफा होत असे. आमच्या वडिलांप्रमाणेच त्या परिसरात आणखी सहा - सात दुकानदारांकडे, ही दूध पावडर विकण्याचं लायसन्स होतं. या पावडरच्या अधिकृत डब्यांपैकी पाव किंवा अर्ध्या साठ्याची हे दुकानदार काळ्या बाजारात विक्री करून पाच रुपये एका डब्यामागे नफा कमवायचे. आमच्या वडिलांनी मात्र लॅक्टोजीनचे डबे विकून नफा कमवायला ठाम नकार दिला होता. त्यामुळे निश्चित करण्यात आलेल्याच किमतीमध्ये हे डबे आमच्या दुकानात विकले जात होते. काळा बाजार करणाऱ्या इतर दुकानदारांनी वडिलांच्या या भूमिकेचा विरोध करत त्यांनाही या व्यवहारात सहभागी करून घेण्याचा प्रयत्न केला, पण त्याचा काहीच उपयोग झाला नाही. मुलांच्या आरोग्याशी खेळ करून नफा कमावण्याच्या विरोधात आमचे बाबा होते. हे लहान बाळांसाठी असणारं अन्न आहे आणि ते सगळ्यांनाच खरेदी करणं परवडत नाही, असं ते म्हणायचे. म्हणूनच अशा प्रकारच्या फसवणुकीत ते कधीच सहभागी होऊ शकले नाहीत,' अशी आठवण ज्योतीताई सांगतात.

त्यामुळे इतर दुकानदार विरोधात गेले, तरी होणाऱ्या परिणामांना तोंड देण्याची तयारी गोपीकृष्ण पर्रीकरांची होती. मोठी बहीण लता यांच्या आठवणीप्रमाणे, 'आपल्यामुळे जर कोणाचं १० पैशांचं जरी नुकसान होत असेल, तरी तो गुन्हा आहे, असं ते नेहमी सांगायचे. आपण १० किंवा २० पैसे गमावले तरी चालेल, पण आपला अधिक नफा व्हावा, यासाठी इतरांच्या १० पैशांचंही नुकसान कधी करू

नका, अशी त्यांची शिकवण होती. ही अशीच काही तत्वं माझ्या भावाने राजकारणातही कायम जपली. राजकारणातून त्याने कधीही एक पैसाही स्वतःसाठी कमवला नाही आणि याचा मला कायम अभिमान वाटला आहे. राजकारणाच्या दलदलीतही तो अतिशय स्वच्छ राहिला, याचा मला गर्व आहे,' असं लताताई आवर्जून सांगतात. चांगल्या सवयींबाबत बोलण्यापेक्षा स्वतःच्या वर्तनातून मुलांसमोर त्या मांडण्याकडे पर्रीकरांच्या वडिलांचा भर होता. म्हणूनच व्यवसायासंबंधीत घेण्यात येणाऱ्या निर्णयांमध्ये ते मुलांनाही सहभागी करून घेत असत, त्यांनी दुकान सांभाळावं, विविध इच्छा, आकांक्षा घेऊन येणाऱ्या ग्राहकांचा अनुभव घ्यावा, यासाठी ते आपल्या मुलांना प्रोत्साहन देत असतं. व्यावसायिक असूनही पर्रीकरांचे वडील वृत्तीने प्रचंड धार्मिक होते आणि मनोहर यांच्याकडे त्याचा वारसा आला होता. आपल्या वडिलांना, गरीबांचं शोषण करण्याचा अत्यंत तिटकारा होता. व्यवसायातून कमीत कमी नफा मिळवण्याकडे त्यांचा कल होता; आपली मुलं समाजाचे चांगले आणि जबाबदार नागरिक कसे बनतील, यावर त्यांचा भर होता. त्यामुळे मुलांचे फाजील लाड त्यांनी कधीच केले नाहीत,' वडिलांच्या आठवणींमध्ये रमलेल्या लताताई सांगतात.

पोर्तुगीजांचं राज्य असणाऱ्या त्यावेळच्या गोव्यातील खेडेगावातल्या एखाद्या मुलाचं आयुष्य जसं सामान्य असू शकेल तसंच ते मनोहर यांचं होतं. डिसेंबर १९५५ मध्ये जन्माला आलेले मनोहर पाच भावंडांपैकी एक होते. ज्योती, लता या दोन मोठ्या बहिणी, फक्त एकाच वर्षाने मोठा असणारा भाऊ अवधूत आणि धाकटा भाऊ सुरेश अशी त्यांची भावंड होती. विद्यार्थी म्हणून मनोहर मेहनती नव्हते, पण जिज्ञासू नक्कीच होते. लताताईंच्या आठवणीप्रमाणे, ते फक्त जिज्ञासू नव्हते, तर थोडेसे गर्विष्ठ आणि चटकन रागावणारे देखील होते. त्यांच्या जन्मानंतर सहा वर्षांनी लष्करी कारवाई करून भारताने पोर्तुगीजांच्या तावडीतून गोवा मुक्त केला. हे सगळे भाऊ एकमेकांच्या अत्यंत जवळचे असले तरी प्रत्येकाचं व्यक्तिमत्व वेगवेगळं होतं. अवधूत आज्ञाधारक होते, तर मनोहर बंडखोर, अस्वस्थ, जिज्ञासू आणि चौकस होते. ते नेहमीच नवीन गोष्टी शिकण्याचा, प्रयोग करण्याचा आणि सामाजिक निकषांच्या मर्यादांची चाचपणी करून ते झुगारून

देण्याचा प्रयत्न करीत असत. त्यामुळे घरात वडिलधाऱ्यांच्या, शेजारापाजाऱ्यांच्या आणि शाळेत वरिष्ठांच्या समोर ते अडचणीत येत असत.

नंतरच्या काळात मनोहर पर्रीकरांनी ज्या नैतिक आणि तात्विक जीवनाचा कायम अंगीकार केला - अगदी राजकीय आयुष्यात सुद्धा - तो त्यांना वारसाहक्काने वडिलांकडून मिळालेला होता. नंतरच्या आयुष्यात त्यांनी जे साध्य केलं ते करण्याची जिद्द आणि निर्धार कदाचित त्यांना आईकडून मिळाला असेल. मध्यमवर्गीय सारस्वत गृहिणी म्हणून वावरणारी त्यांची आई, कुटुंबाचा एक भक्कम आधार होती आणि तिच्या अवतीभवतीनेच दैनंदिन व्यवहार होत असत. ती हिकमती, धाडसी आणि व्यावहारिक होती. आपल्या जन्मजात बुद्धिमत्ता आणि हुशारीचं श्रेय पर्रीकर आपल्या आईला देत असत. आयुष्याचे प्राथमिक धडे तिनेच शिकवले होते. "शीघ्रकोपी स्वभाव फार काही मिळवून देत नाही, असं आई मला लहानपणी नेहमी सांगायची. रागामुळे फक्त तुलाच त्रास होतो, इतरांना नाही. त्यामुळे मोठा झाल्यावरही जेव्हा राग येतो तेव्हा आई काय सांगायची ते मला आठवतं आणि आपोआपच रागावर नियंत्रण येतं," असं पर्रीकरांनी एका प्रसंगी बोलताना सांगितलं होतं.

लहानपणी एका जागी स्वस्थ बसून न राहण्याची सवयही पर्रीकरांनी त्यांच्या मोठेपणीही कायम ठेवली होती. "लहानपणी तो अतिशय चळवळ्या आणि काहीना काहीतरी उद्योग करत रहाणारा मुलगा होता. तो सतत कोणाच्या तरी खोड्या काढण्यात गुंतलेला असायचा. इतर लहान मुलाप्रमाणे बेतलेलं आयुष्य जगणं त्याला फारसं आवडायचं नाही त्यामुळे एका जागी बसून फार काळ अभ्यास करणं किंवा शाळेत शिकवलेल्या विषयांची उजळणी करणं यात त्याने कधीच खूप वेळ घालवला नाही. तो जात्याच हुशार होता आणि ही हुशारी वेगवेगळ्या प्रसंगांमध्ये दिसून यायची. त्याच्या याच हुशारीमुळे शाळेने त्याला सहावी किंवा आठवीत असताना एक इयत्ता प्रमोट केलं. त्यामुळे त्याच्या बरोबरच्या मुलांपेक्षा तो एक वर्ष आधी शाळेतून उत्तीर्ण होऊन बाहेर पडला." अशी माहिती लताताईंनी दिली.

चळवळ्या आणि धडपड्या स्वभावामुळे लहानपणी मनोहर यांना सतत कोणता तरी अपघात होत असे. एकदा वडिलांची सायकल चालवण्याच्या प्रयत्नात त्यांचा घोटा मोडला होता, तर दुसऱ्यावेळी ते आपल्या वडिलोपार्जित घराच्या मागच्या

बाजूस असलेल्या कालव्यात जवळपास बुडालेच होते. याच अस्वस्थ, चळवळ्या स्वभावामुळे सतत काहीतरी साध्य करण्याचा ते प्रयत्न करत असे आणि हाच प्रयत्न नंतर त्यांच्या सामाजिक, राजकीय आणि प्रशासकीय जीवनातही कायम राहिला. काम हीच त्यांची उपासना होती. त्यांच्याकडे अमर्यादित ऊर्जा आणि समस्यांचे निराकरण करण्यासाठी तार्किक आणि व्यावहारिक दृष्टिकोन होता. एकदा संरक्षण मंत्रालयाच्या कार्यालयात मी असताना ते आपल्या सहाय्यकाला सांगत होते, 'समस्या या सोडवण्यासाठीच असतात.' त्यांच्याबरोबर काम केलेले अनेकजण या गोष्टीला दुजोरा देतील. समोर आलेल्या कोणत्याही समस्येपासून पर्रीकरांनी पळ काढला नाही. कोणत्याही समस्येवर चाकोरीबाहेरचे उपाय शोधण्याची आवड आणि कला त्यांच्याकडे होती.

कोणत्याही परिस्थितीत तडजोड न करणं आणि दृढनिश्चय हे दोन गुण जे मनोहर यांच्यामध्ये त्यांच्या वडिलांकडून आले होते, ते आयआयटी मुंबईतही कायम दिसले. आयआयटीमध्ये दोन वर्षांनी पुढे असलेल्या अजित लिमये यांच्या

सन्मानाचा एक दुर्मीळ क्षण : आयआयटी मुंबई या संस्थेतून पदवीधर झाल्यानंतर अनेक दशकांनी पदवीदान समारंभात संबोधित करताना पर्रीकर

आठवणीत असणारा मनोहर कोणालाही न घाबरणारा आणि स्वतःवर दृढविश्वास असणारा असा होता. 'वसतिगृहात अनिवार्य असणाऱ्या रॅगिंगदरम्यान त्याने आपल्या ज्येष्ठांना ताठ मानेनं विचारलं होतं की, "हे सगळं करायला तुम्ही मला का सांगताय?" रॅगिंगदरम्यान घडणाऱ्या गोष्टी किती मर्यादेपर्यंत सहन कराव्यात, याचा त्याने विचार करून ठेवला होता. आजपर्यंत असा अनुभव आलेला नसल्याने गोंधळलेले ज्येष्ठ विद्यार्थी बहुतेक वेळा त्याला सोडून देत असले तरीसुद्धा सौम्य प्रकारच्या रॅगिंगचा त्याला सामना करावाच लागला होता. पण तरीही त्याच्या मनाविरुद्ध कोणतीही गोष्ट करण्यासाठी कोणीही त्याच्यावर जबरदस्ती करू शकतं नव्हतं,' अशी आठवण अजित लिमये यांनी सांगितली.

अजित लिमये पुढे म्हणाले, 'त्यावेळीही मनोहर राष्ट्रीय स्वयंसेवक संघाच्या शाखेत जात असे, पण त्याने कधी मी त्याच्याबरोबर यावं, यासाठी माझं मत परिवर्तन करण्याचा प्रयत्न केला नव्हता. शाखेमध्ये मी कधीतरी यावं, यासाठीही त्याने मला सांगितलं नाही. उलट डावी विचारसरणी आणि उजवी विचारसरणी याबद्दल हॉस्टेलवर आमची कायम चर्चा होत असे. शाखेच्या मुशीत त्याचं व्यक्तिमत्व तयार झालं असं मला वाटतं.'

पर्रीकरांच्या विद्यार्थी जीवनातच एक नेता, कार्यकर्ता आणि आयोजक हे गुण दिसले होते. तारुण्यात काहीजणांकडे जो नैसर्गिक करिश्मा किंवा अकडूपणा असतो तसा त्यांच्याकडे नव्हता. उलट लोकांचं सतत निरीक्षण करून त्यांचे गुण अवगुण जाणून घेण्याचा प्रयत्न करणारा तो एक विचारी विद्यार्थी होता. अनेक मित्रांच्या आठवणीप्रमाणे हॉस्टेलवर रोजच्या रोज विद्यार्थ्यांना ज्या समस्यांना तोंड द्यावं लागत होतं, त्यांच्या निराकरणासाठी अनेकदा तो मध्यस्थी करायचा. आयआयटी मुंबईच्या मेसमध्ये काम करणाऱ्या कर्मचाऱ्यांनी पुकारलेला संप आणि हा प्रश्न सोडवण्यासाठी मनोहर यांनी केलेले प्रयत्न, हा संपूर्ण प्रसंग आजही त्यावेळच्या अनेक विद्यार्थ्यांच्या लक्षात राहिला आहे.

अजित लिमये यांच्या आठवणीप्रमाणे, 'एकदा कम्युनिस्ट विचारसरणीच्या आमच्याच एका मित्राच्या चिथावणीमुळे आमच्या मेसमधील कर्मचाऱ्यांसंदर्भात काही समस्या उद्भवली होती. नंतर खरंतर त्यातून कोणताच तोडगा निघाला नव्हता,

तरीही मनोहरच्या मते त्या कर्मचारीवर्गाला न्याय मिळायला हवा होता. त्यावेळी तो मेसचा सेक्रेटरी तर मी जनरल सेक्रेटरी होतो. त्यामुळे कर्मचाऱ्यांच्या कामाचे तास, नुकसानभरपाई आणि अशाच इतर मुद्यांवर बोलायला तो कायम पुढाकार घ्यायचा. नंतर कर्मचाऱ्यांच्या वारंवार संपामुळे विद्यार्थी भरडले जायला लागले, तेव्हा मात्र मनोहरने तलवार म्यान करून ठेवली.'

'एकदा आमच्या हॉस्टेलच्या कर्मचाऱ्यांनी काम बंद आंदोलन सुरू केल्यानंतर, इतर हॉस्टेल व्यवस्थापनाने आम्हाला मदत देऊ केली. मात्र त्यावेळी मनोहरने कर्मचाऱ्यांशी बोलताना सांगितलं होतं की, "तुम्हाला संप करायचा असेल तर तो तुमचा हक्क आहे. पण तुमच्या मागण्या या अवास्तव आणि अव्यवहार्य आहेत. त्यामुळे आपण यावर सुवर्णमध्य काढूया." अर्थातच कर्मचाऱ्यांना ते मान्य झालं नाही. आता आपण काय करायचं या विचारात आम्ही असतानाच मनोहर म्हणाला, "चला आपणच हे (मेसची कामं) करूया!"

त्याने लगेच विद्यार्थ्यांचा एक गट तयार केला, ज्यात मी पण होतो, आणि स्वयंपाकघराचा ताबा घेतला. आम्ही एकत्रित प्रयत्नांमधून पुलाव, डाळ, भाज्या असा मेन्यू तयार करून आमच्या हॉस्टेलच्या सहकाऱ्यांना जेवू घातले. काही दिवसांनी मेसचे कर्मचारी संप मागे घेऊन परत कामावर येऊ लागले. संपामुळे विद्यार्थ्यांचे हाल होतील, हा त्यांचा अंदाज फोल ठरला. मनोहरच्या सक्रियतेची ती पहिली चुणूक होती, असं मला वाटतं. अर्थात, ही घटना राजकारणाशी निगडित नव्हती. कोणत्या गोष्टी योग्य आहेत, कोणत्या अयोग्य आहेत, काय चूक, काय बरोबर याबद्दल मनोहरची ठाम मतं होती. त्याच्या भूमिकेबाबत तो कधीच नमते घेत नसे. अन्यायकारक गोष्टीही त्याने कधी स्वीकारल्या नाहीत,' याकडेही अजित लिमये यांनी लक्ष वेधले.

आपल्यावर अन्याय होतोय अशी शंका जरी पर्रीकरांना आली तरी त्याचा हट्टीपणाने ते सामना करायचे.

एकदा पर्रीकरांची आई पहिल्यांदाच त्यांना भेटायला गोव्याहून मुंबईला आली. तिला दादर स्टेशनवरून हॉस्टेलवर आणण्यासाठी ते आणि त्यांचे दोन मित्र पहाटेच आयआयटी पवईच्या कॅम्पसमधून निघाले. आयआयटी कॅम्पसला

सर्वात जवळचे उपनगरी रेल्वे स्टेशन असणाऱ्या विक्रोळीहून त्यांना दादरला यायचं होतं.

विक्रोळी रेल्वे स्टेशनच्या तिकीट काउंटरवर पोहोचल्यानंतर तिथला कर्मचारी गाढ झोपेत असल्याचं पर्रीकर आणि त्यांच्या दोन मित्रांच्या लक्षात आलं. त्यावेळी पाच - साडेपाच वाजले होते. या त्रिकूटाने त्याला उठवण्याचा प्रयत्न केला, पण तो असफल ठरला. शेवटी तिकीटाविना ते दादरला जाणाऱ्या ट्रेनमध्ये चढले.

आईला आणायला दादरला आलेल्या या तिघांपैकी दोन मित्र कोणत्याही अडथळ्याविना स्टेशनबाहेर पडले पण दुर्दैवाने पर्रीकरांना मात्र तिकीट चेकरने पकडलं. त्यावेळीच्या नियमानुसार विनातिकीट प्रवास करताना जर पकडले गेलात तर तुम्हाला १० रुपयांचा दंड भरावा लागायचा. १९७० साली ही रक्कम खूपच जास्त होती, कारण तिकिटाची किंमत तेव्हा फक्त ४० पैसे इतकी असायची. आपल्याला नेमक्या कोणत्या परिस्थितीत, तिकीट न घेता प्रवास करावा लागला हे पर्रीकरांनी परोपरीने समजावून सांगण्याचा प्रयत्न केला, मात्र त्यांच्या सांगण्यावर विश्वास न ठेवता तिकीट चेकरने त्यांना १० रुपये ४० पैशांचा दंड भरण्यास सांगितलं. बरीच वादावादी आणि विनंत्या करूनही पर्रीकर यांच्यासमोर हा दंड भरण्याशिवाय इतर कोणताही पर्याय नव्हता.

आईला दादरहून पवईला घेऊन येताना तरुण आणि चिडलेल्या मनोहर यांच्या मनातून हा प्रसंग गेला नव्हता. "आपल्यावर अन्याय झालाय, असाच त्याचा समज होता. याचा वचपा कसा काढायचा, यासाठी त्याच्या सुपीक डोक्यात अनेक कल्पना येत होत्या. अर्थात, आम्हाला कोणालाच याचा थांगपत्ता नव्हता. एक दिवस आमचा मित्र बकुल याला त्याच्या खोलीत एका कागदावर वेगवेगळ्या प्रकारच्या आकडेमोडी, संख्या लिहिलेल्या आढळल्या." अजित लिमये सांगतात, 'बकुलने जेव्हा याबद्दल विचारलं, तेव्हा तो म्हणाला, "विनातिकीट रेल्वेप्रवास केल्यामुळे मला जो अन्यायकारक १० रुपयांचा दंड भरावा लागला होता त्याची परतफेड करण्यासाठी गेल्या सहा महिन्यात मी परत विनातिकीट प्रवास केला. आता ही परतफेड मी करू शकलो का ते शोधण्याचा प्रयत्न करतोय. मला वाटतं, मी त्यात पुरेसा यशस्वी झालो आहे. पण तरी मी नेमका खर्च मोजतोय." तिकीटाविना केलेल्या

प्रवासाचा खर्च ११ रुपये ४० पैसे इतका भरला होता. त्यामुळे हे सगळं पुरेसं झालं आहे, त्याचा विचार करणं सोडून दे, असा सल्ला बकुलने त्याला दिला. 'नाही, आपण हे असंच सोडू शकत नाही. माझ्याबरोबर पोस्ट ऑफिसमध्ये चल,' अशी पर्रीकरने त्याला विनंती केली. ते दोघंजण पोस्टात गेले. मनोहरने तिथे १ रुपया ४० पैशांचे पोस्टल स्टॅम्प खरेदी केले, ते तिथेच फाडले आणि म्हणाला, 'आता माझा आणि सरकारचा हिशोब बरोबर झाला.'

'न्याय देण्याचा त्याचा हा असा प्रकार होता,' अजित लिमये काहीशा अभिमानाच्या सुरात म्हणाले.

पर्रीकरांचा हा प्रामाणिकपणा मित्र आणि हॉस्टेलच्या कामांमध्येही दिसून आला. ज्या हॉस्टेलमध्ये ते राहात होते त्याच्या व्यवस्थापनाची जबाबदारीही जाता - जाता त्यांच्यावर सोपवली गेली होती. एका मोठ्या समूहाला कशाप्रकारे हाताळायचं, हे पर्रीकरांना कसं जमत होतं, त्याचाही किस्सा लिमये यांनी सांगितला.

१९७० च्या काळात, ३०० विद्यार्थ्यांमागे एक लॅण्डलाईन टेलिफोन कनेक्शन प्रत्येक हॉस्टेलच्या बिल्डींगमध्ये देण्यात आलं होतं. त्यात ५० पैशांचं नाणं टाकून कितीही वेळ फोनवर बोलता येत असे. अजित लिमये सांगतात,' आमच्यापैकी काहीजणांना फोन करण्यासाठी मैत्रिणी होत्या. त्यामुळे आम्ही कायम त्या फोनलाच चिकटलेले असायचो आणि इतरांना फोन वापरायला मिळायचाच नाही. मनू (पर्रीकर) त्यावेळी हॉस्टेलच्या मेसचा सेक्रेटरी होता. ज्यांना फोन वापरायला मिळत नव्हता त्यांनी त्याच्याकडे तक्रारी करायला सुरुवात केली. हॉस्टेलचा फोन कधीही लागत नाही, अशी पालकांचीही तक्रार होती!

'मेसचा सेक्रेटरी म्हणून यातून काहीतरी मार्ग काढायला हवा, असं मनूने ठरवलं. फोनवर कोणीही पाच मिनिटांपेक्षा जास्त वेळ बोलू नये, अशी एक नोटीसच त्याने लावली. पण त्याकडे कोणीही लक्ष दिलं नाही. तक्रारींचा पाढा परत एकदा सुरू झाला. शेवटी टेलिफोन बूथजवळ हातात घड्याळ घेऊन मनू उभा राहू लागला. एकदा बकुल त्याच्या मैत्रिणीबरोबर फोनवर बोलत असताना मनूने त्याला दिलेली पाच मिनिटे संपल्याचं लक्षात आणून दिलं. त्यामुळे बकुल खरोखरच अस्वस्थ झाला. त्याने मनूला टोचून बोलायला सुरुवात केली, "हे चुकीचं आहे. आणि मुळात

प्रेम म्हणजे काय हे तरी तुला माहिती आहे का? तू एक अत्यंत अरसिक माणूस आहेस. जा आणि तुझ्या मेसची कामं सांभाळ. तू तेच करू शकतोस." सोशिक मनू कोणतंही प्रत्युत्तर न देता तिथून गेला. काही दिवसांनी मनूने बकुलला आपल्या खोलीत बोलावून मेधाचा (होणाऱ्या बायकोचा) फोटो दाखवला आणि तिच्याबद्दल भरभरून बोलला. प्रेम म्हणजे काय, हे त्याला चांगलंच माहिती आहे आणि याबाबत तो वाटला होता तितका कोरडा नाही, हा संदेश त्याने कोणताही गाजावाजा न करता मित्रापर्यंत पोहोचवला होता. "पण जर तुझं प्रेम इतरांना त्यांच्या बोलण्याच्या वेळेपासून वंचित ठेवत असेल, तर जनरल सेक्रेटरी म्हणून मी तुला परवानगी देऊ शकत नाही," मनूने बकुलला सांगितलं. त्याला जे चुकीचे वाटायचं आणि जे योग्य होतं त्याबद्दल त्याचा दृढ निश्चय आणि बांधिलकी कौतुकास्पद होती. त्याच्या या तत्त्वांमुळे अनेकदा त्याच्या मित्रांनाही त्रास सहन करावा लागला होता,' अजित लिमये सांगत होते.

वेगळी राजकीय विचारसरणी असणाऱ्या वसंत लिमये या वर्गमित्राच्या आठवणींनुसार, अनेक विषयांवर पर्रीकरबरोबर जोरदार चर्चा झडत असतं. त्याचा (मनू) दृष्टिकोन अतिशय मजबूत होता. आम्ही बरेच तास फक्त एकमेकांशी असहमत असल्याचं मान्य करण्यासाठी वादविवाद आणि चर्चा करायचो. पण त्यामुळे आमच्यात कधीच कडवटपणा निर्माण झाला नाही. हा त्याचा मोठेपणा होता. एकदा का आमच्यातील चर्चा किंवा युक्तिवाद संपला की, आम्ही इतर गोष्टींकडे वळत असू. आज ज्यावेळी मी मागे वळून बघतो तेव्हा लक्षात येतं की, भाजपला गोव्यात स्थिरावणं काहीसं कठीण होतं. मात्र या माणसाने पक्ष संघटनेसाठी सुरुवातीपासून प्रयत्न करून एका मजबूत राजकीय पक्षात त्याचं रुपांतर केलं. त्याने गोव्यात जे काही साध्य केलं, त्याचा संबंध मी आमच्या कॉलेज जीवनाशी लावतो. तो एकमत तयार करणारा होता. कोणत्याही कडवटपणापासून दूर राहण्याचा एक मोठा गुण त्याच्यात होता,' कॉलेज जीवनाच्या आठवणी प्रेमाने सांगणारे वसंत लिमये आज एक प्रसिद्ध उद्योजक आहेत.

तपशिलाकडे बारकाईने लक्ष ठेवणं, कामातली परिपूर्णता आणि गुंतागुंतीच्या प्रश्नांवर तत्काळ तोडगा शोधणारं मन हे इतरही काही गुण पर्रीकरांच्या बालपणी

दिसून आले होते. त्यांची बहीण ज्योतीताई यांच्या आठवणीनुसार खूप लहान वयातच पर्रीकरांची गणितातील हुशारी दिसली होती. त्यांनी सांगितले, 'मनोहर आणि मी दोघंही गणितात सर्वोत्कृष्ट होतो. आम्हाला गणितात कायम १०० पैकी १०० गुण मिळायचे. आम्ही खूप जलद गतीने आकडेमोड करायचो. त्यामुळे कॅल्क्युलेटरची फारशी कधी गरजच भासली नाही. मनोहर माझ्यापेक्षा जास्त हुशार होता. आज मागे वळून पाहिलं की, त्या तरुण वयात आम्ही जे काही केलं त्याबद्दल मला अभिमानच वाटतो. मी केवळ आठ वर्षांची असल्यापासून माझ्या वडिलांसोबत बसून सगळी अकाऊंटस् आणि बॅलन्स शीट्स हाताने लिहून काढत होते. आता ती सगळी कामं कॉम्प्युटरवर होतात.'

लताताईंच्या मते, मनोहरला कायमच व्यवसायात उतरायचं होतं. शालेय जीवनापासून तो वडिलांना मदत करायला त्यांच्या दुकानात जात असे. आमचे वडील त्यांच्याबरोबर आम्हाला बसवून ताळेबंदाचं काम करायचे. मनोहर आणि मला तीच सवय वारसाहक्काने मिळाली आहे. आम्ही जेव्हा आमच्या ऑफिसमध्ये काम करायचो तेव्हा प्रत्येक हार्ड कॉपी व्यवस्थित फाईलमध्ये लावून ती नीट ठेवणं याबद्दल अतिशय दक्ष असायचो. मी कदाचित दुसरीत होते, तेव्हा माझे बाबा त्यांच्याजवळ बसवून एका संपूर्ण पानावरचे आकडे सांगत जायचे आणि मी पटापट तोंडी बेरजा करत जायचे. पर्रा गावात त्यावेळी पाचवीपासूनची शाळा नसल्याने मी चौथी उत्तीर्ण झाल्यावर म्हापसा येथे माझ्या आजीकडे पुढच्या शिक्षणासाठी राहायला गेले. त्यामुळे बाबांनी त्यांच्या अकाउंटचा हिशेब ठेवायला मनूला सोबत घेतलं. मी ज्या पद्धतीने बाबांना मदत करायला सुरुवात केली होती, तशीच मनोहरने पण केली. मनोहरने बाबांना दुकानातही मदत करायला सुरुवात केली. इथे शुक्रवार हा आठवडी बाजाराचा दिवस असतो आणि संपूर्ण दिवस ग्राहकांची गर्दी असते. हे लक्षात ठेवून शुक्रवारी दुपारच्या जेवणापुरतंही दुकान बंद ठेवलं जात नसे. म्हणून मग १२ किंवा १३ वर्षांचा मनोहर बाबांना जेवणाची सुट्टी द्यायला दुकानात जात असे.' अशी त्यांची आठवण आहे.

जसजसा तो मोठा होत गेला, तशी मनोहरची तीक्ष्ण दृष्टी आणि समस्येच्या मुळापर्यंत जाण्याची क्षमता अधिक जाणवायला लागली. शाळेत असताना

अभ्यासावर लक्ष केंद्रित करून उत्तम कामगिरी करणं, यावर त्याने भर दिला होता. तारुण्यात पदार्पण करताना वाचनाचाही छंद त्याला जडला. प्राथमिक शाळेच्या लायब्ररीव्यतिरिक्त स्थानिक लायब्ररीत जाऊन पुस्तकांचा फडशा पाडण्याची त्याची सवय आयआयटीमध्ये प्रवेश घेण्यासाठी घेतल्या जाणाऱ्या संयुक्त परीक्षेच्या वेळीही कायम होती. त्याच्या आधी एक वर्षच या परीक्षेसाठी गोवा हे केंद्र बनले. त्याआधी गोव्याच्या विद्यार्थ्यांना मुंबईला जाऊन ही परीक्षा देऊन उत्तीर्ण व्हावं लागायचं.

१९७३ साली झालेल्या या प्रवेशपरीक्षेसाठी जे मूठभर विद्यार्थी बसले होते त्यात मनोहर एक होता. कोणत्याही कोचिंग क्लास किंवा पूर्वतयारीशिवाय आयआयटी प्रवेश परीक्षेत - जी आता जेईई म्हणून ओळखली जाते - मनोहर पहिल्याच प्रयत्नात उत्तीर्ण झाला याचं आश्चर्य त्याच्या नातेवाईक किंवा शिक्षकांना अजिबात वाटलं नव्हतं.

मुंबईला राहणाऱ्या काकांकडून कुटुंबाला आयआयटीबद्दल माहिती समजली होती. मनोहर वर्गात टॉपर म्हणून ओळखला जात नसला, तरी तो जात्याच हुशार असल्याने ही परीक्षा उत्तीर्ण होईल असा कुटुंबियांना विश्वास होता.

मित्रांच्या म्हणण्यानुसार, सतत पुस्तकात डोकं घालून अभ्यास करणं त्याला कधीच आवडायचं नाही. याउलट हॉस्टेलच्या वेगवेगळ्या कार्यांमध्ये सहभागी होण्यासाठी त्याच्याकडे नेहमीच वेळ असायचा. शिवाय राजकारण, खेळ आणि इतर विषयांवरती चर्चा करायला फार आवडायचं. आपल्या सहकाऱ्यांबरोबर व्हॉलीबॉल खेळण्यासाठीही त्याच्याकडे वेळ असायचा. पर्रीकर यांच्या बॅचमेट्सच्या आठवणीप्रमाणे सर्वात उल्लेखनीय गोष्ट म्हणजे त्यांचं वेळेचं व्यवस्थापन.

त्यांना जे जे करावसं वाटायचं ते करण्यासाठी त्यांच्याकडे कायम वेळ असायचा. त्यावेळी त्यांच्याबरोबर आयआयटीत असणाऱ्या मित्रांच्या आठवणीप्रमाणे मनोहर हा सामान्य हुशारी असणारा, वर्गात १०० टक्के उपस्थिती लावायलाच हवी, यावर विश्वास नसणारा असा विद्यार्थी होता. २०१४ साली झालेल्या व्यवसाय आणि तंत्रज्ञान क्षेत्रातील तज्ज्ञांच्या मेळाव्याला संबोधित करताना पर्रीकरांनी आपण विद्यार्थी दशेत असताना लायब्ररीत कसे तासन्तास घालवले, तिथे असणाऱ्या पुस्तकांचा

आणि जर्नल्सचा कसा फडशा पाडला, एखादा स्पंज जसा पाणी शोषून घेतो तसे आपण माहिती आणि ज्ञान ग्रहण करायचो याबद्दल काही आठवणी सांगितल्या होत्या. कायमच स्वतंत्र विचार करणारा तो, आयआयटीला असताना फारसा कधी लेक्चर्ससाठी बसलाच नाही. "माझी उपस्थिती कधीही ५० टक्क्यांपेक्षा जास्त नसायची. पण आताच्या अनेक संस्थांमध्ये ७५ टक्के उपस्थिती अनिवार्य, असा जो नियम असतो तसा कोणताही नियम माझ्या सुदैवाने त्यावेळी आयआयटीमध्ये नव्हता. माझ्यासाठी गुणांपेक्षा ज्ञान महत्त्वाचं होतं,' आपल्या भाषणाचा शेवट करताना त्यांनी श्रोत्यांना सांगितलं होतं.

लेक्चर्ससाठी बसण्यापेक्षा, जागतिक दृष्टिकोन वाढवण्यासाठी, मित्रांसोबत तत्कालीन प्रश्नांवर चर्चा करणं, वादविवाद करणं, गटांच्या बैठका आयोजित करणं आणि हॉस्टेलच्या निवडणुकांमध्ये भाग घेणं यामध्ये मनोहरने आपला वेळ घालवला होता. आयआयटीच्या हॉस्टेलमध्ये राहत असतानाच त्यांना धूम्रपानाची सवय लागली होती. पुढील आयुष्यात हे व्यसन सोडण्यासाठी त्यांना खूपच परिश्रम घ्यावे लागले होते. मुख्यमंत्री किंवा संरक्षण मंत्री असताना जर एखाद्या वेळी खूपच तल्लफ आली, तर एखादी सिगरेट ओढण्यासाठी ते कार्यालयातून गुपचूप सटकत असत!

१९७० च्या दशकाच्या मधल्या काळात भारतीय राजकारणात मोठ्या प्रमाणात गोंधळ माजला होता. इंदिरा गांधी यांनी देशात आणीबाणी लागू करून आपल्या बहुतेक विरोधकांना अटक केली होती. राजकीय विचारसरणीतील फरकामुळे विद्यार्थ्यांमध्ये कडवटपणा निर्माण झाला होता. पर्रीकरांचा परिवार जनसंघाच्या - भाजपच्या मूळ पक्षाच्या - विचारधारेवर चालणारा होता आणि ते स्वतः लहानपणापासून राष्ट्रीय स्वयंसेवक संघाच्या शाखेत जात होते. त्यामुळे या आणीबाणीला विरोध करण्यासाठी त्यांनी आपल्या सहाध्यायींना आणि इतर तरुणांना एकत्र करायला सुरुवात केली. या काळात पर्रीकर अनेकदा गायब व्हायचे, काहीवेळा तर संपूर्ण रात्र ते हॉस्टेलबाहेरच असायचे. आणीबाणीच्या या २१ महिन्यांच्या काळात - जून १९७५ ते मार्च १९७७ - पर्रीकर, सरकारविरोधी गटांचे सक्रिय सदस्य होते. पर्रीकरांचे वर्गमित्र आणि आता, संरक्षण संशोधन आणि विकास संस्था (डीआरडीओ) इथे कार्यरत असणारे संशोधक अमोल गोखले यांच्या म्हणण्यानुसार,

'आम्ही आयआयटीमध्ये असताना मुंबईतील सरकारविरोधी गटांना एकत्र करण्यामध्ये त्याची (मनूची) एक छोटीशी भूमिका होती. हॉस्टेलवरून तो दिवसेंदिवस गायब असायचा आणि नंतर त्याच्या अनुपस्थितीत वर्गात शिकवलेल्या विषयांच्या नोट्स माझ्याकडून घेऊन तो त्याचा अभ्यास भरून काढायचा.'

अनेक वर्षांनी पर्रीकर संरक्षण मंत्री झाले तेव्हा, गोखले नोकरीच्या शेवटच्या टप्प्यात हैदराबादमध्ये होते आणि डीआरडीओमध्येच असणारी त्यांची पत्नी हिना ही दिल्लीत कार्यरत होती. दिल्लीत असताना, २०१५ मध्ये पर्रीकरांचा अनौपचारिक स्वभाव आणि त्यांची सामाजिक व वैयक्तिक वागण्या-बोलण्याची पद्धत याची झलक जवळून पाहायला मिळाली. एके रात्री उशिरा त्यांच्या १०, अकबर रोड येथील निवासस्थानी आमची भेट ठरली होती. मी त्यांच्या घरी पोहोचलो, त्यावेळी ते त्यांच्या कामाच्या टेबलवर काही फाईल्स घेऊन बसले होते. काम संपण्याची मी वाट बघत बसलो असतानाच अचानक ते उठून म्हणाले, 'चल दुसऱ्या गोखलेकडे जाऊन येऊ. मग बसूया.' ते नक्की कोणत्या गोखल्यांबद्दल बोलतायत, याबाबतीत माझा गोंधळ उडालेला असतानाच त्यांनी एक नंबर फिरवून, 'याला पत्ता सांग' असं बोलून फोन माझ्या हातात दिला. पलिकडच्या बाजूला नेमकं कोण बोलतंय, याची काहीही कल्पना नसताना मी फोनवर बोललो. ते अमोल गोखले होते, हे मला नंतर समजलं. ते दिल्ली भेटीवर आले होते आणि ते आर. के. पुरम इथल्या घरात राहात होते. मोठे शासकीय रहिवासी क्षेत्र म्हणून ओळखल्या जाणाऱ्या या परिसरात, मुख्यतः सरकारी कामांसाठी दिल्लीत येणाऱ्या कर्मचाऱ्यांच्या राहण्याची सोय केली जाते. मला हा परिसर माहिती आहे का? याची पर्रीकरांनी चौकशी केली. माझा होकार मिळताच, त्यांनी कोणत्याही केंद्रीय मंत्र्यांच्या दिमतीला जी मुख्य गाडी असते, ती न घेता ते जुन्या काळ्या रंगाच्या कार्यालयीन ॲम्बेसेडर गाडीत जाऊन बसले (नंतर मारुती सियाझ ही गाडी कार्यालयीन गाडी म्हणून ते वापरू लागले) आणि मलाही त्या गाडीत मागे येऊन बसण्यास सांगितलं. त्यांचा वैयक्तिक सुरक्षा रक्षक (पीएसओ) नाराजीने ड्रायव्हरच्या शेजारी बसला आणि आमची वरात आर. के. पुरमच्या दिशेने निघाली.

अकबर रोडपासून कारने साधारणपणे १५ मिनीटांच्या अंतरावर असणाऱ्या आर. के. पुरम इथे आम्ही पोहोचलो, तेव्हा बऱ्यापैकी अंधार झाला होता आणि

त्यांचा मित्र, ज्या ठिकाणी राहत होता त्या अरुंद गल्लीच्या तोंडाशी, आमची वाट बघत उभा होता. त्याच ठिकाणी आम्ही खाली उतरलो आणि भारताच्या संरक्षण मंत्री पर्रीकरांनी एखाद्या बागेत शांतपणे चालावं अशा बेफिकीरीने चालायला सुरुवात केली. घरात प्रवेश केल्यावर त्यांनी अमोल गोखले आणि त्यांची पत्नी यांच्याशी माझी ओळख करून दिली. आमच्या गप्पा सुरू झाल्या (खरं म्हणजे पर्रीकर आणि अमोल गोखले यांच्याच गप्पा सुरू होत्या), जुन्या आठवणींना उजाळा देऊन झाला आणि एक कप ब्लॅक टी पिऊन आम्ही पर्रीकरांच्या सरकारी निवासस्थानी अकबर रोडला परतलो. हे इतकं सोपं होतं. पर्रीकर म्हणजे सायरनचा आवाज, पोलिस सुरक्षा, एस्कॉर्ट कार असा कोणताही देखावा नव्हता.

परत एकदा १९७५-७७ चा काळ अनुभवताना गोखले यांच्या आठवणीनुसार पर्रीकर त्यावेळी होणाऱ्या निवडणुकीसाठी जनता दलाचा - ज्यांना राष्ट्रीय स्वयंसेवक संघ आणि डावे अशा दोघांचाही पाठिंबा होता - हिरिरीने प्रचार करत होता. धगधगता ज्वालामुखी म्हणून ओळखले जाणारे जनता पक्षाचे नेते सुब्रमण्यम स्वामी - संपूर्ण आणीबाणीच्या २१ महिन्यांच्या काळात आपल्या अटकेचे प्रयत्न यशस्वीपणे हाणून पाडल्यामुळे यांचा बोलबाला होता - यांनी निवडणूक लढवून मुंबई ईशान्य या जागेवर विजय मिळविला होता. हजारो कार्यकर्ते आणि स्वयंसेवक यांनी निःस्वार्थपणे दिलेल्या योगदानात एक युवा विद्यार्थी म्हणून पर्रीकर आघाडीवर होते.

याच स्वामींनी, जे भाजपचे राज्यसभा सदस्य होते, फ्रान्सकडून भारताच्या राफेल लढाऊ विमान खरेदीच्या निर्णयावर २०१५ च्या उन्हाळ्यात जोरदार टीका केली होती. त्यावेळी कदाचित याच जुन्या संबंधांमुळे पर्रीकर त्यांच्यासमोर उभे राहू शकले होते. खरंतर, भारतीय लष्कराच्या सुरक्षा सामर्थ्याला या विमानांच्या सहभागामुळे एकप्रकारे बळ मिळणार होतं. या घरातूनच मिळालेल्या आहेराबाबत मी जेव्हा पर्रीकरांशी चर्चा केली त्यावेळी ते म्हणाले होते की अनेक अर्थांनी स्वामी त्यांचे गुरू होते. "मी त्यांची भेट घेऊन, हा निर्णय का आवश्यक आणि योग्य आहे ते समजावून सांगीन," असं ते मला म्हणाले होते. ते नंतर एकमेकांशी बोलले का किंवा पर्रीकरांनी स्वामींची भेट घेतली का, याबद्दल माझ्याकडे खात्रीलायक माहिती नाही. मात्र नंतर स्वामींच्या विरोधाची धार हळूहळू कमी होत गेली आणि शेवटी

त्यांनी राफेल कराराबाबत आक्षेप घेण्याचंही बंद केलं. पर्रीकरांकडे अशी मन वळवून घेण्याची शक्ती होती.

परत एकदा १९७० च्या दशकात जाऊ. त्यावेळी ते आपल्या अभ्यासात मग्न होते आणि सक्रिय राजकीय कार्यकर्ता म्हणून कराव्या लागणाऱ्या कामांमध्ये समतोल राखण्याचा प्रयत्न करत होते, तरीही मनोहर अनेकदा हॉस्टेलमधून अधिक काळासाठी हळूहळू गायब होऊ लागले होते, विशेषतः आठवड्याच्या शेवटी तर ते हॉस्टेलवर नसायचेच. जवळच्या मित्रांमध्ये याबाबत कुतूहल निर्माण झालं होतं आणि त्यांनी याचा शोध घेण्याचाही प्रयत्न केला होता. पण कोणालाही अनेक दिवस याचं नेमकं कारण शोधून काढता आलं नव्हतं. या सगळ्या व्यग्र दिनक्रमातही तरुण मनोहरना मेधाच्या रूपाने आयुष्यातलं प्रेम मिळालं होतं.

प्रकरण ३

सामाजिक कार्यातील सक्रियता

संजय वालावलकर या गोव्यात म्हापसा येथे राहणाऱ्या पर्रीकरांच्या बालपणीच्या मित्राने लहान मनोहरला राष्ट्रीय स्वयंसेवक संघाच्या सकाळच्या सत्रांना घेऊन जाण्यास सुरुवात केली होती. आयुष्यात अगदी लहानपणापासून शाखेचे संस्कार झाल्यामुळे मनोहरने, जून १९७५ साली देशात लागू झालेल्या आणीबाणीच्या विरोधात भूमिगत राहून सरकारविरोधी कारवायांमध्ये सहभागी होणं अगदी स्वाभाविक होतं. पर्रीकरांच्या आयुष्याला एक वेगळंच वळण देणारा तो काळ होता.

पर्रीकरांपेक्षा वयाने थोडेच मोठे असणारे पुरुषोत्तम शेणॉय, अखिल भारतीय विद्यार्थी परिषदेचे (अभाविप) सक्रिय सदस्य होते, जी उजव्या विचारसरणीच्या पक्षाशी संलग्न आहे.

बृहन्मुंबईतील उच्च शिक्षण देणाऱ्या संस्थांमधील विद्यार्थ्यांमध्ये अभाविपचा दबदबा वाढवून त्यांच्या विचारधारेचा प्रभाव टाकण्यासाठी अधिकाधिक विद्यार्थी सहभागी करून घेणे ही शेणॉय यांची जबाबदारी होती. 'आयआयटीसारख्या ठिकाणी आम्हाला फारसे कार्यकर्ते मिळत नव्हते. आयआयटी मुंबईच्या विद्यार्थ्यांपर्यंत

पोहोचण्यासाठी प्रयत्न करणाऱ्या गटामध्ये माझा समावेश होता. आमच्या विचारसरणीमुळे नव्हे,तर आयआयटीतल्या विद्यार्थ्यांना इतर कोणत्याही कामांसाठी वेळच मिळत नसल्याने आमचं तिथे फार उत्साहाने स्वागत झालं नाही. त्यांचा बहुतेक वेळ अभ्यासात आणि दिलेल्या असाईनमेन्ट्स पूर्ण करण्यातच जात असे. अशाच एका बैठकीच्यावेळी माझी मनोहरबरोबर भेट झाली. तोपर्यंत त्याचे काही मोजकेच वरिष्ठ सहकारी आमचे सदस्य होते, पण मनोहरने ही संख्या वाढवण्यासाठी आम्हाला मदत केली,' असे शेणॉय म्हणाले, जे नंतरच्या आयुष्यातही त्यांचे सर्वाधिक जवळचे मित्र होते. हळूहळू अभाविप आयआयटी हॉस्टेलमध्ये काही प्रमाणात लोकप्रिय झाली असली तरी, ती एक महत्त्वाची राजकीय शक्ती मानली जात नव्हती.

२५ जून १९७५ या दिवशी संपूर्ण ताकदीने आणीबाणी लादली गेली. बहुतेक सर्व विरोधी पक्षनेते आणि सामान्य कार्यकर्ते यांना अटक होऊन तुरुंगात टाकण्यात आलं. शेणॉय यांनाही अटक करण्यात आली. काही महिने ते तुरुंगात होते. तेव्हाचा अनुभव सांगताना ते म्हणाले, 'सुटका झाल्यानंतर आमच्यातल्या काहीजणांनी, आणीबाणीच्या नावाखाली लादलेल्या कठोर निर्बंधांना विरोध करायला सुरुवात केली. अचानक इंदिरा गांधी यांनी आणीबाणी मागे घेऊन मध्यावधी निवडणुकांची घोषणा केली.'

काँग्रेस पक्षाच्या विरोधात इतर राजकीय पक्ष एकत्र येत असतानाच अभाविपने आपल्या सर्व कार्यकर्त्यांना बोलावून घेतलं होतं. त्यात पर्रीकरांचाही समावेश होता. '१९७७ च्या निवडणुका लक्षात घेऊन मनोहरने जे काम केलं होतं त्याला तोडच नाही. आयआयटीच्या बाहेर असणाऱ्या चाळींमध्ये तो गेला. त्यातले बहुतेक रहिवासी हे निर्वासित असले, तरी मतदार होते. पछाडल्यासारखं त्याने काम केलं होतं. एखाद्या दिवशी दिलेली पॅम्पलेटस् वाटून पूर्ण होत नाहीत किंवा ठरवलेल्या कुटुंबांना भेटून प्रचाराचं काम पूर्ण होत नाही, तोपर्यंत मनोहर कधीही हॉस्टेलवर जायचा नाही,' असे सांगत शेणॉय यांनी आठवणींना उजाळा दिला.

मुंबईतील ईशान्य मतदारसंघातून निवडणूक लढवणाऱ्या डॉ. स्वामी यांच्या प्रचाराची जबाबदारी त्याच्यावर सोपवण्यात आली. पर्रीकरांनी लहान, पण अत्यंत

प्रभावी अशा मदतनीसांचे गट तयार केले. शेणॉय यांच्या मते, 'त्यापैकी अनेकजण अभाविपचे सभासदही नव्हते, बहुसंख्य मदतनीस त्याचे हॉस्टेलवरचे किंवा आयआयटीतले मित्र होते. हॉस्टेलवर झालेल्या मेसच्या आंदोलनानंतर मनोहर त्याच्या सहाध्यायींमध्ये अतिशय लोकप्रिय झाला होता. आपल्या सहकाऱ्यांमध्ये त्याने निष्ठा आणि आत्मविश्वास निर्माण केला. गमतीचा भाग म्हणजे, त्यातल्या बहुसंख्य विद्यार्थ्यांनी, अभाविपचे सदस्य किंवा अनुयायी नसूनही केवळ मनोहरच्या प्रभावामुळे कार्यकर्ते म्हणून स्वेच्छेनं काम केलं, प्रचार करण्यासाठी वेळही दिला. त्यावेळी मनोहर अवघा १९ वर्षांचा होता,' भूतकाळात रमलेल्या शेणॉय यांनी या मुद्याकडे लक्ष वेधले. 'पर्रीकरमध्ये लहान वयातच नेतृत्व गुण दिसून आले होते. तो अतिशय दक्ष, उत्तम संयोजक आणि अर्थातच आपल्याकडे आकर्षून घेणारा होता.'

समाजातील विविध स्तर आणि विविध प्रकारच्या विचारधारांमध्ये जाऊन काम करण्याची पर्रीकरांची क्षमता आजही त्यांच्याबरोबर आयआयटीत असणाऱ्या अनेक सहकाऱ्यांच्या लक्षात आहे. १९७७ च्या सार्वत्रिक निवडणुकांच्या प्रचारासाठी काँग्रेसच्या विरोधात सर्व पक्षांनी एकत्र येऊन आपली मोट बांधली होती. त्यात जसे उजव्या विचारसरणीचे होते तसेच डाव्या विचारसरणीचेही होते. १७ मार्च २०१९ ला पर्रीकर यांच्या निधनानंतर, त्यांना श्रद्धांजली वाहताना सुधेन्द्र कुलकर्णी - लालकृष्ण अडवाणी यांचे एकेकाळचे अत्यंत विश्वासू पण १९७० च्या दशकात मार्क्सवादी विचारसरणी स्वीकारलेले - म्हणाले होते, "आम्ही दोघंही वेगवेगळ्या विचारधारांमधून आलो होतो, पण आणीबाणीनंतरच्या निवडणुकांवर त्याचा कोणताही परिणाम झाला नव्हता. मी कम्युनिस्ट विचारधारेतून तर, पर्रीकर राष्ट्रीय स्वयंसेवक संघाच्या विचारधारेतून आला असला तरी आमचे उमेदवार असलेल्या सुब्रमण्यम स्वामी यांचा प्रचार करताना त्याचे कोणतेही पडसाद कामात उमटले नव्हते." कुलकर्णी यांच्या आठवणीनुसार पर्रीकरांना सामाजिक कार्यात जास्त रस होता.

१९७८ साली आयआयटी मुंबईतून धातुशास्त्र विषयातील पदवी घेऊन बाहेर पडलेल्या पर्रीकरांचे तोपर्यंत राजकारण आणि सामाजिक कार्याशी जोडलं गेलेलं

नातं हे कॅम्पसमधील इतर विद्यार्थी नेत्यांप्रमाणे पोरकट आणि उथळ नव्हतं. इतर सहाध्यायींप्रमाणे परदेशात जाऊन स्थिरावण्याच्या त्यावेळच्या प्रवाहाला नाकारून ते गोव्यात परतले होते. भारतात त्यावेळी अतिशय कमी संधी उपलब्ध होत्या, नोकऱ्या पात्रतानुरूप नव्हत्या, त्यामुळे अनेकजण भारतात राहायला तयार नव्हते. पण पर्रीकर वेगळे होते.

त्यांना लवकरात लवकर जसं मेधाशी लग्न करायचं होतं, तसंच एक उद्योजकही बनायचं होतं. म्हणूनच गोव्यात परत येऊन त्यांनी इमारतींच्या बांधकामांसाठी लागणाऱ्या लोखंडी सळ्या विकण्याचा लहानसा व्यवसाय सुरू केला. त्याकाळी गोवा हे एक स्वयंपूर्ण राज्य असलं, तरी ते समृद्ध, संपन्न राज्य नव्हतं. काही मूठभर कुटुंबीयांच्या हातात व्यवसायाची सूत्रं एकवटली होती. मध्यमवर्गीय इंजिनिअरने त्याचा स्वतःचा व्यवसाय सुरू करण्याची शक्यता खूपच कमी होती. पण पर्रीकर निश्चयी होते. आपल्या क्षमतेवर त्यांचा पूर्ण विश्वास होता आणि शेजारच्या कर्नाटक राज्यातील बेळगावमध्ये लहान इंजिनिअरिंग युनिट्सना एकत्रित आणण्याचे फायदे त्यांना माहीत होते. पण आपण मोठ्या म्हणजे एल ॲण्ड टी, टाटा आणि महिंद्रा यासारख्या अभियांत्रिकी कंपन्यांच्या पुरवठा साखळीचा भाग व्हावं, असंही त्यांना वाटत होतं. या कंपन्या संपूर्ण भारतभर पसरलेल्या छोट्या पूरक कंपन्यांकडून उत्पादनासाठी आवश्यक मूळ घटक आणि सुटे भाग विकत घेत असतं. आधीच जम बसलेल्या या व्यवस्थेत प्रवेश करणं फारसं सोपं नव्हतं. लहान आणि मध्यम स्वरूपाच्या कंपन्यांना सोबत घेऊन विविध तंत्रज्ञान विकसित करणाऱ्या संरक्षण संशोधन आणि विकास संस्थेबरोबर (डीआरडीओ) कामाची काही संधी मिळेल का, याचीही त्यांनी त्यावेळी चाचपणी केली होती. मात्र या दोन्ही प्रयत्नांमध्ये त्यांना झटका बसला होता, अपयशाला सामोरं जावं लागलं होतं. आपल्या छोट्या कुटुंबाचं जेमतेम पालनपोषण करता येईल, एवढंच त्यांचं उत्पन्न होतं.

आयुष्य खडतर बनलं होतं. पण त्यांच्यासोबत मेधाचं प्रेम आणि पाठिंबा होता. याशिवाय सगळ्यात महत्वाचं होतं, राष्ट्रीय स्वयंसेवक संघाने (आरएसएस) त्यांच्यावर सोपवलेली जबाबदारी. ही जबाबदारी आयुष्यभरासाठी होती. त्यांनी आरएसएस गोव्यात फक्त रुजवलीच नाही, तर ती वाढवली, संघटनेसाठी कार्यकर्ते

निवांत आणि विचारी मूडमध्ये तरुण पर्रीकर

तयार केले. इतकंच नाही तर, समाजातल्या तुलनेत सुखवस्तू असणाऱ्या वर्गाकडून संघटना पुढे चालवायला पाठिंबाही मिळवला.

शेणॉय यांच्या आठवणींप्रमाणे, 'गोव्यात परत आल्यावर पर्रीकर राजकारणापेक्षाही संघाच्या कामात सक्रिय होता. आणीबाणीच्या विरोधात उठाव करणं, ही आमच्यासाठी त्यावेळी सगळ्यात महत्त्वाची गोष्ट होती. त्यासाठी जनमत तयार करणं आणि कोणाच्याही मार्गदर्शनाशिवाय प्रत्येक गोष्ट करणं जास्त गरजेचं होतं. त्याचमुळे आम्ही जास्त जवळ आलो. त्याची प्रगती आणि निष्ठा यावर बारकाईने लक्ष असणाऱ्या एका व्यक्तीने काही काळानंतर संघचालक (विशिष्ट परिसरासाठी आरएसएसचा मुख्य संयोजक) म्हणून पर्रीकरच्या नावाची शिफारस केली. यामुळे तो आरएसएसमध्ये आघाडीच्या फळीत आला.' पर्रीकरांचे आणखी एक समकालीन श्रीपाद नाईक यांच्या मते त्यावेळी आरएसएसने भाजपला सक्रिय राजकारणात उतरण्यासाठी पाठिंबा दिला होता. ही त्यावेळी खेळली गेलेली एक चाल होती. आरएसएसला आपल्याकडची उत्कृष्ट प्रतिभा एकाच संघटनेमध्ये

एकवटून ठेवायची नव्हती. खासदार आणि गोव्याचे दिल्ली प्रतिनिधी म्हणून नाईक यांना तयार केलं गेलं, तर समाजात सहजपणे मिसळणाऱ्या पर्रीकरांवर तळागाळापर्यंत संघटना पोहोचवण्याची जबाबदारी टाकण्यात आली.

१९८० मध्ये आरएसएसचे एक महत्त्वाचे नेते मिलींद करमरकर यांना गोव्यातील संघटनात्मक कामकाजासाठी पाठविण्यात आलं होतं. त्यावेळी पर्रीकरांच्या एकूण कामकाजाचं आणि लोकप्रियतेचं फार जवळून त्यांना निरीक्षण करता आलं होतं. त्यांच्या म्हणण्यानुसार, 'प्रचारक म्हणून मी १९८० साली गोव्याला गेलो. माझी त्याच्याबरोबर (पर्रीकर) ओळख करून देण्यात आली. त्यानंतर जवळपास दर पंधरा दिवसांनी आम्ही त्याच्या म्हापसा इथल्या घरी भेटायला लागलो. त्यावेळी तो कार्यकर्ता किंवा स्वयंसेवक होता. त्याच्या क्षमता, त्याचं कामाप्रती असणारं समर्पण, त्याचा जनसंपर्क या सगळ्याच गोष्टी अचंबित करणाऱ्या होत्या. त्याच्या या गुणांमुळे अवघ्या दोन वर्षांमध्ये तो संघचालक बनला.'

संपूर्ण पर्रीकर परिवार अतिशय प्रेमळ आणि स्वागतशील वृत्तीचा असल्याचंही त्यांच्या आठवणीत आहे. 'प्रचारक म्हणून काम करायला मी घरदार सोडून गोव्यात आलो होतो. त्यावेळी मनोहर आणि त्याच्या संपूर्ण कुटुंबाने माझी अतिशय काळजी घेतली होती. मला घरची आठवण येऊ नये म्हणून त्याचे पालक दक्ष असायचे. त्याची आई घरातल्या इतर मुलांबरोबरच मला खाऊपिऊ घालायची, माझ्या तब्येतीची चौकशी करायची. ती एक अतिशय बुद्धिमान बाई होती. मला वाटतं त्याला (मनोहरला) बुद्धिमत्तेचा वारसा आईकडूनच मिळाला होता.' आठवणींमध्ये रमलेले करमरकर पुढे म्हणाले, 'मेधा ही उत्तम आदरातिथ्य करणारी होती. आमच्या सगळ्यांचं खाणं वेळेत होईल, याची ती कायम काळजी घेत असतानाच आपुलकीच्या आदरातिथ्याने आम्हाला अधिक मोकळेपणा वाटेल, याकडेही लक्ष द्यायची. पर्रीकर कुटुंबाचाच आम्ही एक भाग आहोत अशीच वागणूक संपूर्ण परिवाराने कायम आम्हाला दिली होती त्यामुळे आपण घरापासून लांब आहोत, ही भावना आम्हाला कधीच जाणवली नाही,' असंही करमरकर यांनी स्पष्ट केलं.

पर्रीकरने आपल्याला कशाप्रकारे मोटरसायकल चालवायला शिकवलं, याचीही आठवण करमरकर यांना आहे. 'अतिशय सोप्या पद्धतीने त्याने मला शिकवलं होतं.

मी मोटरसायकल चालवायला पूर्णपणे शिकल्यानंतर, म्हापशात माझं आरएसएसचं काही काम असेल, तर ते करण्यासाठी गरज असेल, तर तो त्याची मोटरबाईक मला द्यायला लागला,' जुन्या आनंददायी आठवणींना उजाळा देत करमरकर सांगत होते. राजकारणावर बऱ्याचदा चर्चा व्हायची, पण समाज आणि त्यासाठी काही करता येऊ शकेल, अशा कामांबद्दल जास्त बोलणं होत असे. समाजातल्या प्रत्येक घटकाला समान हक्क आणि अधिकार मिळण्यासारखी समाजरचना असावी, असं तरुण, आदर्शवादी आरएसएस कार्यकर्त्यांचं स्वप्न असायचं. तळागाळातल्या समाजासाठी काम करण्यासाठी राजकारण हा एक मार्ग असल्याचं त्यांना समजत होतं, मात्र त्यांच्यापैकी कोणालाही राजकारणात प्रवेश करायचा नव्हता. संघात मिळणारी शिकवण आणि त्यांच्यावर झालेल्या संस्कारांमुळे, त्यांनी समाजाची सेवा करणं आणि रंजलेल्या गांजलेल्यांची परिस्थिती सुधारणं, त्यांना शिक्षण देऊन, चांगले, जबाबदार नागरिक बनवणं, हे त्यांचं कर्तव्य असल्याचं मनावर बिंबवलं गेलं होतं.

पर्रीकरांनी प्रचारकांना नेहमीच पाठिंबा आणि अनुकंपा दाखवली होती. प्रचारक, मग तेव्हाचे असो की आताचे, नेहमीच एक साधंसरळ आयुष्य जगत असतात. करमरकर सांगतात त्याप्रमाणे, प्रचारक जेव्हा म्हापशाला येई, त्यावेळी त्यांच्या राहण्याखाण्याची सोय आणि त्यांची व्यवस्थित देखभाल गावातल्या परिवारांकडून होईल, याबद्दल पर्रीकर नेहमीच दक्ष असतं. सामुदायिक मेजवानी असो किंवा सणसमारंभ असो स्थानिकांचा त्यात मोठा सहभाग असे. १० दिवसांच्या गणेशोत्सवाची सगळ्यांनाच आस लागलेली असायची. नाटकांच्या स्पर्धा याकाळात आयोजित केल्या जात असत. गायन आणि अभिनयातील आपलं कौशल्य दाखवण्याची ही संधी कलाकार सोडत नसत, एकमेकांच्या घरी दर्शनाला जाण्याची ओढ गावकऱ्यांना असायची. संपूर्ण गाव सार्वजनिक सुट्टीवर आहे, असंच त्यावेळी वाटायचं. या उत्सवामुळे एकीकडे लोकांमध्ये एकात्मिकतेची भावना निर्माण होत असे, तर दुसरीकडे जिथे संघटना पोहोचलेली नव्हती तिथे पर्रीकर आणि त्यांच्या मित्रांना पोहोचण्याची संधी उपलब्ध होत असे. त्यात पर्रीकरांचा पुढाकार असायचा. 'आरएसएसच्या कार्यकर्त्यांना जेव्हा पैशांची किंवा दुसऱ्या एखाद्या गोष्टींची

तातडीने गरज असायची तेव्हा पर्रीकरच पैसे पुढे करायचा. समाजाप्रती असणारी त्याची सेवा ही उपजतच होती, त्यात कोणताही कृत्रिमपणा नव्हता,' असं करमरकर सांगतात.

स्वतःची आर्थिक परिस्थिती फारशी चांगली नसतानाही, संघाच्या गुरुदक्षिणा दिनानिमित्त पर्रीकर आपल्या देगणीबाबत सदैव तत्पर असायचे. इतरांनी दिलेल्या एकूण रकमेच्या १० पट जास्त रक्कम पर्रीकर एकटे दान करायचे. ही रक्कम साधारणपणे वार्षिक २० ते ३० हजार रुपये असायची. नंतरच्या काळात व्यवसायात स्थिरावल्यावर, संघातल्या आपल्या गुरूंना देण्याची दानाची हीच रक्कम एक लाखापेक्षा जास्त झाली आणि तोच संघाच्या उत्पन्नाचा मुख्य स्रोत बनला होता.

तीक्ष्ण नजर आणि काही मिनिटांमध्येच बारकाईने निरीक्षण करण्याची क्षमता यामुळे पर्रीकर एक जबरदस्त संघटक बनले. संघाबद्दल असणारी त्यांची बांधिलकी अनुकरणीय होती. संघातील जुन्या-जाणत्यांनी सांगितलेले किस्से उल्लेखनीय आहेत. रत्नाकर लेले या बुजुर्ग आरएसएस कार्यकर्त्यांच्या आठवणीनुसार, १९९० मध्ये झालेल्या आरएसएसच्या विशाल शिबिरात एके दिवशी टाक्यांमध्ये पाणी भरण्यासाठी लावलेला पंप बंद पडला. त्यावेळी पर्रीकरांनी एकट्याने संपूर्ण रात्र बोअरवेलमधून हाताने पाणी काढून पुरवठा केला होता. शिबिरात आलेल्या हजारो आरएसएस कार्यकर्त्यांना पाणीपुरवठा करण्याच्या टीमचे पर्रीकर प्रमुख होते. रात्री उशिरा पाण्याचा पंप नादुरुस्त असल्याचं लक्षात आल्यावर दोरीला बादली लावून पारंपरिक पद्धतीनं जसं विहिरीतून पाणी काढलं जातं, तशाच प्रकारे त्यांनी एकट्याने पाणी काढायला सुरुवात केली. चार-पाच तासांच्या या अथक परिश्रमांनंतर पर्रीकरांचे तळवे खोलवर सोलवटून रक्ताळलेले होते.

या अशा प्रकारचं समर्पण आणि अतिशय सहजपणे आपलं नेटवर्क तयार करण्याची क्षमता या गुणांमुळे लहान वयातच पर्रीकरांची संघचालकपदासाठी निवड झाली. संघटनेने त्यांच्यात निर्माण केलेल्या आत्मविश्वासामुळे पर्रीकर नव्या जबाबदाऱ्या स्वीकारायला लागले. संघासाठी अधिक वेळ ते देऊ लागले होते. केवळ तहसील संघचालक असूनही लवकरच त्यांची गोवा आरएसएसच्या

तळागाळातील लोकांचा पाठिंबा मिळवणं, हा पर्रीकरांचा विशेष गुण होता.

कार्यकारिणी समितीमध्ये निवड झाली. 'संघटनात्मक व्यवस्थापनाचं त्याचं कौशल्य अधिक प्रकट होत गेलं आणि त्याच्या जबाबदाऱ्याही वाढत गेल्या. संघात असताना येणाऱ्या जबाबदाऱ्या तो कुशलतेनं हाताळायचा, कारण लोकांची क्षमता आणि दुर्बळ बाजू कोणती आहे, हे त्याच्या लगेच लक्षात येत असे. त्यानुसार त्यांच्याकडून कमाल क्षमतेनं काम कसं करून घ्यायचं, हे त्याला माहीत होतं,' असे करमरकर यांनी सांगितले.

दत्ता नाईक आणि पर्रीकर हे लहानपणापासून आरएसएसमध्ये एकत्र होते. पर्रीकर राजकारणात जाईल, असं त्यांना सुरुवातीला अजिबात वाटलं नव्हतं. तो एक चांगला आरएसएस कार्यकर्ता होता. कोणतंही काम करायला तो कायम तयार असायचा. 'मी त्याला केर काढून आरएसएसच्या बैठकांसाठी खुर्च्या मांडतांना बघितलं आहे,' नाईक सांगत होते.

नाईक यांच्या म्हणण्यानुसार, 'आरएसएसमधील आम्हा सगळ्यांना, त्याने राजकारणात उतरावं, असं वाटतं असे, कारण त्याचं वाचन तर प्रचंड होतंच, पण आंतरराष्ट्रीय राजकारणाचंही त्याला चांगलं ज्ञान होतं. उदाहरण म्हणून एक प्रसंग सांगतो. १९८९ साली बर्लिन वॉलची एक तरी वीट मिळवावी, असं वाटणारा तो

गोव्यातील बहुधा एकमेव माणूस होता. बर्लिन वॉल पाडली गेल्याबद्दल आम्ही सगळेजण रोमांचित झालो होतो, पण त्याची एखादी तरी वीट मिळवण्यात कोणालाही रस नव्हता! त्यालाही ती मिळाली नाही, पण त्याने प्रयत्न तरी केले. साहित्यावर तुम्ही त्याच्याशी तासनतास चर्चा करू शकला असता. इंग्लिश, हिंदी, मराठी भाषांमधील अनेक पुस्तकं वाचण्याची त्याला सवय होती,' जुन्या आठवणींमध्ये रमलेल्या पर्रीकरांच्या लहानपणीच्या मित्राने सांगितलं.

मात्र काहीवेळा पर्रीकर इतरांच्या विचारांचा आदर करण्याबाबत काहीसा कठोर होत असला तरी, वरिष्ठांचा आदर करण्याबाबत त्याचा कोणीही हात धरू शकत नव्हतं, हे नाईक मान्य करतात. 'आमच्यात अनेकदा साहित्यविषयक वाद व्हायचे आणि मी त्याला म्हणायचो, "तू मधे मधे व्यत्यय न आणता बोलू देणार असलास तरच मी तुझ्याशी बोलीन." मग तो शांतपणे मला काय सांगायचं आहे, ते ऐकून घ्यायचा,' असंही नाईक म्हणाले.

'दुर्दम्य इच्छाशक्ती, निर्भय आणि आवश्यकतेनुसार येणारा अभ्यासूपणा' अशा शब्दांमध्ये नाईक यांनी आपल्या मित्राचं वर्णन केलं. तसंच तो अतिशय सहृदयी आणि गोव्यातील जनतेच्या नेमक्या प्रश्नांची जाण असणारा होता, असं नाईक यांना वाटतं.

जवळपास दोन दशकं पर्रीकरांचं आयुष्य दोन समांतर मार्गांवर चालत होतं, त्यातलं एक होतं संघर्ष करणारा उद्योजक आणि दुसरं होतं आरएसएसचा स्वयंसेवक आणि संघचालक. नंतरच्या काळात आपला मोठा भाऊ अवधूत यांच्याबरोबर भागीदारी करून दक्षिण गोव्यातील औद्योगिक वसाहतीत त्यांनी आणखी एक छोटी कंपनी स्थापन केली. तिथे ते हायड्रॉलिक्स घटक तयार करून जवळच्या कर्नाटकातील बेळगावमधील मोठ्या कंपन्यांना त्यांचा पुरवठा करत असे. योगायोगाने हायड्रॉलिक्स मशिन्स तयार करून जगभरात पुरवणाऱ्या अनेक कंपन्यांची भारतातील राजधानी बेळगाव मानली जाते. त्यावेळी पर्रीकर आणि अवधूत आपली छोटी औद्योगिक कंपनी चालविण्यासाठी म्हापशाहून दक्षिण गोव्याला जायला येझडी मोटारसायकलवरून जवळजवळ ३० किमीचा एकमार्गी प्रवास करत असत. येझडी बाईक - जिने आता जावा ब्रँडखाली भारतीय बाजारपेठेत पुनरागमन केलं आहे -

पर्रीकर यांना भेट म्हणून मिळाली होती. त्यांचं लग्न झाल्यावर लगेचच वडिलांनी बाईक घेण्यासाठी म्हणून दिलेल्या पैशांतून त्यांनी ती विकत घेतली होती. गोव्यातील इंडस्ट्रियल युनिट्सना वेल्डिंग रॉड्स पुरवण्याचे काम पर्रीकर बंधू करायचे, पण तो व्यवसाय फार चांगला चालत नव्हता. व्यवसायातून मिळणारा नफा अत्यंत मर्यादित असला तरी, कौटुंबिक गरजाही मर्यादित असल्याने आयुष्याचं रहाटगाडगं सुरू होतं. स्वतःच्या मालकीचं घर असल्यामुळे व्यवसायातून मिळणाऱ्या पैशांमधून कुटुंबाच्या मासिक गरजा - म्हणजे अन्न, प्रसंगानुरूप होणारी कपडेखरेदी आणि काही वैद्यकीय खर्च - सहज भागवल्या जात होत्या. कोणत्याही प्रकारची उधळपट्टी ही त्यावेळी गरज मानली जात नव्हती. आयुष्य शांत, सरळ, सोपं होतं. मात्र १९९० च्या सुमारास या सगळ्यात मोठे बदल होत गेले.

प्रकरण ४

मेहनती राजकीय कार्यकर्ता

आरएसएसचं राज्यातील अस्तित्व नगण्य असताना गोव्यात संघाचे प्रमुख संघटक म्हणून पर्रीकर यांची झालेली निवड ही गोव्याच्या राजकीय इतिहासातील, १९६१ साली पोर्तुगीजांचं राज्य संपुष्टात आल्यानंतरची महत्त्वपूर्ण घटना होती. गोवामुक्ती संग्रामानंतर जवळपास दोन दशके काँग्रेस पक्ष आणि स्थानिक राजकीय पक्ष - महाराष्ट्रवादी गोमंतक पक्ष (मगोप) यांची सत्ता आलटून पालटून होती. अनेक वर्षे मगोपकडे हिंदू मताधिक्य होतं. राज्यात अंदाजे १५ लाख लोकसंख्येपैकी ६५ टक्के लोकसंख्या हिंदूंची आहे. हिंदू मतदारांपर्यंत पोहोचण्यासाठी १९८० आणि १९९० च्या दशकांमध्ये आरएसएसने कंबर कसली होती.

गोव्यातील बहुसंख्य हिंदू जनता मराठी आणि कोकणी अशा दोन्ही भाषा बोलत असल्यामुळे - ज्या महाराष्ट्रातही बोलल्या जातात - अनेक प्रचारक महाराष्ट्रातून गोव्यातील जनतेमध्ये काम करायला येत असत. दुर्गानंद नाडकर्णी आणि सुभाष वेलिंगकर यांसारख्या संघातील वरिष्ठ लोकांनी अतिशय मेहनतीने आरएसएस

पर्रीकर: एक समर्पित आरएसएस कार्यकर्ता

गोव्यामध्ये रुजवण्याचं काम केलं होतं, तर पर्रीकर आणि श्रीपाद नाईक यांच्यासारख्या तरुण तुर्कांनी संघाच्या महत्त्वाकांक्षेला राज्यात उत्तेजना देण्याचं काम केलं. तसंच, संस्थेच्या विचारसरणीचा प्रचार करून कार्यकर्त्यांचं विस्तृत नेटवर्क उभारलं. मुंबईहून परत गोव्याला येऊन आणि नवीन लग्न झालेलं असूनही पर्रीकरांनी स्वतःचा व्यवसाय आणि आरएसएसचा लोकांपर्यंतचा संपर्क वाढवणं या दोन जबाबदाऱ्या स्वतःहून अंगावर घेतल्या होत्या. आयआयटीमधून ग्रॅज्युएट

परींकर समाजातल्या सर्व घटकांमध्ये लोकप्रिय होते

झाल्यावर लगेचच मेधा आणि ते विवाहबद्ध झाले. त्यांनी १९७८ साली लार्सन आणि टुब्रो कंपनीत नोकरी करायला सुरुवात केली. मात्र अवघ्या सहा महिन्यांमध्येच या अशा नोकरीत आपण रमू शकत नाही, याची पर्रीकरांना जाणीव झाली. त्यांना स्वतःचा व्यवसाय सुरू करायचा होता आणि त्यासाठी त्यांच्या मनात गोव्याचा विचार सुरू होता. त्यामुळे ते गोव्यात परतले, आपल्या पालकांना मेधाबद्दल सांगितलं - अर्थात मोठी बहीण ज्योती हिने याची आधीच कल्पना दिल्यामुळे ते आता एक उघड गुपित होतं - त्यांचे आशीर्वाद घेतले आणि आपल्या भावाबरोबर एका नव्या व्यवसायाला सुरुवात केली.

पर्रीकर अतिशय मेहनती, कल्पक आणि गोवन समाजाच्या सामाजिक तसंच राजकीय दृष्टिकोनाबद्दल सजग होते. अनेकदा सकाळी ७ वाजताच ते घरातून निघायचे, मित्र आणि अनुयायी, कार्यकर्त्यांना आपल्या बाईकवर बसवून एक चक्कर मारून यायचे. अनेकदा ग्रामीण गोव्यात जाण्यासाठी मोठा प्रवासही ते करायचे. लोकांना भेटून, त्यांच्या हक्कांबाबत त्यांना जाणीव करून देणं, शिस्तप्रिय आणि जबाबदार नागरिक बनण्याबाबत मार्गदर्शन करणं आणि संघाच्या रोज सकाळी भरणाऱ्या शाखांमध्ये येण्यासाठी त्यांना प्रोत्साहन देणं यासारखी कामं त्यावेळी

करण्यात येत असे. या सगळ्या कामांमधून वेळ काढून भाऊ अवधूतसोबत सुरू केलेल्या छोट्याशा व्यवसायालाही ते भेट देऊन जात असत. थोडक्यात सांगायचं तर, आयुष्य अतिशय व्यग्र होतं. मेधा उत्तम जोडीदार होती. अनेकदा अतिशय कमी वेळेत पर्रीकरांचे मित्र आणि आरएसएसच्या कार्यकर्त्यांचं आदरातिथ्य, जेवणखाण तिला करावं लागायचं. त्यांचं घर सगळ्यांसाठी सदैव खुलं असायचं. अनेकदा तर काही कार्यकर्ते केवळ रात्री मुक्कामाला येऊन नंतर पुढील प्रवासाला निघत असत.

त्यांचा सहृदयीपणा आणि तत्परतेनं काम करण्याची पद्धत यामुळे गोव्यात आरएसएसचं जाळं वेगानं पसरत गेलं. त्यामुळे अवघ्या दशकभरातच आरएसएसमधील अत्यंत स्पर्धात्मक वातावरणतही पर्रीकर वेगाने प्रगती करू शकले. १९८० दशकाच्या शेवटी ते संघचालक बनले. संघात अधिकार श्रेणीमध्ये मोठ्या संख्येनं असणाऱ्या मध्यम वयाच्या कार्यकर्त्यांमध्ये सर्वात तरुण पदाधिकारी म्हणून त्यांची ओळख बनली. भाजपच्या त्या सुरुवातीच्या दिवसांमध्ये, वैयक्तिक पातळीवर आरएसएसच्या पदाधिकाऱ्यांनी राजकारणापासून दूर राहावं, असं त्यांना सांगितलं जात असलं तरी दोन संघटनांमध्ये अलिखित करार झाला आहे. ते एकमेकांना मदत करायचे, संयुक्तपणे अनेक कार्यक्रम राबवायचे त्याप्रमाणे भाजपने, आरएसएसचा जनसंपर्क दांडगा असल्यामुळे त्यांचंच नेटवर्क वापरून लोकांपर्यंत पोहोचण्याचाही प्रयत्न केला होता.

१९८० मध्ये स्थापना झाल्यानंतर नऊ वर्षांनी म्हणजे १९८९ साली भाजपने गोव्यामध्ये पक्षाचा विस्तार करण्याची जबाबदारी दिवंगत प्रमोद महाजन आणि गोपीनाथ मुंडे यांच्यावर सोपवली होती. त्यावेळी ते दोघेही भाजपचे वरिष्ठ पदाधिकारी होते आणि नंतर केंद्रीय मंत्रीही झाले. मात्र या दोघांचाही मृत्यू अनैसर्गिक पद्धतीने झाला. वादग्रस्त राजकारणी म्हणून ओळखल्या जाणाऱ्या महाजन यांची त्यांच्याच भावाने हत्या केली तर केंद्रीय मंत्री बनल्यानंतर अवघ्या महिनाभरातच जून २०१४ मध्ये कार अपघातात मुंडे यांचा मृत्यू झाला.

संघटन सचिव म्हणून १९८० साली गोवा भाजपमध्ये कार्यरत असणाऱ्या सतीश धोंड यांना अजूनही त्यावेळच्या घडामोडी स्पष्टपणे आठवतात. '१९८०

च्या सुमारास गोव्यात भाजपचं अस्तित्व जवळपास शून्य होतं. पक्षात मतभेद होते. भाजपचे नेते लक्ष्मीकांत पार्सेकर यांचे अनेक नातलग महाराष्ट्रवादी गोमंतक पक्षात होते. पर्रीकर पार्सेकरांचे जिवलग मित्र होते. रोज संध्याकाळी म्हापशाहून पार्सेकरांना भेटायला येऊन ते अभियानात मदतही करायचे. आमचा पक्ष चांगली कामगिरी करेल, यावर त्यांचा पूर्ण विश्वास होता. खरंतर आमचा पक्ष मगोपची मतं खाणार आणि त्याचा फायदा काँग्रेसला होणार याचीही अनेकांना खात्री वाटत होती. त्यामुळे अनेकांना पार्सेकर गद्दार आहेत असंच वाटत होतं,' धोंड सांगत होते. यामुळे मगोपच्या कार्यकर्त्यांनी पार्सेकरांना लक्ष्य केलं होतं.

आठवणींना उजाळा देत असतानाच धोंड यांनी एक अस्वस्थ करणारी घटना सांगितली. 'एके रात्री मी, पार्सेकर आणि मनोहर कारने प्रवास करत असताना, पार्सेकरांच्या मामाने, जो मगोपचा होता, रस्त्यातच गाडी अडवली. त्याने पार्सेकरांना मारहाण करायला सुरुवात करून पक्षाशी गद्दारी करायची नाही, असा इशारा दिला. मित्राला मारहाण होताना बघून पर्रीकर खूपच अस्वस्थ झाला होता. त्यानंतर रोज सकाळी लवकर उठून मनोहर मित्राला मदत करायला येऊ लागला. त्यावेळी मनोहर संघचालक होता, त्याने भारतीय जनता पक्षात प्रवेश केलेला नव्हता.'

१९९० च्या निवडणुकांनंतर आरएसएसला जाणीव झाली की, त्यांना अशा एका नव्या चेहऱ्याची आणि व्यक्तीची गरज आहे, जी जनतेला एकत्र आणू शकेल, त्यांच्यात जोश निर्माण करू शकेल, तसंच प्रचाराची पायाभूत सुविधा आणि संघटनेमध्ये समन्वय साधू शकेल.

धोंड यांच्या म्हणण्यानुसार, त्यावेळी आरएसएसचे सुभाष वेलिंगकर भाजपमध्ये प्रवेश करायला उत्सुक होते. या संदर्भात मुंबईत एक मॅरेथॉन मीटिंगही झाली आणि मनोहर पर्रीकरला भाजपमध्ये पाठवण्याचा त्यात निर्णय घेण्यात आला. 'वेलिंगकरने त्याविरोधात निषेधही नोंदवला होता. त्यावेळी त्याची समजूत काढताना सांगण्यात आलं होतं की, भाजपला आवश्यक असणारी मदत करणं ही वेळेची गरज आहे आणि ती तू नाही तर, मनोहर पूर्ण करू शकणार आहे. ही १९९० मधली घटना आहे,' धोंड यांनी सांगितलं.

१९९१ मध्ये पर्रीकर यांनी लोकसभा निवडणूक लढवली होती, हे आता सर्वश्रुत आहे. ते उत्तर गोव्याचे तर श्रीपाद नाईक दक्षिण गोव्याचे उमेदवार होते. 'आम्हाला या दोन्ही मतदारसंघांमधून ५० हजार मतं मिळाली होती. खरंतर काँग्रेस पक्षाचा विजय आणि आमचा पराभव झाला असला तरीही आम्ही खूश होतो. त्याआधीच्या वर्षी आम्हाला १८०० मतं पडली होती. त्यातुलनेत ५० हजार हा आमच्यासाठी विलक्षण आकडा होता! मनोहर अतिशय तीक्ष्ण नजरेचा होता आणि परिस्थितीचं आकलनही तो झटकन करू शकत होता. पुढची चार वर्षे (१९९१-९४) त्याने संपूर्ण राज्यात प्रवास करून प्रत्येक गाव, प्रत्येक तालुका जवळून समजून घेतला. गोव्यातील अशी इंचभरही जागा नसेल जिथे मनोहरने भेट दिली नाही, असं मला वाटतं. तो एक नवा चेहरा होता. त्यावेळी हिंदू भावना शिगेला पोहोचल्या होत्या. तो अयोध्येलाही जाऊन आला आणि जनतेसाठी तो करिष्मा करणारा नेता बनला होता. भाजपच्या युवा कार्यकर्त्यांसाठी तो एक हीरो होता,' पर्रीकरांची प्रगती जवळून बघणाऱ्या धोंड यांनी सांगितलं.

धोंड पुढे म्हणाले, 'लोकप्रियता आणि जातीमुळे श्रीपाद नाईक हा गोव्यात भाजपचं नेतृत्व सांभाळतील आणि मनोहर लोकसभेवर जाईल, अशी अटकळ सुरुवातीला संघ आणि पक्षात बांधली जात होती. पण नियतीच्या मनात काही वेगळाच खेळ सुरू होता. १९९९ सालच्या विधानसभा निवडणुकीत श्रीपाद नाईकचा पराभव झाला, तर मनोहरची सरशी झाली. त्यामुळे आपोआपच भाजपचा गोव्यातील चेहरा म्हणून मनोहरच्या नावावर शिक्कामोर्तब झालं,' नाईक आणि पर्रीकर दोघांच्याही प्रगतीचा आलेख बघणारे धोंड सांगत होते.

१९९४ ते १९९९ या काळात, मनोहर हे विधानसभेतील अतिशय मेहनती विरोधी पक्षनेते म्हणून ओळखले जात होते. इतर आमदारांप्रमाणे विधानसभेत आपल्याकडे पुरावा असल्याशिवाय ते कधीही तोंड उघडत नसत. ते कोणतंही सत्र चुकवत नसत, एकाग्रतेने सगळ्या गोष्टी ऐकत असताना त्यावर आपल्या काही नोंदी करायचे, प्रश्नही विचारायचे. माध्यमांचेही ते अतिशय लाडके नेते होते, कारण अनेकदा योग्य त्या पुरावे आणि तथ्यांसह ते माध्यमांना बातमी देत असत.

लवकरच अतिशय नीतिमान, हसतमुख आणि प्रामाणिक राजकारणी म्हणून त्यांची ओळख बनली.

पक्ष स्थापनेपासून भाजपने आपली वैचारिक तत्त्वं आरएसएसकडूनच स्वीकारली होती आणि सुरुवातीच्या काळात आरएसएसच्या कार्यकर्त्यांचा त्यांनी आधार घेतला होता. अर्थात, त्यांच्यातलं हे सहजीवन आजही कायम आहे. एकदा भाजपचे तत्कालीन अध्यक्ष लालकृष्ण अडवाणी, जे नंतर भारताचे उपपंतप्रधान आणि गृहमंत्री बनले, रामजन्मभूमी आंदोलनाच्या पार्श्वभूमीवर गोव्यातील जनतेला संबोधित करायला येणार होते. अयोध्येत रामाचा जन्म जिथे झाला, त्या जागेवर मुघलांच्या काळात मुस्लीम समाजाने कब्जा करून मशीद बांधली होती. बाबरी मशीद उभी असलेली ती जागा परत एकदा आपल्या ताब्यात घेण्याचा आरएसएसचा विचार होता, कारण हिंदूंच्या दृष्टीनं राम या राजाला देव म्हणून महत्त्व आहे. याच भावनाप्रधान धार्मिक संवेदनांना नजरेसमोर ठेवून आपलं आंदोलन करण्याचा भाजपने १९८० दशकाच्या शेवटी निर्णय घेतला. त्यामुळे अडवाणींची गोव्यातील जाहीर सभा सुरळीत पार पडावी, याची जबाबदारी पर्रीकरांवर सोपवण्यात आली होती.

आपलं सगळं नेटवर्क, संपर्क, मित्रत्वाचे संबंध वापरून, पर्रीकर आणि त्यांच्या टीमने जवळपास १५०० नागरिक या सभेसाठी जमवले. त्याकाळात गोव्यात भाजपचं अस्तित्व अत्यंत नगण्य असताना एवढी गर्दी जमवणं ही खूप मोठी गोष्ट होती. त्यांची प्रतिष्ठा आता आणखी वाढीला लागली होती. शिवाय, पर्रीकरांची उपयुक्तता आरएसएस आणि भाजपच्या नेत्यांच्या लक्षात आली होती. १९९० मध्ये गोव्याहून अयोध्येला जाणाऱ्या कार्यकर्त्यांच्या एका गटाचं नेतृत्वही त्यांनी केलं होतं. अशाच एका प्रसंगी त्यांची आईही या गटात सहभागी झाल्याची आठवण आजही अनेकांना आहे. रामजन्मभूमी आंदोलनाच्या केंद्रस्थानी असलेली कारसेवा किंवा ऐच्छिक कामाद्वारे राम मंदिर उभारणीचा कार्यक्रम आखला गेला होता.

पर्रीकर यांच्याकडे असणाऱ्या संघटनात्मक क्षमता आणि दांडगा जनसंपर्क यामुळे नंतरच्या काळात महाजन आणि मुंडेही प्रभावित झाले होते.

भारतात त्या वेळी बऱ्याच मोठ्या प्रमाणात उलथापालथ सुरू होती. आर्थिक स्थिती वाईट होती, राजकीयदृष्ट्या अस्थिरतेचा काळ सुरू झाला होता. सार्वत्रिक

निवडणुकांचे वारे देशभरात वाहू लागले होते. बोफोर्स तोफ खरेदी भ्रष्टाचार प्रकरणामुळे १९८९ सालच्या निवडणुकीत सपाटून मार खाल्ल्यानंतर माजी पंतप्रधान राजीव गांधी परत एकदा सत्तास्थापनेच्या प्रयत्नात होते. १९८९ आणि १९९१ मध्ये आधी पंतप्रधान व्ही. पी. सिंग आणि नंतर पंतप्रधान चंद्रशेखर यांच्या कार्यकाळात झालेल्या अभद्र युतीचा भारत साक्षीदार बनला होता. अनेक वर्षे देशातील आघाडीचा राजकीय पक्ष असणाऱ्या काँग्रेस आणि इतर काही विरोधी पक्षांबद्दल मतदारांच्या मनात काहीसा निरुत्साह होता.

रामजन्मभूमी आंदोलनाला समर्थन देण्यासाठी लालकृष्ण अडवाणी यांनी काढलेल्या रथयात्रेनं भाजपला नवसंजीवनी दिली. १९८० साली स्थापन झालेला हा पक्ष या यात्रेमुळे अवघ्या १० वर्षांत राजकारणात सक्रिय झाला. या सगळ्या पार्श्वभूमीवर गोव्यात भाजप अधिक मजबूत करण्याच्या कामगिरीवर महाजन यांची नेमणूक करण्यात आली. एकाच वेळी अतिशय स्वागतार्ह आणि त्याच वेळी तोंड द्यायला कठीण अशी परिस्थिती आपल्या आयुष्यात येईल, याची तोवर पर्रीकरांना कल्पनाही नव्हती. अनेक उमेदवारांच्या छाननीनंतर भाजपकडून लोकसभा निवडणुकीसाठी उत्तर गोव्यातून पर्रीकरांच्या नावावर महाजन यांच्याकडून शिक्कामोर्तब होणं, ही अतिशय स्वागतार्ह बाब होती. ही संधी नक्कीच मोहात पाडणारी होती. तर कठीण याच्यासाठी होती की, ही संधी स्वीकारण्याआधी त्यांना एक मोठा प्रश्न मार्गी लावायचा होता : बायकोचा विरोध.

आपल्या नवऱ्याने राजकारणात उतरावं, याला मेधा पर्रीकर यांचा प्रचंड विरोध होता. मनोहर यांनी असा कोणताही निर्णय घेऊ नये, यासाठी त्या सतर्क असायच्या. आरएसएसबरोबर राहून मनोहर यांनी काम करण्याबद्दल मेधा यांची ना नव्हती; पण सक्रिय निवडणुकांच्या राजकारणात मनोहर यांनी भाग घेऊ नये, अशी त्यांची इच्छा होती. त्यांच्या मते राजकारण हे अतिशय घाणेरडं आणि गळेकापू होतं.

२०१७ च्या हिवाळ्यात एका संध्याकाळी, पर्रीकरांनी स्वतः १९९१ ला नक्की काय घडलं होतं याची गोष्ट आम्हाला - मला आणि काही इतर बिगर राजकीय श्रोत्यांना - सांगितली.

कौटुंबिक संबंध असल्याने आम्ही जानेवारी २०१७ मध्ये दिल्लीतील आमच्या घरी पर्रीकरांसाठी एका डिनर पार्टीचं आयोजन केलं होतं. त्याला भारतीय सैन्यातील कार्यरत अनेक वरिष्ठ अधिकारी उपस्थित होते. एअर मार्शल एस. बी. देव, कै. लेफ्टनंट जनरल रवी थोडगे, लेफ्टनंट जनरल आर. आर. निंभोरकर, लेफ्टनंट जनरल संजय कुलकर्णी, लेफ्टनंट जनरल व्ही. जी. खंडारे, ब्रिगेडियर सतीश रत्नपारखी, रिसर्च अ‍ॅण्ड अ‍ॅनॅलिटिकल विंगचे माजी अधिकारी जयदेव रानडे यासारखे मान्यवर त्या पार्टीत सहभागी झाले होते. त्याच्या दुसऱ्या दिवशी विधानसभा निवडणुकीच्या प्रचारासाठी पर्रीकर गोव्याला जाणार होते.

साऊथ ब्लॉकमध्ये हे सगळे जनरल्स आणि एअर मार्शल्स पर्रीकरांबरोबर काम करत असले तरी, अशाप्रकारे अनौपचारिकपणे भेटण्याची ही अतिशय दुर्मीळ संधी त्यांना मिळाली होती. आमच्या ड्रॉईंग रूमच्या कोपऱ्यातील आपल्या आवडत्या झोपाळ्यावर, हातात थंडगार बिअरचा ग्लास आणि समोर पापडांची डिश घेऊन पर्रीकरांनी बैठक जमवली. काही कारणांनी त्या दिवशी ते आपल्या भूतकाळात रमून गेले होते.

गप्पांचा फड जमल्यानंतर रोख हळूहळू गोव्यात होणाऱ्या निवडणुकांकडे वळला. त्याचवेळी बोलण्याच्या ओघात मी पर्रीकरांना कोणत्या परिस्थितीत ते राजकारणात उतरले, असा प्रश्न विचारला. आधी ते स्तब्ध झाले, नंतर बीअरचा एक मोठा घोट घेऊन त्यांच्या राजकारण प्रवेशाची अविश्वसनीय गोष्ट आम्हाला सांगितली.

‘ही १९९१ मधील गोष्ट आहे. प्रमोद महाजन त्यावेळी गोव्यात आले होते आणि त्यांनी लोकसभा निवडणुकीच्या दोन जागांसाठी नवीन चेहेरे शोधण्याची जबाबदारी आमच्यावर सोपवली होती. अनेक नावांची छाननी केल्यानंतरही आमच्या नेहमीच्याच उमेदवारांव्यतिरिक्त अन्य कोणीही माझ्या नजरेसमोर येत नव्हते. खरंतर, आधीच्या दोन्ही लोकसभा निवडणुकांमध्ये त्यांचं डिपॉझिटही जप्त झालं होतं; मात्र तरी त्यांनी त्याची फार पर्वा केली नव्हती आणि अचानक उत्तर गोव्यातून निवडणूक लढवण्यासाठी महाजनांनी मला सांगितलं. मी या गोष्टीसाठी अजिबात तयार नव्हतो. मी प्रचंड गोंधळून गेल्यामुळे आरएसएसची परवानगी आणि त्यांची

राजकारणात न उतरण्याची शिकवण, अशा सबबी सांगायला सुरुवात केली. माझी ही सगळी कारणं महाजनांनी उडवून लावली आणि आवश्यक ती परवानगी मी घेतो, असं आश्वासन दिलं. त्या संध्याकाळी महाजन यांनी हा धक्का दिल्यानंतर मी मोठ्या संकटात सापडलो होतो,' पर्रीकर भूतकाळात रमले होते.

आता ही बातमी मेधाला कशी सांगायची आणि तिची परवानगी कशी मिळवायची, हा पेच त्यांच्यासमोर निर्माण झाला होता.

घरी परतल्यावर नेमकं काय घडलं, याचं वर्णन पर्रीकरांनी आपल्या खुमासदार शैलीत केलं. 'रात्री जेवायला घरी आल्यानंतर, मी हळूच मेधाला ही बातमी सांगितली. सुरुवातीला तिचा विश्वासच बसला नव्हता. "तुम्ही माझी खेचताय, बरोबर नं?" तिने कळकळीनं विचारलं. पण हा विनोद नाही, तर सत्य परिस्थिती आहे, असं मी सांगितल्यावर मेधाला मोठाच धक्का बसला. "तुम्ही होकार कसा दिलात?" तिने मला विचारलं. हा एक प्रकारचा आदेशच आहे आणि मी त्याला कोणत्याही प्रकारे नकार देऊ शकत नाही, याची जाणीव तिला करून दिली. हे ऐकल्यावर मात्र तिचा बांध फुटला. तिला कसं समजवायचं असा मोठा प्रश्न मला पडला होता. ती संपूर्ण रात्र आम्ही बोलत होतो, भांडत होतो. अखेरीस विविध प्रकारे तिची समजूत काढल्यावर ती सहमत झाली. तिची समजूत काढताना सांगितलं होतं की, पुढची १० वर्ष गोव्यात भाजपला सत्तेत आणण्याच्या कामगिरीवर मी असणार आहे. तसं झाल्यावर मी लगेच राजकारण सोडून देईन. याला तिने अतिशय अनिच्छेनेच मान्यता दिली. दुसऱ्या दिवशीच्या सगळ्या वृत्तपत्रांमध्ये माझ्या उमेदवारीची बातमी छापून आली होती,' पर्रीकरांनी सांगितलं.

आधी केलेल्या अंदाजानुसारच, १९९१ च्या निवडणुकीत पर्रीकरांना पराभव स्वीकारावा लागला असला तरी, आधीच्या उमेदवारांप्रमाणे त्यांचं डिपॉझिट जप्त झालं नाही. अर्थात पराभव स्वीकारावा लागण्याची ही त्यांची शेवटची वेळ होती. त्यानंतरची २८ वर्षे पर्रीकरांच्या राजकीय जीवनाची वाटचाल फक्त प्रगती, प्रगती आणि अचानक निघून जाणं अशी झाली.

जानेवारी महिन्यात आमच्या घरी झालेली पर्रीकरांची ती शेवटचीच भेट ठरली. आज मागे वळून बघितलं की, त्या दिवशी पार्टीला हजर असणाऱ्यांपैकी अनेकांना

जाणवलं होतं की, पर्रीकरांनी लाडक्या गोव्याला परतण्याचा निर्णय घेतला होता. तसं बघितलं तर, भारताचे संरक्षणमंत्री म्हणून त्यांचं स्टेटस खूपच वरच्या दर्जाचं आणि अधिक जबाबदारीचं होतं. पण त्या संध्याकाळी त्यांचा असणारा एकंदर मूड आणि आपल्या आयुष्याबद्दल, बायको आणि मुलांबद्दल तसंच गोव्यातील लोकांबद्दल ज्या आत्मियतेने त्यांनी किस्से सांगितले होते, ते ऐकल्यावर त्यांना परतण्याची ओढ लागल्याचं जाणवलं होतं. गोव्याचे खाद्यपदार्थ आणि हवामान यांच्याबद्दलही ते मनापासून बोलले होते. किनारपट्टी लाभलेलं, अतिशय शांतपूर्ण आयुष्य घालवता येणारं गोवा राज्य त्यांच्या रक्तात सामावलेलं होतं. मत्स्याहारासाठी ते तळमळत होते, बिअरच्या संगतीत घालवलेल्या संध्याकाळच्या मित्रांच्या अड्ड्याची त्यांना आठवण येत असे. त्यांच्या आयुष्याचं आणि राजकीय प्रवासाचं सिंहावलोकन केलं तर, त्यांच्या अशा आठवणींत रमण्याचं कारण सापडतं. दिल्लीत काहीशा नाखुशीनेच राहणाऱ्या आणि गोव्याच्या आठवणींनी - तिथले खाद्यपदार्थ, वातावरण, लोक – झुरणाऱ्या पर्रीकरांना जाणून घ्यायचं असेल, तर गतकाळात जाऊन त्यांच्या जुन्या सहकारी, मित्र, कुटुंबीय आणि समर्थक यांच्याशी संपर्क साधावा लागेल. यातूनच त्यांच्या राजकीय प्रवासाचा उलगडा होऊ शकेल.

प्रकरण ५

सक्रिय राजकारणात अडकले

सक्रिय राजकारणात प्रवेश करायचा, हे नक्की झाल्यानंतर, पर्रीकरांनी कधीच मागे वळून बघितलं नाही. निवडणूक लढवण्यासाठी त्यांनी अधिकृतपणे भाजपमध्ये प्रवेश केला आणि गोव्यामध्ये पक्ष बांधणी आणि विस्तारासाठी प्रयत्न सुरू केले. श्रीपाद नाईक आणि सुभाष वेलिंगकर यांच्याबरोबर गोव्यातील शहरी भागांमध्ये आणि विशेषतः राजधानी पणजीमध्ये त्यांनी जनसंपर्क अभियानाला सुरुवात केली. त्यासाठी पर्रीकरांनी गोव्यातील प्रसिद्ध व्यावसायिक कुटुंबे, प्रभावी ख्रिस्ती संस्था आणि स्पोर्ट्स क्लब्ज किंवा थिएटर ग्रुपसारख्या काही सामाजिक संस्था डोळ्यासमोर ठेवल्या होत्या.

१९९१च्या लोकसभा निवडणुकांसाठी गोव्यातील दोनपैकी एका जागेसाठी महाजन आणि मुंडे यांनी पर्रीकरांचं नाव कसं निवडलं, याबाबतचा सविस्तर किस्सा याआधीच्या प्रकरणात आला आहे. आपल्या अंतःप्रेरणा कौल देत नसताना आणि बायकोचा विरोध असतानाही, पर्रीकरांनी राजकारणात उतरण्याचा निर्णय घेतला होता. अर्थात सद्यस्थितीत आपण निवडणूक जिंकणार नाही, याची जाणीव त्यांना

पर्रीकर सदैव उत्साही प्रचारक होते. केंद्रात गेल्यानंतर त्यांच्या जागी मुख्यमंत्री बनलेल्या लक्ष्मीकांत पार्सेकर यांच्याबरोबर (अगदी वरील छायाचित्र)

होती. तरीही आधीच्या उमेदवारांपेक्षा त्यांना मिळालेल्या मतांचा टक्का वाढला होता. योग्य नियोजन आणि हुशारीने केलेली राजकीय युती यामुळे या छोट्याशा राज्यात आपल्या पक्षाचं भविष्य उज्ज्वल आहे, याची जाणीव भाजपच्या वरिष्ठ नेत्यांना झाली होती. तरीही १९९४ पर्यंत पक्षाला निवडणुकीत कोणतीही चमकदार कामगिरी करता आली नाही. मध्यावधी निवडणूक डोळ्यासमोर ठेवून आणखी बरीच मेहनत करावी लागणार होती.

१९९१च्या लोकसभा निवडणुकांमध्ये पराजय झाल्यावर, पर्रीकरांनी गोव्यामध्ये भाजपकडून रामजन्मभूमी आंदोलनाला सुरुवात केली. नोव्हेंबर-डिसेंबर

१९९२ मध्ये आंदोलनाने कळस गाठलेला होता आणि बाबरी मशीदही पाडण्यात आली, त्यावेळी पर्रीकर अयोध्येत होते. गोव्यातून जे कार्यकर्ते अयोध्येला गेले होते, त्यात पर्रीकरांच्या आईचाही समावेश होता. पक्षाची सक्रिय सदस्य नसूनही केवळ संघ परिवाराच्या विचारसरणीवर असलेला विश्वास आणि रामाची उत्कट भक्ती ही त्यामागची कारणं होती. अर्थात राजकारणात आलेल्या आपल्या लाडक्या मुलावर करडी नजर ठेवायला आणि त्याच्या सुरक्षेच्या काळजीने आई पर्रीकरांबरोबर अयोध्येला गेल्याचा दावा काही बुजुर्ग करतात. बाबरी मशिदीच्या विद्ध्वंसानंतर देशभरात उसळलेला क्षोभ आणि काही भागांमध्ये झालेल्या दंगली याची धग गोवा राज्याला लागली नव्हती, त्यामुळे भाजपकडून रामजन्मभूमी आंदोलनाच्या निमित्ताने सगळ्या मतदारांमध्ये त्याची चर्चा होईल, असं वातावरण तयार करण्यात आलं होतं.

त्यावेळी गोव्यातले बहुसंख्य मतदार हे काँग्रेस आणि मगोप या दोन पक्षांनाच पसंती देत होते. अशा परिस्थितीत मगोपची मतं आपल्याकडे वळवून घेणं अत्यंत गरजेचं असल्याचं भाजपच्या लक्षात आलं होतं. त्यामुळे १९९४ ला गोव्यात होणाऱ्या आगामी विधानसभा निवडणुकीसाठी मगोपबरोबर - जो भाजपपेक्षाही मोठा पक्ष होता - युती करण्याची चाल चतुराईने महाजन आणि मुंडे खेळले.

पत्रकार आणि एकेकाळचे आरएसएस स्वयंसेवक दिलीप करंबेळकर यांना संघाने १९९० च्या दशकात गोव्याला पाठवलं होतं. पर्रीकरांच्या राजकीय उदयाचे ते एक अत्यंत जवळचे साक्षीदार होते. त्याचबरोबर ते पर्रीकरांचे जिवलग मित्र आणि विश्वासू सहकारीही बनले. त्यांच्या आठवणींप्रमाणे भाजपमध्ये प्रवेश केल्यानंतर पर्रीकरांनी गोव्यातील परिस्थितीचे स्वॉट ॲनॅलिसीस - स्ट्रेन्थ (क्षमता), वीकनेसेस (कमकुवतपणा), अपॉर्च्युनिटीज् (संधी) आणि थ्रेटस् (अडथळे) - केलं होतं. भाजपला उभारी देण्याच्या दृष्टीने उचललेलं ते पहिलं पाऊल होतं. राजकारणात निःपक्षपातीपणा आणि तर्कसंगत दृष्टिकोन आणण्याचं श्रेय त्यांनाच जातं. पक्षाने निवडणुकीत काही जागा जिंकून विधिमंडळात प्रवेश केला, तरच लोकांच्या आपण नजरेत येऊ, यासाठी तरी आपल्याला मगोपबरोबर युती करावीच लागेल, हे त्यांनी इतर नेते, विशेषतः महाजन आणि मुंडे यांना पटवून दिलं होतं.

म्हणूनच मगोपला सत्तेत येण्यासाठी युतीचा एकमेव पर्याय असल्याचं महाजन आणि मुंडे यांनी मगोपच्या नेत्यांच्या गळी उतरवलं होतं. खरं तर, ही खेळी नवीन नव्हती. शेजारीच असणाऱ्या महाराष्ट्रात भाजपने असाच दृष्टिकोन बाळगून शिवसेनेशी युती केली होती आणि भूमीपुत्रांच्या हक्कांसाठी हातमिळवणी केल्याचं त्यांनी म्हटलं होतं. याचा परिणाम म्हणजे ९०च्या दशकाच्या मध्यावर या युतीचा सर्वत्र बोलबाला झाला आणि १९९५ च्या निवडणुकीत युती सत्तेवर आली. या युतीमध्ये २०१० पर्यंत शिवसेनेचा मोठा वाटा होता. नंतर मात्र भाजपने कुरघोडी केली. अर्थात तो एक वेगळा इतिहास आहे.

भाजपचा राष्ट्रीय स्तरावर वाढत असलेला दबदबा लक्षात घेऊन मगोपने १९९४ च्या विधानसभा निवडणुकीत गोव्यातील ४० पैकी १२ जागा भाजपला देण्याचं मान्य केलं होतं. जिथे आपण जिंकून येऊच, याबद्दल मगोपला फारशी खात्री नव्हती, त्या जागा त्यांनी भाजपला दिल्याचं तेव्हाच्या वृत्तपत्रांमध्ये प्रसिद्ध झालं होतं. मात्र ज्या संधीची भाजप वाट बघत होते, त्याची ही नांदी होती. पर्रीकर स्वतःच्या मतदार संघातून नाही, तर गोव्याची राजधानी अशी ओळख असणाऱ्या

राजकीय कारकीर्दीच्या सुरुवातीला पर्रीकरांनी ज्यांच्याबरोबर काम केले ते दिवंगत गोपीनाथ मुंडे यांच्यासोबत.

पणजीतून उभे राहिले होते. सरकारी कर्मचारी, सनदी अधिकारी, बड्या व्यावसायिक हस्ती आणि गोव्यातील अनेक घडामोडींमध्ये केंद्रस्थानी असणाऱ्या व्यक्ती इथेच राहात होत्या किंवा कार्यरत होत्या.

आयआयटीची पदवी असलेले, तरुण, सहज संपर्क साधता येणारे आणि अतिशय विनयशील पर्रीकर गोव्यातील इतर कोणत्याही राजकीय नेत्यांपेक्षा वेगळे होते. नोकरी व्यवसायासाठी मतदार घराबाहेर पडण्याअगोदरच सकाळी लवकर घरोघरी जाऊन त्यांच्याशी संपर्क साधण्यावर पर्रीकर आणि त्यांच्या टीमने भर दिला होता. हा प्रकार पणजीतल्या नागरिकांसाठी नवीन होता. याशिवाय मगोपची पणजीवर काही प्रमाणात पकड होती. तरीही लोकांना भाजप आणि पर्रीकरांसारख्या तरुण, उत्साही नेत्यांमुळे आशेचा नवा किरण दिसू लागला होता. भाजपला देशभरातून मिळणारा प्रतिसादही जनतेसमोर होताच आणि म्हणूनच भविष्यातील बडा पक्ष म्हणून ते त्याकडे बघत होते.

पणजीमध्ये स्वतःची कामगिरी चांगली असतानाही मगोपने ती जागा भाजपसाठी का सोडली, या प्रश्नाचं उत्तर आजही मिळत नाही. अर्थात, कारण काहीही असलं तरी पर्रीकरांचे परिश्रम आणि शहरी मतदारांना केलेलं आवाहन, यामुळेच ते जिंकू शकले. काँग्रेसच्या केशव प्रभू यांना अतिशय कमी मतांनी पराभव स्वीकारावा लागला, तरी पुढील सर्व निवडणुकांमध्ये विजयी होण्याचा पर्रीकरांचा मार्ग त्यामुळे सुकर झाला. त्यानंतर त्यांनी पणजीतील जागा कधीही गमावली नाही. पहिल्यांदाच निवडणूक जिंकल्यानंतर पर्रीकरांनी पणजीत फिरून वैयक्तिकरित्या हजारो मतदारांना भेटून आभार मानले होते. यामुळे नंतरच्या काळातही पणजीतील त्यांचा विजय निश्चित होत गेला. वैयक्तिकपणे आभार मानण्याचा हा प्रकार नक्कीच वेगळा, अतिशय प्रामाणिक आणि अर्थातच दीर्घकाळासाठी फायदेशीर ठरणारा होता.

त्यावेळच्या विधानसभा निवडणुकांमध्ये भाजपने १२ जागांवरच आपले उमेदवार उभे केले होते. तरीही पर्रीकरांव्यतिरिक्त आणखी ३ उमेदवार निवडणूक जिंकले होते. १९९० पर्यंत ज्या पक्षाचा मागमूसही नव्हता त्या पक्षाने मिळवलेलं हे यश कौतुकास्पद होतं. भाजपचा उदय - त्यात पर्रीकरांसारखा चमकता तारा - सुरू झाला होता.

इथून पुढे २५ वर्षे पर्रीकरांच्या राजकीय कारकीर्दीचा आलेख कायम चढाच राहिला. हे राजकीय यश संपादन करण्यासाठी त्यांना - शेवटपर्यंत म्हणजे मार्च २०१९ मध्ये त्यांचं निधन होईपर्यंत - कठोर आणि अथक परिश्रम करावे लागले होते. काही राजकीय निरीक्षक आणि टीकाकार यांच्या मते, पर्रीकर ज्या गौड सारस्वत ब्राह्मण समाजातून आले होते, त्या समाजाकडून त्यांना खूप फायदा झाला होता. पण खरंतर त्यांची लोकप्रियता ही मूठभर असणाऱ्या उच्चभ्रू ब्राम्हण समाजातील उपजातींच्याही पलिकडे जाऊन पोहोचली होती.

१९९४च्या विधानसभा निवडणुकीत भाजपच्या तिकिटावर पर्रीकरांच्या बरोबर श्रीपाद नाईक, दिगंबर कामत आणि नरहरी हळदणकर हे उमेदवारही जिंकले होते. सध्या मोदी सरकारमध्ये संरक्षण मंत्रालयाचे मंत्री असलेल्या नाईक यांची त्यावेळी विधानसभेतील भाजपचे पक्षनेते म्हणून निवड करण्यात आली असली, तरी विधानसभा खऱ्या अर्थाने गाजवली ती पर्रीकरांनीच. सर्वसामान्यांच्या आयुष्यावर परिणाम करणाऱ्या प्रश्नांमध्ये त्यांचा असणारा उत्कट सहभाग, सरकारच्या संशयास्पद आर्थिक व्यवहारांसंदर्भात संशोधन करण्याचा आणि ते समजून घेण्याचा त्यांचा सजग दृष्टिकोन आणि चुकीच्या गोष्टी निर्भयपणे उघडकीला आणणे यामुळे ते सर्वसामान्य आणि अभिजन अशा दोन्ही वर्गात लोकप्रिय बनले होते.

करंबेळकर यांच्या आठवणीनुसार : 'सारस्वत ब्राह्मण असल्याने सामान्यतः जनतेकडून स्वीकारले जात नाहीत, पण पर्रीकरच्या संदर्भात या समजाला धक्का बसला. तो गोव्यातील खराखुरा जननेता बनला होता. आपल्या व्यक्तिमत्वाच्या मदतीने त्याने हे जातीपातीचे अडथळे दूर सारले होते. गोव्यामध्ये पक्षापेक्षाही व्यक्तिमत्व जास्त महत्त्वाचं मानलं जातं. आपण सरकारमध्ये सहभागी झाल्याशिवाय पुढची प्रगती होणं अशक्य असल्याचंही पर्रीकरच्या लक्षात आलं होतं. जेव्हा पर्रीकर विरोधी पक्षनेता होता, त्यावेळी काँग्रेसचे वरिष्ठ नेते, मंत्री आणि तत्कालीन मुख्यमंत्री प्रतापसिंह राणे यांचे विरोधक म्हणून ओळखल्या जाणाऱ्या विल्फ्रेड डिसुझा यांचा तो मित्र झाला होता. डिसुझाही अनेक प्रश्नांच्या संदर्भात मनोहरशी सल्लामसलत करत असतं. जात्याच हुशार असणाऱ्या मनोहरने अर्थसंकल्पासह शासकीय

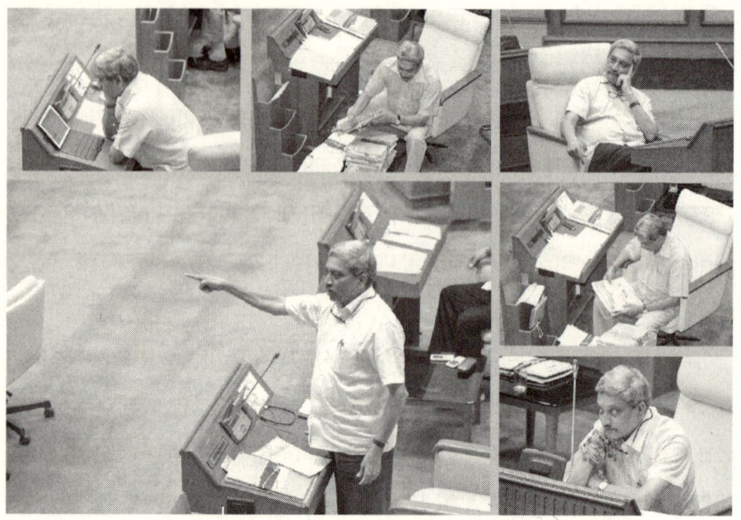

राज्य विधिमंडळात पर्रीकर : विधिमंडळ कामकाजातील निष्णात माणूस

कामकाजातल्या बऱ्याच बारीकसारीक खाचाखोचा तत्काळ समजून घ्यायला सुरुवात केली. योग्य वेळ येताच आपण गोव्याचा कारभार सांभाळू शकू, इतका आत्मविश्वास त्याच्यात निर्माण झाला होता.'

भाजपचा विधानसभेत प्रवेश झाल्यानंतर, पक्षाची कामगिरी आणि विविध प्रश्नांवरून सरकारवर टीकेची झोड उठवणारे पर्रीकर राज्यातील जनतेच्या लक्षात येऊ लागले. करंबेळकर याबाबत सांगत होते, 'भाजपमध्ये प्रवेश केल्यानंतर आणि विधानसभा निवडणूक जिंकून यायच्या आधी, मनोहरने संपूर्ण राज्याचा दौरा केला होता. या दौऱ्यादरम्यान, तेथील नागरिकांनाच नव्हे तर, त्याच्या कुटुंबातील प्रत्येक सदस्याला नावानिशी ओळखत असल्याचं त्यांनी दाखवून एक विश्वासाचं नातं निर्माण केलं. त्यामुळे गोव्यातील जनता त्याला अपार प्रेम आणि पाठिंबा द्यायला तयार झाली होती. मनोहरच्याच मेहनतीमुळे भाजप हळूहळू राज्यातील एक महत्त्वाचा पक्ष बनत चालला होता.'

नाईक आणि पर्रीकर दोघांचीही व्यक्तिमत्त्वे विरुद्ध असली तरी १९९४-१९९९ या काळात विधिमंडळात त्यांची एक छान टीम बनली होती. नाईक संघटनात्मक प्रश्नांवर, तर पर्रीकर सरकारच्या चुकीच्या निर्णयांचा पर्दाफाश

करण्याच्या उद्देशाने काम करत होते. राज्य विधिमंडळात आरोप करण्याअगोदर त्या विषयाचा संपूर्ण अभ्यास करून, त्याविषयीची संपूर्ण माहिती गोळा करून सरकारच्या विरोधात मजबूत केस तयार करण्यात पर्रीकरांचा कोणीही हात धरू शकत नव्हतं. ६०० कोटी रुपयांहून अधिक किमतीचा ड्युपॉन्ट नायलॉन उत्पादन प्रकल्प उभारला जाऊ नये, यासाठी राणे सरकारच्या विरुद्ध उभ्या ठाकलेल्या विरोधकांचं नेतृत्व पर्रीकर यांनी कसं सांभाळलं होतं, याची आठवण आजही जुन्या जाणत्यांच्या मनात ताजी आहे. (https://www.icis.com/explore/resources/news/1995/06/19/24175/thapar-dupont-ditches-goa-for-tamil-nadu-site/)

१९९५ साली प्रकाशित झालेल्या एका रिपोर्टनुसार : 'गोव्यातील वनभागात २१७ दशलक्ष डॉलर्स किमतीचा सिंथेटीक नायलॉन ६.६ कारखाना उभारण्यासाठी ड्युपॉन्टची गेल्या सात वर्षांपासून खटपट सुरू आहे. याद्वारे तिला आशियात उदयास येत असलेल्या वाहन टायर बाजारपेठेवर कब्जा करायचा आहे. भारतीय व्यवसायांमध्ये जास्त प्रमाणात परदेशी कंपन्यांचे शेअर असण्याला भारत सरकारचा अनेक वर्षे असलेला विरोध लक्षात घेऊन, ड्युपॉन्टने प्रख्यात भारतीय औद्योगिक कंपनी थापरबरोबर करार केला. त्यानंतर १९९५ मध्ये झालेल्या थापर ड्युपॉन्ट लिमिटेड (टीडीएल) या नव्या भागीदारी कंपनीने आपल्या भविष्यकालीन नायलॉन फॅक्टरीच्या उभारणीसाठी पणजीपासून ३० मैलांवर असणाऱ्या केरी गावाची निवड केली.' (https://www.multinationalmonitor.org/hyper/issues/1995/03/mm0395_11.html). मात्र स्थानिक कार्यकर्त्यांना - ज्यांनी नायलॉन ६.६ विरोधात जनआंदोलन सुरू केले - ड्युपॉन्टच्या दाव्यांमध्ये काहीतरी पाणी मुरत असल्याचा संशय यायला लागला.

त्यावेळच्या स्थानिक वृत्तांनुसार, टीडीएलकडून अवैधपणे बांधण्यात आलेली कंपाऊंडची भिंत पाडून टाकण्यासाठी सरकारला निर्वाणीचा इशारा दिल्यानंतरही स्थानिक जनतेने हे संपूर्ण प्रकरण आपल्या हातात घेतलं होतं.

जनतेची नाडी अचूक ओळखणाऱ्या पर्रीकरांनी, पर्यावरणवादी आणि केरी गावातील लोकांच्या नेतृत्वाखाली सुरू असलेल्या चळवळीला कुशलतेने हाताळायला सुरुवात केली आणि सरकारला या प्रकरणी झुकायला लावलं. त्यामुळे

हा संयुक्त उपक्रम गोव्यातून हद्दपार झाला. नंतर तो प्रस्तावित प्रकल्प तामिळनाडूमध्ये हलवावा लागला.

त्यानंतर १९९७-९८ मध्ये गोव्याचे तत्कालीन ऊर्जामंत्री मौविन गोडिन्हो यांच्या कारभारावरून पर्रीकरांनी सरकारवर परत एकदा निशाणा साधला. त्यावेळी गोवा राज्यात विजेचा प्रचंड तुटवडा जाणवत होता. यावर उपाययोजना म्हणून ५० मेगावॅट वीज विकत घेण्याबाबत ऊर्जामंत्र्यांनी खासगी कंपनीबरोबर (त्यावेळची मेसर्स रिलायन्स साळगांवकर पॉवर कंपनी लिमिटेड) एका दीर्घकालीन करारावर सह्या केल्या होत्या. सरकारला यावर सबुरीची भूमिका घेत या कराराचा फेरविचार करावा लागला. लोकांच्या जिव्हाळ्याचे विषय हेरून त्यावर आवाज उठवण्याचं धोरण त्यावेळी पर्रीकरांनी स्वीकारलं होतं. अशा धोरणामुळे सरकारचा मनमानी कारभार किंवा त्यांचे अन्यायकारक निर्णय, सरकारचा भ्रष्टाचार लोकांपुढे उघड व्हायला लागला. सरकारच्या कारभारावर सातत्याने टीका करणं किंवा विविध प्रश्नांवरून सरकारला धारेवर धरणं, यामुळे लोकांना ते अधिक आवडू लागले. आमदार म्हणून त्यांची पहिल्याच कार्यकाळातील कामगिरी अत्यंत उल्लेखनीय होती. रोजच्या रोज काहीतरी बातमी पुरवण्याच्या त्यांच्या स्वभावामुळे स्थानिक माध्यमांमध्येही ते लोकप्रिय होते. तळागाळातल्या जनतेचेही प्रश्न समजून घेतल्यामुळे लोक त्यांच्यावर खूश होते, तर कायमच सगळ्यांसाठी उपलब्ध आणि मदतीसाठी तत्पर असणाऱ्या पर्रीकरांच्या याच स्वभावामुळे पक्ष कार्यकर्तेही त्यांच्याशी एकनिष्ठ राहिले होते. सरकारच्या कारभाराला लगाम घालण्याचं पर्रीकरांचं काम इतकं चोख सुरू होतं की, त्यामुळे राज्यातील राजकीय हालचालींना वेग आला होता.

१९९८ साली काँग्रेस पक्षातील अंतर्गत विरोधामुळे मुख्यमंत्री राणे यांना पायउतार व्हावं लागलं. पर्रीकरांचे मित्र असणाऱ्या विल्फ्रेड डिसूझा यांनी पक्षातून बाहेर पडून नवीन पक्ष काढला आणि मगोपच्या मदतीने सरकारही स्थापन केलं. पर्रीकर आणि त्यांचे सहकारी आमदार यांनी हुशारीने बाहेरून पाठिंबा दर्शविला असला, तरी महायुतीत सामील होण्यास नकार दिला होता. भाजपच्या आमदारांना सत्तेचा मोह नाही, ही गोष्ट जनतेत त्यांचा आदर वाढवायला कारणीभूत ठरली होती.

आमदार म्हणून असणारा पर्रीकरांचा पहिला कार्यकाल (१९९४-१९९९) आता संपला असला तरी पक्षाच्या इतर नेत्यांपेक्षा ते वरचढ ठरले होते, ही गोष्ट स्पष्ट होती. राज्यात विधानसभेच्या निवडणुका १९९९ मध्ये होणार होत्या. भाजपचा राज्यात वाढलेला दबदबा बघून, मागच्या निवडणुकीत भाजपला १२ जागा देणारा मगोप यावेळी मात्र आपल्या मित्रपक्षाला जास्त जागा देण्याबाबत फारसा अनुकूल नव्हता. काँग्रेसमधून फुटून बाहेर पडलेल्या गटाशी सत्तेच्या हव्यासातून युती करून संधीसाधूपणा केल्यामुळे मगोपचा प्रभाव काहीसा कमी झाला होता.

महाजन आणि मुंडे यांनी परत एकदा १९९९ च्या निवडणुकीत मगोपबरोबर युती करण्यासाठी चाचपणी करायला सुरुवात केली होती. मात्र काँग्रेसची कृष्णकृत्यं उघडकीला आणल्याबद्दल पर्रीकर आणि त्यांच्या इतर सहकाऱ्यांमुळे यावेळी स्थानिक भाजपचं पारडं काहीसं जड होतं. मगोपबरोबर युतीसंदर्भात महाजन आणि मुंडे यांच्या वाटाघाटी सुरू असल्या तरी पर्रीकरांच्या सततच्या आग्रहामुळे स्थानिक पातळीवर भाजपची स्वबळावर निवडणूक लढवण्याची मानसिकता तयार झाली होती. वाटाघाटी सुरू होत्या आणि आत्मसंतुष्टीत असणाऱ्या मगोपला युती होणारच, याबद्दल खात्री वाटत होती. अर्थात, राज्यातील स्थितीचा अंदाज पर्रीकरांना असल्याने, या चर्चेला पूर्णविराम देण्यासाठी ते आग्रही होते.

या वाटाघाटी नंतर फिस्कटल्या आणि भाजपने स्वबळावर निवडणुकीत उतरायचं ठरवलं. खरंतर हा एकप्रकारचा जुगारच होता.

१९९४ च्या ४ जागांच्या तुलनेत यावेळी भाजपने १० जागांवर मुसंडी मारली होती. तर काँग्रेसबरोबर युती केल्याची शिक्षा म्हणून मतदारांनी मगोपच्या केवळ चारच उमेदवारांना विधानसभेत पाठवले. भाजप आणि त्यातही पर्रीकर आता आपलं वर्चस्व राखून होते. लुईझिन्हो फालेरो यांच्या नेतृत्वाखाली काँग्रेसने आपलं सरकार स्थापन केलं. विधानसभेचे विरोधी पक्षनेते म्हणून पर्रीकरांची निवड करण्यात आली. दरम्यानच्या काळात श्रीपाद नाईक यांना भाजप नेतृत्वाने केंद्रात पाठवण्याचा निर्णय घेतला आणि राज्यातील निर्विवाद पक्षनेता म्हणून पर्रीकरांचा मार्ग मोकळा झाला.

भाजपच्या मदतीवर अवलंबून असणाऱ्या - आणि त्यांना तशी मदत तातडीने पुरवण्यातही आली - फ्रान्सिस्को सार्दिन्हो यांनी फालेरो सरकार पाडले. पुढे सार्दिन्हो सरकारमध्ये भाजपच्या तीन आमदारांचा समावेश करण्यात आला. पण त्यात पर्रीकरांचा समावेश नव्हता. सत्तेबाहेर राहून, आपण सत्तेचे भुकेले नाही, हे अत्यंत चतुराईने त्यांनी लोकांच्या मनात ठसवलं. लोकांनाही त्यांचा हा दृष्टिकोन भावला होता. त्यांच्या संयमाची लवकरच परतफेड झाली. सार्दिन्हो सरकार डळमळीत व्हायला सुरुवात झाली.

काही महिन्यांतच सार्दिन्होविरुद्ध बंडाचा झेंडा फडकला. पर्रीकर जर सरकार स्थापनेचा दावा करणार असतील, तर काँग्रेसचे असंतुष्ट आमदार पाठिंबा द्यायला तयार होते. अखेर ऑक्टोबर २००० मध्ये पर्रीकर यांच्या नेतृत्वाखाली काँग्रेस, भाजप आणि मगोप अशा तीन पक्षांचं मिळून सरकार स्थापन झालं. पर्रीकरांनी आपली बायको मेधा हिला दिलेल्या वचनांपैकी एक वचन पूर्ण केलं होतं : अंदाज केल्याप्रमाणे दशकभरातच त्यांनी भाजपला शून्यातून सत्तेत आणलं. मात्र ते स्वतः राजकारणातच राहिले आणि मुख्यमंत्रीही बनले. माझ्या दिल्लीतल्या घरी २०१७ मध्ये झालेल्या छोटेखानी समारंभात स्वतः पर्रीकरांनी याचं कारणही सांगितलं होतं, 'भाजप सत्तेवर आल्यानंतर मी राजकारण सोडून देईन, असं वचन मी ज्या व्यक्तीला (मेधाला) दिलं होतं, तीच माझी साथ सोडून गेली. राजकारण आणि राजकारणातून लोकसेवा, हेच माझं आयुष्य बनलं. म्हणूनच मी ऑक्टोबर २००० मध्ये मुख्यमंत्रीपदाची शपथ घेतली. अर्थात माझ्या निर्णयाला पाठिंबा देणाऱ्या मेधाला मी कधीच विसरू शकणार नाही.'

वयाच्या ४४ व्या वर्षी मुख्यमंत्री बनलेल्या पर्रीकर यांची, आयआयटीमधून उत्तीर्ण होऊन निवडणूक जिंकलेली पहिलीच व्यक्ती म्हणून नंतरच्या काळात ओळख बनली. पुढची १९ वर्षे काही अडचणींचा सामना करावा लागणारे पर्रीकर आणि गोव्याचं राजकारण हे जवळपास समानार्थी शब्द बनले होते. काळाबरोबर त्यांचं राजकीय भाग्यही बहरायला लागलं आणि नोव्हेंबर २०१४ मध्ये ते जेव्हा भारताचे संरक्षणमंत्री झाले त्यावेळी तर भाग्याने कळसाध्याय गाठला होता. पण तिथपर्यंत पोहोचण्यासाठी त्यांना अनेक कठीण राजकीय आणि वैयक्तिक लढाया लढवाव्या लागल्या होत्या.

प्रकरण ६

मुख्यमंत्रीपदाची शपथ, मेधाच्या आठवणी

ऑक्टोबर २००० मध्ये गोव्याचे मुख्यमंत्री म्हणून पहिल्यांदाच पर्रीकरांनी शपथ ग्रहण केली, तेव्हा राज्यासाठी एक नवीन सुरुवात म्हणून त्यांनी या संधीकडे बघितलं होतं. अर्थात, त्यांच्या वैयक्तिक आयुष्यात मात्र कधीही भरून न येणारी पोकळी निर्माण झाली होती.

पर्रीकरांची झोकून जाऊन काम करण्याची पद्धत आणि संघ परिवाराचे सामूहिक प्रयत्न यामुळे संघाचा एक सच्चा सदस्य गोव्याचा मुख्यमंत्री बनला होता, पण नवीन मुख्यमंत्र्यांच्या या आनंदाला अपरिमित दुःखाची एक किनार होती. त्यांची केवळ जीवनसाथीच नाही तर, त्यांचं आयुष्य असणारी मेधा हे जग कायमचं सोडून गेली होती. राज्यातील राजकीयदृष्ट्या सर्वोच्च स्थान असलेल्या मुख्यमंत्रीपदी पर्रीकर विराजमान होण्याच्या केवळ सहाच महिने अगोदर मेधा यांचं निधन झालं होतं.

आधी सांगितल्याप्रमाणे, १९७० च्या दशकात मनोहर आणि मेधा यांची मुंबईत भेट झाली होती. त्यावेळी मुंबई ही बॉम्बे म्हणून ओळखली जात होती, शिवाय वेगवेगळ्या संधी उपलब्ध करून देणारं, स्वप्नपूर्ती करणारं आणि अमर्याद आकांक्षापूर्ती करणारं शहर म्हणून मुंबईची ओळख होती. तेव्हापासून आजतागायत सुवर्णसंधीचा पासपोर्ट म्हणून ओळख असलेल्या आयआयटी बॉम्बेत सहज प्रवेश मिळवलेले पर्रीकर अभ्यासाच्या बाबतीत अत्यंत मेहनती किंवा हुशार विद्यार्थी नव्हते.

त्यांच्या कहाणीला १९७३ पासून सुरुवात झाली. त्या वर्षीपासूनच आयआयटीच्या प्रवेश परीक्षेसाठी गोवा केंद्र सुरू झालं होतं. गोव्यामध्ये आयआयटीबद्दल फारशी जागरूकता नव्हती. त्याआधी गोव्यातील विद्यार्थ्यांना ही प्रवेशपरीक्षा देण्यासाठी मुंबईला जावं लागायचं. त्यामुळे अनेक परीक्षार्थींना याचा लाभ घेणं शक्य होत नसे. आयआयटी आणि आयटीआय या दोनमध्ये अनेकदा गोंधळ निर्माण होत असे. आयटीआय म्हणजे इंडस्ट्रियल ट्रेनिंग इन्स्टिट्यूट. संपूर्ण भारतभर तिच्या शाखा आहेत आणि ही संस्था कामगारांना प्रशिक्षण देऊन कुशल तंत्रज्ञ बनवते.

गोव्यात प्रवेशपरीक्षेचं केंद्र सुरू झाल्यामुळे पर्रीकर नशीबवान ठरले, कारण तेवढ्यासाठी त्यांना मुंबईपर्यंत प्रवास करून जावं लागलं नाही. ते प्रवेशपरीक्षेसाठी बसले आणि सहजपणे परीक्षा उत्तीर्णही झाले, यामुळे भारतातील आणखी दोन इंजिनिअरिंग कॉलेजमध्ये प्रवेश घेण्यासाठी ते पात्र ठरले. मात्र कुटुंबाने एकमताने त्यांना आयआयटी बॉम्बेला पाठवण्याचा निर्णय घेतला, कारण त्याच वर्षी त्यांची मोठी बहीण ज्योती लग्न होऊन मुंबईत आली होती.

याशिवाय आणखीही काही नातेवाईक मुंबईत होते, जे गरज पडलीच तर मनोहर यांची काळजी घेऊ शकणार होते.

आयआयटी बॉम्बेमध्ये प्रवेश घेतलेले नवीन विद्यार्थी होस्टेल लाईफमध्ये स्थिरस्थावर होत होते, टेक्निकल विषयांची ओळख करून घेत होते, अशावेळी मनू (मनोहर यांचे घरातील आणि हॉस्टेलवरचे टोपण नाव) मात्र इतरांपेक्षा वेगळे असल्याची आठवण अनेक मित्रांना अजूनही आहे. त्यांना आयुष्यातल्या इतर

मेधा, दोन मुलं आणि भाचीबरोबर पर्रीकर.
मुख्यमंत्री होण्याच्या सहा महिने अगोदर त्यांच्या पत्नीचं निधन झालं.

गोष्टींमध्येही प्रचंड रस होता - राजकारण, तंत्रज्ञान, वैचारिक वादविवाद आणि वाचन - हातात मिळेल ते आणि समोर येईल ते सगळं काही वाचण्याचा त्यांना छंद होता. एका मित्राच्या आठवणीप्रमाणे, 'मनोहरला वाचनाचा अतिशय छंद होता. तो इतका की, बाहेरून काही खाण्याचे पदार्थ मागवले किंवा आणले असतील आणि ते जर एखाद्या वृत्तपत्रात बांधलेले असतील, तर तो त्या वृत्तपत्राचा तुकडा घेऊन जायचा आणि वाचून काढायचा. असा छंदिष्ट होता तो.'

आणि तशीच मेधा - मेधा कोटणीस - ज्योतीताईंची नणंद होती. ज्योतीताईंच्या आठवणीप्रमाणे, 'मेधा त्यावेळी मराठी साहित्य या विषयातून पदवीचा अभ्यास

करत होती. ती एखाद्या अधाशासारखं वाचन करायची. माझ्या अंदाजाप्रमाणे मनू आणि मेधाची प्राथमिक ओळख पुस्तकांमुळेच झाली असावी, कारण दोघांचाही एकच छंद होता.' या एकाच छंदामुळे ते दोघंजण नियमितपणे भेटायला लागले आणि भेटींचं रूपांतर प्रेमात झालं. 'सुरुवातीला एकमेकांना कोणतं पुस्तक आवडलं, यावर सुरू झालेल्या चर्चेचं रूपांतर प्रेमात झालं. १९७५ च्या शेवटी किंवा १९७६ च्या सुरुवातीच्या काळात या प्रेमप्रकरणाला सुरुवात झाली असावी. माझ्या डोळ्यांसमोरच तर त्यांचं नातं बहरत गेलं,' ज्योतीताई सांगत होत्या.

पर्रीकरांची मोठी बहीण - ज्यांचा लहानपणापासूनच त्यांच्या आयुष्यावर मोठा प्रभाव आहे - गतकाळातील आठवणींमध्ये रमून गेल्या होत्या –'हे दोघंजण एकमेकांना आवडले असल्याची पुसटशीही कल्पना आम्हाला कोणालाच सुरुवातीला आली नाही, कारण मेधा अत्यंत लाजाळू आणि अबोल मुलगी होती. त्यांची पहिली भेट झाल्यानंतरच्या वर्षीपासून मनोहर अतिशय नियमितपणे आम्हाला भेटायला यायला लागला, तेव्हा मला त्या दोघांमध्ये एकमेकांसाठी असणारं आकर्षण लक्षात आलं,' असं ज्योतीताई म्हणाल्या. 'मेधा एवढी लाजाळू मुलगी होती की, ती घरातल्या मंडळींशीसुद्धा बोलायची नाही. त्यामुळे कोणाच्याच लक्षात ही गोष्ट आली नाही. तिच्या या शांत स्वभावामुळे, अगदी तिचे वडील म्हणजे माझे सासरे यांनाही जेव्हा मनोहर आणि ती एकमेकांच्या प्रेमात आहेत, हे कळलं तेव्हा आश्चर्याचा धक्काच बसला होता. हा धक्का साधासुधा नव्हता, कारण आपली मुलगी प्रेमात पडली आहे यापेक्षाही तिने कोणाशीतरी संवाद साधला, याचा धक्का जास्त मोठा होता. "मेधा कशी काय कोणाच्या प्रेमात पडेल? मला नाही वाटत की ही बातमी खरी आहे!" ते म्हणाले होते. मेधा कधी कोणाशी बोलू शकेल, या गोष्टीवरच त्यांचा विश्वास बसला नव्हता. त्यांच्या मते - तुम्ही प्रेमात पडता, तेव्हा साहजिकच तुम्ही त्या व्यक्तीशी गप्पा मारता, आपल्या भावना त्याच्यापर्यंत पोहोचवत असता; आणि म्हणूनच माझ्या सासऱ्यांना मोठा धक्का बसला होता. कौटुंबिक कार्यक्रम आणि स्नेहसंमेलनांमध्ये मेधाचा लाजाळूपणा जरा तरी कमी होईल यासाठी त्यांनी खूप प्रयत्न केले होते. म्हणूनच सुरुवातीला ते या गोष्टीवर विश्वासच ठेवू शकले नव्हते!' ज्योतीताईंनी सांगितलं.

त्यांचं हे प्रेमप्रकरण २-३ वर्षे सुरू होतं, मात्र ते फारसं कोणाच्या लक्षात आलं नव्हतं. मेधाताईंना जेव्हा विद्यापीठात जायचं असे तेव्हाच ते दोघं बाहेर भेटायचे. तसंही रविवारी मनोहर त्याच्या ताईला भेटायला घरी जातच असे. 'त्यावेळी तो तिला भेटायचा नाही, किंबहुना तो तिला बाहेरच्या बाहेर फारसा भेटू शकायचा नाही, कारण एकतर तो शिकत होता आणि हातखर्चासाठी मिळणारे पैसेही मर्यादित असायचे. काहीवेळा मीच त्याला पैसे देत असे. आमच्या बाबांनी महिनाभराच्या खर्चासाठी जे पैसे पाठवलेले असायचे ते खर्च झाल्याचं तो घरी येऊन सांगायचा आणि त्यावेळी एटीएम पण नव्हती. त्यामुळे तो माझ्याकडे आर्थिक मदत मागायचा. मी त्याला १००-१५० रुपये द्यायचे. ही रक्कम त्याकाळात खूप जास्त होती. असं असलं तरी, ते दोघंजण एकत्र फारसे बाहेर जायचे नाहीत. तो त्याच्या आयआयटीमध्ये व्यग्र होता, तर मेधाही त्यावेळी एमए करत होती. त्यामुळे ते दोघंजण दर रविवारी घरीच भेटत असत,' ज्योतीताई अजूनही त्या आठवणींमध्ये रमतात.

आणीबाणीच्या काळात जरी मनोहर राजकीयदृष्ट्या सक्रिय झाले असले, तरी बॉम्बेत त्यांच्या मेधाबरोबरच्या भेटीगाठी सुरू होत्या. दोन्ही कुटुंबांनी आणि विशेषतः मेधाच्या परिवाराने या नात्याला शांतपणे संमती दिली होती. त्याचमुळे १९७८ साली मनोहरने पदवी संपादन करून त्याला नोकरी मिळाल्यानंतर (लार्सन ॲण्ड टुब्रो) वर्षभरातच त्यांचा संसार सुरू झाला.

'तसं पाहता, मोठा भाऊ अवधूत याच्याही आधी त्याचं लग्न झालं. त्या काळात या अशा गोष्टी घडणं फारसं स्वीकारार्ह नसल्याने (मोठ्या भावाच्या आधी धाकट्याचं लग्न होणं) माझ्या बाबांचे मित्र आणि नातेवाईक यांनी कुजबुजत्या स्वरांमध्ये इशारा द्यायला सुरुवात केली होती.'आता समाजात चर्चा सुरू होईल की, अवधूतमध्ये काहीतरी खोट आहे,' असं ते सांगत असत. त्याकाळी ही अशीच जुनीपुराणी मानसिकता होती! म्हणून त्याच्या नंतरच्याच वर्षी बाबांनी अवधूतचंही लग्न लावून दिलं. अशाप्रकारे माझ्या दोन्ही भावांची लग्नं लहान वयातच झाली,' लताताई म्हणाल्या.

आपल्याला परदेशी जायचं नाही किंवा लार्सन ॲण्ड टुब्रो यासारखी आर्थिकदृष्ट्या फायदेशीर नोकरीही करायची नाही, याबद्दल पर्रीकर ठाम होते. म्हणूनच

लग्नानंतर लगेचच मेधा आणि मनोहर गोव्याला निघून आले. त्याकाळच्या पद्धतीप्रमाणे एकत्र कुटुंबात राहून त्यांचा संसार सुरू झाला. भावाबरोबर एक छोटासा व्यवसाय सुरू केलेला असला तरी, मनोहर यांनी सामाजिक कार्यात स्वतःला झोकून दिलं.

त्यांच्या पहिल्या मुलाचा उत्पलचा जन्म १९८० साली झाला, त्याच्यानंतर काही वर्षांनी परिवारात अभिजातचं आगमन झालं. पर्रीकर त्यावेळी आपल्या कामामध्ये गुंतलेले असल्याने मेधाने दोन्ही मुलांना एकहाती वाढवलं. अर्थात, एकत्रित कुटुंबात राहात असल्याचा फायदाही त्यावेळी झाला. अत्यंत सामान्य, मध्यमवर्गीयांप्रमाणेच दोन्ही मुलांचं संगोपन करताना, चांगले संस्कार देतांना, शिक्षण महत्त्वाचं आहे, हेसुद्धा त्यांच्यावर बिंबवलं गेलं होतं. मेधा एक परिपूर्ण आई तर होतीच, पण ती एक पाठिंबा देणारी पत्नीही होती.

पर्रीकरांची सामाजिक, राजकीय पार्श्वभूमी आणि वाढत्या जबाबदाऱ्या लक्षात घेता, मेधा आणि मनोहर यांचं वैवाहिक आयुष्य इतर जोडप्यांसारखं कधीच नव्हतं. एकत्रितपणे बाहेर जाणं किंवा एकत्र सुट्टीवर जाणं, हे प्रकार दुर्मीळ होते. मात्र रविवारचे काही तास कुटुंबासाठी दोघंही आवर्जून राखून ठेवत असे. कुटुंबीय आणि मित्रपरिवाराच्या आठवणीनुसार, दोन्ही मुलांची आईबरोबर अधिक गट्टी होती, कारण बाबांना जास्त वेळ घरी बघण्याची त्यांना सवयच नव्हती. इतर महाराष्ट्रीय गोवन मध्यमवर्गीय परिवारातील मुलांप्रमाणेच आपलीही मुलं वाढतील, याकडे मेधाचं लक्ष होतं. ती नम्र, सुशिक्षित, जगाबद्दल माहिती असणारी, आपल्या संस्कृतीशी घट्टपणे जोडलेली आणि तरीही आधुनिक व प्रगतिशील विचारसरणी असणारी हवीत, याबद्दल ती विशेष आग्रही होती. मनोहर यांच्या व्यस्त दिनक्रमातही इतरांचं आयुष्य सुरळीत सुरू होतं. मनोहर यांच्याच म्हणण्यानुसार, त्यांच्या राजकारणातील प्रवेशावर मेधा फारशी खूश नव्हती. पण भाजपला गोव्यात सत्तेत आणल्यानंतर मी राजकारण सोडून देईन, या पर्रीकरांनीच दिलेल्या वचनानंतर काहीशा अनिच्छेनेच तिने याला परवानगी दिली होती. १९९१ मध्ये हे वचन दिलं गेलं होतं.

नंतरच्या दशकात आयुष्य आणखी खडतर बनलं. १९९४ साली पर्रीकर जेव्हा राज्य विधानसभेसाठी पहिल्यांदाच निवडून आले, त्यावेळी राजकारणाबद्दल प्रचंड राग असूनही मेधा यांनी आपल्या नवऱ्याचा हिरिरीने प्रचार केला होता. पुढची सहा

वर्षे विरोधी पक्ष, आमदार आणि नंतर विरोधी पक्षनेता म्हणून सक्रिय असणाऱ्या पर्रीकरांचा राजकीय आलेख जसजसा चढत गेला, तसतसे ते घरातल्या गोष्टींकडे कमी लक्ष देऊ शकले.

परिणामी, १९९९ च्या शेवटी आणि २००० च्या सुरुवातीला मेधाच्या झपाट्याने घटणाऱ्या वजनाकडे ना मेधा, ना मनोहर नीट लक्ष देऊ शकले. तिच्या या अचानक कमी होत जाणाऱ्या वजनाकडे इतरांचं मात्र लक्ष वेधलं गेलं होतं. 'ज्योतीच्या मुलाच्या लग्नाची गडबड सुरू होती आणि मी जेव्हा-जेव्हा लग्नाच्या तयारीबद्दल चर्चा करायला त्यांच्या घरी जात होते, तेव्हा प्रत्येक वेळी तिचं वजन झपाट्यानं कमी झाल्याचं माझ्या लक्षात येई. म्हणून मी मेधाला त्याबद्दल विचारलंही. मात्र त्याचवेळी बॉर्डरलाईनवरील डायबेटिस झाल्याचं वैद्यकीय अहवालात समजल्याने आपण साखर सोडून दिल्याचं आणि म्हणून वजन कमी झालं असावं, असा अंदाज तिने मला बोलून दाखवला. मी पण हा विषय फारसा ताणला नाही. मात्र लग्नानंतर अवघ्या १५ दिवसांनी मी परत एकदा तिला भेटायला घरी गेले, तेव्हा तिचं वजन आणखी घटल्याचं मला जाणवलं होतं,' लताताईंना अजूनही त्या घटना स्पष्टपणे आठवतात.

नंतर नंतर मेधाला कोरड्या खोकल्याची ढास लागायला लागली आणि परिस्थिती आणखीनच बिघडली. एकदा का खोकला सुरू झाला की, तो काही मिनिटं थांबायचा नाही, ज्योतीताई सांगत होत्या. कुटुंबातील इतर व्यक्तींनी शेवटी मनोहर यांच्या कानावर ही गोष्ट घातली. तिच्या तब्येतीविषयी वाटणाऱ्या काळजीपोटी मनोहर यांनी मेधाला आपल्याच एका डॉक्टर मित्राकडे तपासणीसाठी पाठवलं. त्यांनी रक्ताची चाचणी करून घेण्याचा सल्ला दिला. तिच्या रक्तातील हिमोग्लोबिनचं प्रमाण अत्यंत कमी झालं होतं म्हणून डॉक्टरांनी तिला आयर्न टॉनिकचं इंजेक्शन घेण्यास सांगितलं होतं. पण त्यांच्याही मनात तब्येतीबद्दल संशय आला असावा, कारण मेधाला त्यांनी आठ दिवसांनी परत एकदा टेस्ट करून घेण्यासाठी बोलावलं होतं. नवीन रिपोर्ट्सनुसार तिच्या हिमोग्लोबिनची पातळी आणखीनच कमी झाली होती. ते बघून डॉक्टरांनी मेधाला पुढील तपासण्या करण्यासाठी मुंबईला घेऊन जाण्याचा मनोहर यांना सल्ला दिला.

मुंबईला आल्यानंतर मेधाला मल्टीपल मायलोमा, एक प्रकारचा कॅन्सर ज्यामध्ये पांढऱ्या रक्तपेशी मारल्या जातात, झाल्याचं निदान झालं. परिवारासाठी हा एक मोठाच धक्का होता, पण आशाही होती. प्राथमिक अवस्थेतच कॅन्सरचं निदान झालं होतं. डॉक्टरांच्या म्हणण्यानुसार योग्य त्या उपचारानंतर अशा प्रकारचे अनेक रुग्ण बरे झाले होते. मुंबईतल्या डॉक्टरांनी कशा प्रकारे उपचार करायचे, हे निश्चित केलं होतं. ज्यात अपरिहार्यपणे केमोथेरपीचाही समावेश होता. या उपचारांसाठी आता मेधाला वारंवार मुंबईला यावं लागणार होतं. मोठा मुलगा उत्पल आता तारुण्याच्या उंबरठ्यावर होता, त्यामुळे आईची अनुपस्थिती त्याने बऱ्यापैकी समजून घेण्याचा प्रयत्न केला होता; पण धाकटा अभिजात त्यावेळी फक्त १२ वर्षांचा होता. लहान असल्याने इतरांपेक्षा त्याची आईशी अधिक जवळीक होती, त्यामुळे आई नसल्याचं त्याला जास्त जाणवायला लागलं होतं.

उपचार सुरू झाल्यानंतर तिचा कॅन्सर बरा होईल, याबद्दल डॉक्टरांना खात्री वाटत होती. पण मेधाच्या अशक्त प्रकृतीला केमोथेरपी फारशी झेपली नाही. कॅन्सरमुळे नाही, तर तीव्र स्वरूपाच्या केमोथेरपीच्या दुष्परिणामांमुळे मेधाचा मृत्यू झाला. केमोथेरपीच्या सहा फेऱ्यांनंतर मेधाच्या फुफ्फुसांवर परिणाम होऊन तिला न्यूमोनिया झाल्याचं लक्षात आलं. याच आजारपणाने मेधाची जीवनमरणाशी सुरू असणारी झुंज कायमची संपवली.

ज्योतीताईंना मेधाचे शेवटचे दिवस ठळकपणे आठवतात. '१४ मे २००० या दिवशी भाजपकडून एका जाहीर सभेचं आयोजन करण्यात आलं होतं. १२ तारखेपर्यंत मनोहर मेधासोबत मुंबईतच हॉस्पिटलमध्ये होता. तोपर्यंत मेधाच्या केमोथेरपीच्या चार किंवा पाच फेऱ्या झाल्या होत्या. डॉक्टरांनाही ती बरी होत असल्याचं वाटत होतं. म्हणून मग हॉस्पिटलमध्ये मेधाजवळ माझी चुलत बहीण आणि एक नणंद यांना सोबत ठेवून तो महत्त्वाच्या सभेच्या तयारीसाठी गोव्यात परतला. दाबोलिम विमानतळावर तो उतरला आणि हॉस्पिटलमधून त्याला एक वाईट बातमी द्यायला फोन आला. मेधा सिरीयस होती आणि त्याला ताबडतोब मुंबईत परत यावं लागेल, असं त्याला फोनवरून सांगण्यात आलं. म्हणून मग रात्री उशिराचं विमान पकडून मनोहर मुंबईला परतला. आपल्या प्रिय व्यक्तीच्या निधनाच्यावेळी

तो तिच्यासोबतच होता. १३ मेच्या पहाटे मेधा आम्हाला सोडून गेली,' त्यावेळच्या आठवणींनी ज्योतीताईंचा कंठ दाटून आला. मनोहर उद्ध्वस्त झाले होते. त्यांच्याप्रमाणेच मेधा फक्त ४४ वर्षांच्या होत्या. त्यांना अजून बरंच आयुष्य एकत्र घालवायचं होतं. पण त्याऐवजी शोकाकुल पती आणि व्याकुळ झालेली मुलं, - त्यातला एक तर अजून पौगंडावस्थेतही पोहोचला नव्हता - मागे ठेवून त्या निघून गेल्या होत्या.

अभिजातसाठी हा खूप महत्त्वाचा काळ होता. मेधा गेल्या त्यावेळी फक्त १२ वर्षांचा असलेल्या अभिजातला असुरक्षितता आणि एकटेपणा जाणवायला लागला, कारण मनोहर राजकीयदृष्ट्या यशाच्या पायऱ्या चढून पुढे जायला लागले होते आणि त्यामुळे प्रचंड व्यस्त दिनक्रमात गढून गेले होते. ज्योतीताई सांगत होत्या, 'मनोहर तिचं पार्थिव घेऊन गोव्याला परतला आणि नंतर मात्र पूर्णपणे कोलमडून गेला. तो म्हणाला होता, मेधा - जी त्याच्या अगदी जवळ बसायलाही लाजायची - जाण्याअगोदर तिने मनोहरला घट्ट मिठी मारून सांगितलं होतं की, *मला काजवा असल्यासारखं वाटतंय; उजेड आणि काळोखाच्यामध्ये मी सतत उडतेय असं वाटतंय.* नंतर तिने मनोहरच्या हातांमध्येच प्राण सोडला. या घटनेनंतर अर्थातच मनोहरने आपल्या मुलांशी त्यातही अभिजातबरोबर जवळीक साधायला सुरुवात केली, कारण त्याची आईशी जास्त जवळीक होती. खरंतर, शेवटच्या क्षणी तिने मनोहरला अभिजातची काळजी घेण्याची जास्त गरज असल्याचं सांगितलं होतं, कारण तोपर्यंत उत्पल बऱ्यापैकी मोठा झाला होता, पण अभिजातला भावनात्मक पाठिंब्याची गरज होती.'

मेधाच्या जाण्यानंतर जरी पर्रीकरांचं राजकीय नशीब उजळलं असलं तरी, आपण जास्तीत जास्त वेळ आपल्या मुलांसोबत कसे राहू, यासाठी त्यांना बरीच कसरत करावी लागली होती. काही वर्षांनी उत्पलच्या लग्नात मनोहर दुसऱ्यांदा उघडपणे रडले होते. आपल्या भावना ते कधीही उघडपणे दाखवत नसत. मेधाच्या जाण्यानंतर सहा महिन्यांनी जेव्हा त्यांनी गोव्याचे मुख्यमंत्री म्हणून पहिल्यांदाच शपथ घेतली, तेव्हाही त्यांनी आपल्या भावना व्यक्त केल्या नव्हत्या. कदाचित एकांतात ते नक्कीच रडले असतील, मेधाची आठवण काढली

असेल आणि ती त्यांच्याबरोबर असायला हवी होती म्हणून इच्छाही व्यक्त केली असेल. पण उत्पलच्या लग्नात विधीकार्य सुरू असताना मेधाच्या आठवणींनी ते स्टेजवरच मोकळेपणाने रडल्याची आठवण अनेक नातेवाईक आणि मित्र परिवाराला आहे.

२०१७ साली आमच्या दिल्लीतल्या घरी किश्श्यांनी भरलेल्या संध्याकाळी पर्रीकरांनी पहिल्यांदाच मुख्यमंत्री म्हणून आलेली जबाबदारी आणि एक विधुर म्हणून सांभाळावी लागणारी जबाबदारी यात समतोल साधताना करावी लागणारी कसरत, मुलांबरोबर आपले संबंध पुन्हा प्रस्थापित करताना होणारी दमछाक यांचा उल्लेख केला होता. मेधा गेल्या त्यावेळी उत्पल २० वर्षांचा होता. आपल्या अभ्यासावर लक्ष केंद्रित केल्यामुळे आई गेल्याच्या दुःखातून तो लवकर सावरला. अमेरिकन विद्यापीठांमध्ये प्रवेश मिळविण्यासाठी आवश्यक असणाऱ्या जीआरई परीक्षेच्या तयारीत तो गुंतलेला होता. ती परीक्षा उत्तीर्ण होऊन तो नंतर उच्च शिक्षणासाठी अमेरिकेला निघून गेला.

'अभिजातसाठी मात्र आपल्या आईचं नसणं स्वीकारणं फार कठीण होतं,' दिल्लीतील त्या संध्याकाळी पर्रीकरांनी खुलासा केला होता. 'अभिजातही खूप हुशार आहे, पण मेधाच्या जाण्याने त्याला नैराश्याचे झटके यायला लागले होते त्यामुळे तो शाळेत जायला नाखूश असायचा. मी त्याला शाळेत सोडायला यावं असा त्याचा आग्रह असायचा नाहीतर, मग तो सरळ जाऊन पलंगाखाली बसून रहायचा,' पर्रीकर सांगत होते. 'पहिले काही महिने तर अभिजात मला विमान प्रवासही करू नका असं म्हणायचा, कारण त्याच्या आईचं पार्थिव मुंबईहून गोव्याला विमानानेच आणलं होतं. त्यामुळे मग मी काहीतरी कारण सांगून तिथून निघायचो,' भावनिक होऊन पर्रीकर आम्हाला सांगत होते.

आणखी एका कौटुंबिक सदस्याने याबद्दल आणखी सविस्तर माहिती देताना सांगितलं, 'मनोहरला अभिजातची परिस्थिती समजत होती आणि आई गेल्याच्या धक्क्यातून तो सावरावा, यासाठी त्याने शक्य ते सगळे प्रयत्न केले होते. आपल्या कामाच्या फाईल्स हातावेगळ्या करत असतानाच, डायनिंग टेबलवर त्याच्यासोबत बसून अभिजातला गृहपाठातही मनोहर मदत करत असे. मनोहरने त्याच्यासाठी

शक्य ते सगळं केलं. अर्थात आईची जागा कोणीही भरून काढू शकणार नाही, तरीही मनोहरने अभिजातसाठी ती पोकळी भरून काढण्यासाठी सर्वतोपरी प्रयत्न केले होते, जेणेकरून आपल्या दुःखातून तो बाहेर पडू शकेल. मेधा गेल्यानंतरचा काही काळ त्याने अभिजातसाठी दोन्ही पालकांची भूमिका निभावण्याची पराकाष्ठा केली होती.'

त्या काळाचं सिंहावलोकन केलं तर, पर्रीकर पुनर्विवाह करणार असल्याच्या शक्यतांवर त्यावेळी गोव्यात जी चर्चा सुरू होती, त्याचाही अभिजातवर कदाचित परिणाम झाला असेल. ज्योतीताईंच्या मते, 'काही बायकांसोबत मनोहरचे संबंध आहेत, अशा अफवा माध्यमांद्वारे पसरल्या होत्या. त्यातच आजूबाजूच्या अनेकांनी मनोहरला पुनर्विवाह करण्याचे सल्ले दिले. अभिजात या सगळ्यामुळे दुःखी होता, कारण जर बाबांनी खरंच लग्न केलं तर आपल्याला सावत्र आई मिळणार, असा त्याचा विचार होता. खरंतर, सावत्र आई येणार यापेक्षाही बाबांचं प्रेम विभागलं जाणार, याची त्याला जास्त चिंता होती आणि १२-१३ वर्षांच्या मुलाला असं वाटणं अगदी स्वाभाविक होतं. या सगळ्याबाबत तो उत्पलपेक्षा जास्त असुरक्षित आणि नाराज होता, कारण परिस्थितीचं आकलन करण्यासाठी उत्पल बऱ्यापैकी मोठा होता.'

एका जवळच्या कौटुंबिक मित्राच्या मते, २०००-०१ मध्ये अभिजात एवढा वयाने लहान आणि निरागस नव्हता की, तो आपल्या आईच्या जागी दुसऱ्या कोणा बाईचा विचार करू शकेल. पण एवढा मोठा नक्कीच होता की, या शक्यतेचा विचार करून तो चिडखोर बनेल. 'मनोहरने याबाबत बोलताना मला सांगितलं होतं की, मुलं जर खूपच लहान असती तर त्यांच्यासाठी मी पुनर्विवाहाचा विचार केला असता, पण तशी गरज नसल्याने मला पुन्हा लग्न करायचं नाही. त्याऐवजी आपल्या आयुष्यात कोणतीही स्त्री नाही, हे अभिजातला पटवून देऊन त्याच्या मनातली असुरक्षिततेची भावना दूर करण्यासाठी मनोहरने आपली पूर्ण शक्ती पणाला लावली होती. आपल्या परिवारातील सोडून इतर कोणत्याही स्त्रीशी तो आपल्या मुलासमोर कधीही बोलला नाही. मनोहरचं मेधावर जिवापाड प्रेम होतं आणि एकदा बोलण्याच्या ओघात माझ्या आयुष्यातील तिची जागा इतर कोणतीही स्त्री कधीही घेऊ शकणार नाही, असं स्पष्ट

केलं होतं. इतर स्त्रीसाठी सुद्धा हे अन्यायकारक ठरेल असं त्याचं मत होतं,' मेधाच्या अकाली जाण्याबद्दल जवळचे मित्र आणि कुटुंबीयांनी आपल्या भावना व्यक्त केल्या होत्या.

कुटुंबातील सगळ्यात जास्त भावनाप्रधान असणारा आपला भाऊ म्हणजे मनोहर असं वर्णन करताना लताताई सांगतात, जर कधी डोळ्यातून अश्रू अनावर होऊन वाहायला लागले तर तो बोलता बोलता आपलं डोकं खाली करायचा, जेणेकरून इतर कोणीही त्याला रडताना बघू नये. आपले डोळे पुसून, डोकं परत वर करत तो संभाषण पुढे सुरू करायचा. मेधाच्या अकाली जाण्याच्या तीनच वर्ष आधी आमच्या पालकांचंही निधन झालं होतं,' लताताई सांगत होत्या.

ज्योतीताईं आपल्या कर्तृत्ववान आणि लोकप्रिय भावाला श्रद्धांजली वाहताना म्हणाल्या, 'मनोहरच्या या हानीची भरपाई म्हणून कदाचित देवाने त्याला राजकारणात एक स्थिर आयुष्य दिलं असावं. खरंतर, मी पण त्याला राजकारणापासून दूर रहा, असंच सांगत आले, मेधाच्या जाण्याने त्याचं जे नुकसान झालं, त्याबद्दल मला वाईट वाटतं राहील, पण त्याला जे करावंस वाटतंय आणि ज्यातून त्याला आनंद मिळेल ते सगळं त्याने करावं, असाच मी नंतर विचार केला. त्याने आपलं आयुष्य राजकारणाला समर्पित केलं आणि ते करताना त्याने प्रामाणिकपणा कायम ठेवला. गोवा आणि भारताच्या प्रगतीसाठी त्याने काम केलं,' डोळ्यांमधले अश्रू आवरत ज्योतीताई सांगत होत्या.

प्रकरण ७

संरक्षण मंत्रालय पारदर्शक आणि कार्यक्षम बनवणे

भारताचे संरक्षणमंत्री म्हणून २८ महिन्यांची मनोहर पर्रीकरांची कारकीर्द आठवणींमध्ये कायमस्वरूपी कोरली गेली आहे. आम्ही या काळात खूप चांगले मित्र बनलो केवळ याच कारणाने नाही, तर संरक्षण मंत्रालयाच्या अपारदर्शक कामकाजाच्या पद्धतीत मोठ्या प्रमाणात अपेक्षित बदल घडवून आणण्यासाठी त्यांनी केलेल्या प्रयत्नांमुळेही. या महत्त्वपूर्ण मंत्रालयातील गुंतागुंत आणि किचकटपणा त्यांनी केवळ हेरलाच नाही, तर साऊथ ब्लॉकमधील दैनंदिन कामकाजावर आपली एक वेगळी मोहोरही उमटवली.

परंपरेनुसार संरक्षण मंत्रालयाची ओळख सुस्त, अगडबंब आणि तरीही अत्यंत संथ कारभार करणारी संस्था, मोठमोठ्या अडचणी सोबत घेऊन चालणारी आणि योग्य वेळेत परिणाम मिळावेत याबाबत बेफिकीर असणारी अशी होती. 'कोणताही निर्णय नाही' किंवा 'संथ गतीने निर्णय' या संस्कृतीची तिला सवय झाली होती आणि

संरक्षणमंत्रीपदाच्या कारकीर्दीत विविध लष्करी कार्यक्रमांना पर्रीकरांची उपस्थिती.

याला कारणीभूत अर्थातच अतिकाळजी घेणारे आणि जोखीम टाळणारे ए. के. ॲन्टनी - गमतीचा भाग म्हणजे ते भारताचे सर्वात प्रदीर्घ काळ संरक्षणमंत्री होते - यांनी आपल्या कार्यकाळात (२००७-१४) कमीत कमी निर्णय घेण्याचा प्रयत्न केला होता, जेणेकरून भ्रष्टाचाराच्या कोणत्याही आरोपांमध्ये त्यांचं नाव येणार नाही.

याउलट आपल्या छोट्याशा कार्यकाळात भारताचे संरक्षणमंत्री म्हणून पर्रीकर यांनी तीन मोठे निर्णय घेऊन त्यांची अंमलबजावणीही केली : पहिला, एक पद एक निवृत्ती वेतन (वन रँक, वन पेन्शन - ओआरओपी), हा प्रश्न उपस्थित झाल्यापासून ४५ वर्षांनी पहिल्यांदाच त्यावर निर्णय घेतला गेला. संरक्षण खात्याचा अर्थविभाग आणि संरक्षण अधिकाऱ्यांसोबत स्वतः बसून या योजनेमुळे नेमका किती आर्थिक भार सोसावा लागणार आहे, याचा हिशोब करून ही योजना लागू होईल याची त्यांनी खात्री करून घेतली होती. भूदल, नौदल आणि हवाई दलातून निवृत्त झालेल्या एकंदर २५ लाख निवृत्तीधारकांना या महत्त्वपूर्ण निर्णयाचा फायदा झाला. डिफेन्स अकाउंन्टचे कंट्रोलर जनरल आणि नंतर डिफेन्स सर्व्हिसेसचे अर्थ सल्लागार सुधांशु मोहन्ती यांनी मे २०१७ मध्ये निवृत्त होण्याअगोदर *'द वायर'*साठी लिहिलेल्या लेखात पर्रीकरांच्या त्याच वर्षी गोव्यात परतण्याच्या निर्णयावर दुःख व्यक्त केलं. ओआरओपीच्या निमित्तानं त्यांनी केलेले प्रयत्न आणि कोणत्याही समस्येच्या मुळापर्यंत जाण्याची क्षमता यावर मोहन्ती यांनी भाष्य केलं आहे.

त्यांनी लिहिल्याप्रमाणे : 'त्यांच्या कार्यकाळात कंट्रोलर जनरल ऑफ डिफेन्स अकाउंन्ट्स म्हणून मी सहा महिने कार्यरत होतो. त्यावेळी ओआरओपी या अत्यंत कटकटीच्या आणि गुंतागुंतीच्या विषयासंबंधी चर्चा करण्यासाठी मी त्यांना (पर्रीकरांना) पहिल्यांदाच भेटलो, त्याचवेळी या विषयाबाबतचा त्यांचा अभ्यास स्पष्टपणे जाणवला होता. त्या बैठकीला तीनही दलांचे प्रमुख तसेच मंत्रालयाचे वरिष्ठ अधिकारीही उपस्थित होते. या प्रकरणासंदर्भातील सगळी किचकट तथ्यं त्यांना तोंडपाठ असल्यासारखी वाटत होती. त्यांनी प्रत्येकाचं बोलणं शांतपणे ऐकून घेतलं होतं, या संदर्भात सखोल विचार केला होता आणि या सगळ्यासाठी किती खर्च होऊ शकतो, याचाही हिशेब त्याचवेळी केला होता.'

'त्यानंतर लवकरच माझी संरक्षण मंत्रालयात बदली झाली. जेव्हा-जेव्हा त्यांच्या चेंबरमध्ये किंवा त्यांच्या अध्यक्षतेखाली झालेल्या बैठकांमध्ये मी त्यांच्याशी कोणत्याही प्रश्नांबाबत चर्चा करत असे, तेव्हा हे असले प्रकार वारंवार घडताना दिसायचे. हे असं व्यावहारिक ज्ञान असणारं त्यांच्यासारखं दुसरं कोणीही नव्हतं. अत्यंत जलदगतीने ते निर्णय घ्यायचे, पण यामागे कोणत्याही गुंतागुंतीच्या विषयाच्या सगळ्या पैलूंचा दीर्घ आणि सखोल विचार असायचा.'

त्यांचा दुसरा महत्त्वपूर्ण निर्णय होता, तो राफेल फायटर जेट्सची थेट खरेदी करण्याचा. त्याचबरोबर स्वदेशी बनावटीच्या, वजनाने हलक्या लढाऊ विमान (एलसीए) तेजसचा ताफ्यात समावेश करण्याबाबत भारतीय हवाईदलाची मानसिकता तयार करण्याचं आव्हान त्यांच्यासमोर होतं. इम्पोर्ट लॉबीच्या दबावामुळे आणि काहींच्या हितसंबंधांमुळे तेजस काहीसं दुर्लक्षित राहिलं होतं. पण पर्रीकरांनी सगळ्या भागधारकांबरोबर दीर्घकाळ बैठका घेतल्या आणि भारतीय हवाई दल टप्प्याटप्प्याने तेजसचा समावेश आपल्या दलात करायला लागेल, तसंच संरक्षण खरेदीचे नियमन करणारे महत्त्वाचे दस्तऐवज म्हणून ओळखली जाणारी संरक्षण खरेदी प्रक्रिया (डीपीपी) पुन्हा लिहिली जाईल याची खात्री केली.

तिसरा आणि सगळ्यात लोकप्रिय ठरलेला निर्णय म्हणजे २०१६ साली उरी हल्ल्यानंतर - ज्यात १८ भारतीय जवान शहीद झाले होते - बरोबर दहा दिवसांनी सर्जिकल स्ट्राईक करण्याचा आदेश देणं. गोव्याहून (आठवड्याच्या शेवटी ते गोव्याला असायचे) थेट श्रीनगर आणि मग उरीला पोहोचल्यानंतर सैन्य नेतृत्वाला त्यांनी पहिला प्रश्न विचारला होता : 'आपण पाकिस्तानला कडक संदेश कसा पाठवू शकतो आणि आपल्या जवानांच्या बलिदानाचा बदला कसा घेऊ शकतो? 'सैन्याधिकाऱ्यांनी, 'प्रत्यक्ष नियंत्रण रेषा ओलांडण्याचा पर्याय' असल्याचं सांगितलं होतं, 'मात्र पाकिस्तान सूड उगवेल आणि प्रकरण अधिक चिघळेल, असं कारण देत अशी कारवाई करण्यासाठी दिल्लीने या आधी मंजुरी देण्यास टाळाटाळ केली आहे,' असाही खुलासा केला. त्यावर पर्रीकरांनी तत्काळ सैन्याधिकाऱ्यांना तसा प्लॅन तयार करण्याचे आदेश दिले आणि पंतप्रधान मोदी तसंच सरकारच्या इतर वरिष्ठ अधिकाऱ्यांसमोर हा पर्याय मांडण्यासाठी ते तातडीने दिल्लीला रवाना झाले.

लेफ्टनंट जनरल सतीश दुआ, हे त्यावेळी श्रीनगरमध्ये १५ कॉर्प्स कमांडर होते, यांचं म्हणणं जसंच्या तसं उद्धृत करत आहे : 'मनोहर पर्रीकर यांना पहिल्यांदाच भेटण्याचा योग आला, तो एका दुर्दैवी प्रसंगामुळे. उरी कॅम्पवर दहशतवादी हल्ला झाल्याची बातमी मिळाल्यावर ते विमानाने गोव्याहून दिल्लीमार्गे श्रीनगरला पोहोचले. मीच त्यांना घ्यायला गेलो होतो. घटनेबद्दल माझ्याकडून त्यांनी सविस्तर माहिती घेताना दोन प्रश्न विचारले. पहिला प्रश्न कारवाईच्या संदर्भात असल्याने मला त्याबद्दल इथे फार काही सांगता येणार नाही, पण त्यांचा दुसरा मुद्दा प्रत्यक्ष नियंत्रण रेषा ओलांडून कारवाई करण्याचा विचार स्पष्ट करणारा होता. यावर त्यांनी आम्हाला पुढे जाण्याची तत्काळ परवानगी दिली, पण आपला एकही जवान जखमी होणार नाही, याचीही काळजी घेण्यास सांगितलं. आत्मविश्वास जागृत करणाऱ्या त्यांच्या भाषणामुळे आम्ही एक प्लॅन तयार केला आणि आमच्यावर सोपवलेली कामगिरी फत्ते देखील केली.'

बाकीचा इतिहास तर सगळ्यांनाच माहीत आहे. उरी हल्ल्यानंतरच्या पुढच्या १० दिवसांमध्ये विशेष सैन्य दलाने पाकव्याप्त जम्मू आणि काश्मीर (पीओजेके)

काश्मीरमधील भारतीय लष्कराच्या जवानांबरोबर पर्रीकर.

किमान सहा ठिकाणी हल्ले करून अनेक दहशतवादी अड्डे आणि पाकिस्तानी सैन्याची ठाणी उद्ध्वस्त करून किमान ६५ ते ७० दहशतवादी आणि पाकिस्तानी सैनिकांना यमसदनी पाठवले. हा असा ऐतिहासिक राजकीय निर्णय घेतल्याबद्दल पर्रीकर आणि त्यांना पूर्ण पाठिंबा देणारे पंतप्रधान मोदी तसंच राष्ट्रीय सुरक्षा सल्लागार (एनएसए) अजित डोवल यांचे आभार. उरी हा भारताच्या नव्या आत्मविश्वासाचा शब्द बनला तर 'हाऊज द जोश' ही लोकप्रिय स्लोगन बनली. अर्थात, याचं श्रेय या संपूर्ण घटनेवर नंतर बनलेल्या *उरी* या चित्रपटाला द्यायला हवं.

फेब्रुवारी २०१५मध्ये पर्रीकरांबरोबर झालेली माझी पहिली भेट आठवते. तोपर्यंत ते जरा वेगळे राजकारणी असल्याची चर्चा मी ऐकली होती. त्यांनी विचारलेल्या प्रश्नांपैकी एक प्रश्न होता : 'तुझ्या दृष्टीने इथं असणारं सगळ्यात मोठं आव्हान कोणतं?'

माझी त्यांची फारशी ओळख नसल्याने मी सावधपणे विचार करून एक नेहमीचं उत्तर दिलं होतं : 'हे मंत्रालय म्हणजे खूपच अवाढव्य, नाजूक आणि महत्त्वाचं प्रकरण आहे, त्यामुळे लगेच ते समजून घेणं फारसं सोपं नाही.' पण समोरच्याला आश्वस्त करण्याच्या त्यांच्या पद्धतीमुळे मी जरा अधिक धिटाईने म्हणालो : 'नागरी आणि लष्करी नोकरशाहीच्या माध्यमातून पसरलेली मानसिकता हे तुमच्यासमोरचं सगळ्यात मोठं आव्हान असणार आहे. इथे प्रत्येकजण तुम्हाला सांगेल की अमुक एक गोष्ट इथे होणार नाही कारण तशी औपचारिकता इथे पाळली जात नाही. या प्रवाहाच्या विरोधाची धार जर तुम्ही कमी करू शकलात तर तुम्ही एक मोठी सुरुवात केली असं म्हणता येऊ शकेल.'

पर्रीकरांनी ही मानसिकता आणि धोरणे बदलण्यासाठी प्रामाणिक प्रयत्न केले. भारतात शस्त्रास्त्र खरेदीसाठी याआधी असणाऱ्या पद्धतीत प्राथमिक बदल करण्याच्या हेतूने, संरक्षण खरेदी प्रक्रिया - २०१६ (डीपीपी) ची घोषणा हे त्या दृष्टीनं उचललेलं पहिलं पाऊल होतं. नवीन संरक्षण खरेदी प्रक्रियेच्या संदर्भात काम सुरू असताना मोहन्ती हे संरक्षण दलांचे आर्थिक सल्लागार होते. संरक्षण अधिग्रहण परिषदेसह झालेल्या विविध बैठकांपैकी, पर्रीकर यांनी डीपीपीच्या कलमांना गती देण्यासाठी मंत्रालय आणि लष्करी मुख्यालयातील आठ-दहा वरिष्ठ अधिकाऱ्यांबरोबर घेतलेली

बैठक त्यांच्या आठवणीत आहे. 'ती बैठक जवळपास सहा तास सुरू होती. डीपीपीमध्ये एकच विक्रेता असेल तर, पुरोगामी आणि व्यावहारिक पद्धतीने गुणात्मक गरजांची पूर्तता करण्यासाठी अत्यावश्यकता आणि अत्याधुनिकता हे निकष वापरून मूल्यांकन करण्याची त्यांची नवी संकल्पना मला भावली. खरेदी केलेल्या शस्त्रास्त्रांचे वितरण होण्यापूर्वी, विक्रेत्याने अत्यावश्यक निकष अ आणि अत्यावश्यक निकष ब (जर लागू होणार असतील) याबाबत वाटाघाटींची पूर्तता करण्याची आवश्यकता उरली नाही. जर आवश्यकता असेल तरच अत्यावश्यक निकष ब उपयोगात आणावा आणि त्यासाठी संरक्षण अधिग्रहण परिषदेची मान्यता असणं गरजेचं असेल. रिक्वेस्ट फॉर इन्फॉर्मेशन (आरएफआय) टप्प्यावर दोन किंवा अधिक समान विक्रेते दावा करत असतील तर हा निकष वापरला जाऊ नये आणि एकल विक्रेत्याच्या संदर्भात सुरुवातीपासून त्याचा समावेश केला जाऊ नये. निवडक कार्यवाहीसाठी विविध आणि वैशिष्ट्यपूर्ण सामग्रींची आवश्यकता असते. अशा सामग्रीची अंशतः खरेदी करण्यासाठी एसओसीमध्ये अत्यावश्यक निकष ब चा समावेश करता येऊ शकतो,' अशी माहिती मोहन्ती यांनी दिली.

त्यातच ते पुढे म्हणाले : 'इतर बाबींचा उहापोह करण्यापेक्षा अतिविस्तारित आणि घोटाळ्याने भरलेल्या संरक्षण खरेदी प्रक्रियेला संस्थात्मक स्वरूप देण्याचा त्यांचा मानस होता, जेणेकरून आर्थिकदृष्ट्या नुकसानप्रद असलेली मंत्रालयातील प्रकरणे लवकरात लवकर निकाली लागतील. त्यांची चर्चा करण्यासाठी ही जागा योग्य नाही, पण नाण्याच्या दोन्ही बाजू बघून योग्यता जोखण्याचं त्यांचं कौशल्य आणि सर्वांना पारदर्शक पातळीवर आपलं काम दाखवण्याची संधी देणं याबद्दल मी काय आणि किती बोलू, असं मला झालंय. सरकारी यंत्रणेला वेगाने निर्णय घेण्यासाठी प्रवृत्त करण्यात त्यांनी महत्त्वपूर्ण भूमिका बजावली होती.

डीपीपी २०१६ मध्ये समाविष्ट करण्यात आलेला आयडीडीएम खरेदी (स्वदेशात डिझाइन केलेल्या, विकसित आणि उत्पादित होणाऱ्या) विभाग हा डीपीपीमधील बाकीच्या सहा विभागांमध्ये अव्वल ठरला आहे. भारतात सगळ्या संरक्षणविषयक खरेदीबाबत मार्गदर्शन करणारा दस्तऐवज म्हणून तो ओळखला जातो. प्रत्यक्षात याचा अर्थ असा आहे की, ज्या भारतीय कंपन्यांकडे त्यांची उत्पादने

डिझाइन करण्याची व विकसित करण्याची क्षमता आहे त्यांना यानंतर तीनही दलांकडून केल्या जाणाऱ्या बहुतेक खरेदींमध्ये प्राधान्य मिळेल.

हैद्राबादच्या झेन टेक्नॉलॉजीचे अध्यक्ष आणि व्यवस्थापकीय संचालक अशोक अतलुरी ही गोष्ट मान्य करतात : 'आयडीडीएम श्रेणी म्हणजे भारत सरकारच्या इतिहासातील खरेदीसंदर्भात घेतलेला क्रांतिकारक निर्णय म्हणावा लागेल. मनोहर पर्रीकर भारताचे संरक्षणमंत्री असताना संरक्षण खरेदी प्रक्रिया २०१६ मध्ये याचा समावेश केला गेला.'

आयडीडीएम श्रेणी महत्त्वपूर्ण का याचं स्पष्टीकरण देताना अतलुरी म्हणाले : 'कोणत्याही उत्पादनाचे मूल्य निर्धारण हे अनेकदा उत्पादनाच्या विकासकाद्वारे म्हणजे बौद्धिक संपदा (इंटलॅच्युअल प्रॉपर्टी) मालकाकडून केलं जातं. उदाहरण म्हणून आपण ॲपलच्या आयफोनचा विचार करू. त्याच्या उत्पादन साहित्याची किंमत जवळपास २४५ अमेरिकन डॉलर एवढी आहे. चीनमध्ये याचं उत्पादन करण्यासाठी फॉक्सकॉन ५ डॉलर एवढं मूल्य आकारतं. शेवटी ॲपल कंपनी तो फोन १००० डॉलरला विकायला ठेवते. यातील जवळपास ७५० अमेरिकन डॉलर ॲपलकडे जातात कारण त्यांच्याकडे याच्या बौद्धिक संपदेचे हक्क आहेत. जर तुम्ही मेड इन इंडिया या मोहिमेकडे बघितलं तर भारत सरकार ७५० डॉलरपेक्षा ५ डॉलरवर लक्ष केंद्रित करत असल्याचे पाहून तुम्हाला आश्चर्य वाटेल. भारतातील अनेक उद्योगव्यवसाय हे संशोधन आणि विकास विभागात गुंतवणूक का करत नाहीत आणि स्वतःची बौद्धिक संपदा का विकसित करत नाहीत? यामागची कारणं काय आहेत?

'भारत सरकारच्या खरेदी प्रक्रिया या नावीन्याच्या विरोधात असतात, हे जगजाहीर आहे. जर तुम्ही संशोधन आणि विकासात भरभक्कम गुंतवणूक केली असेल आणि अत्यंत नावीन्यपूर्ण तंत्रज्ञान वापरून एखादं उत्पादन तयार केलं तर सरकारला ते विकणं अत्यंत कठीण असल्याचं तुमच्या लक्षात येईल. म्हणूनच २ किंवा ३ विक्रेत्यांमध्ये योग्य स्पर्धा असणं अत्यावश्यक आहे. या बहुविक्रेत्या पद्धतीमुळे योग्य किंमत 'शोधायला' नक्कीच मदत होते. जर तुम्ही भारतात किंवा जगात पहिल्यांदाच एखादी गोष्ट विकसित केली आणि ती शासनाला विकायची

आहे तर होतं काय? अशा नावीन्यपूर्ण गोष्टी विकणं जवळजवळ अशक्यप्राय गोष्ट आहे.'

'संरक्षण उद्योगात अशा नवनिर्मिती करणाऱ्यांसाठी अतिशय त्रासदायक कालखंड होता. आपले नावीन्यपूर्ण शोध सैन्य दलापर्यंत पोहोचवण्यासाठी त्यांना प्रयत्नांची पराकाष्ठा करावी लागायची. म्हणूनच २०१५ मध्ये आम्ही या नवीन श्रेणीचा प्रस्ताव मांडला (अनेक व्यासपीठांवर याबाबत चर्चा झाल्यावर) आणि याला स्वदेशात डिझाइन, विकसित आणि उत्पादित (डीपीपी) होणारी उत्पादने असे नाव दिले. यातील सगळ्यात महत्त्वाचा भाग म्हणजे एकल विक्रेता असेल, आणि उत्पादनाचं डिझाईन भारतीय कंपनीने केलं असेल तसंच त्याचे स्वदेशी घटक विशिष्ट गरजा पूर्ण करणारे असतील तर ही खरेदी प्रक्रिया पूर्ण होईल. हा प्रस्ताव जेव्हा आम्ही उद्योग जगतातील दोन बड्या संघटनांसमोर - सीआयआय आणि फिक्की - मांडला त्यावेळी “धावण्याआधी चालायला शिका” अशा टीकेसह तो फेटाळला गेला. याचा अर्थ आपण आधी उत्पादन करायला शिकलं पाहिजे आणि नंतर त्यात बदल घडवून आणावेत.'

इतक्या लवकर हार मानायची नाही, या विचाराने अतलुरी यांनी हा प्रस्ताव २०१५ मध्ये पर्रीकरांसमोर मांडला. यावर त्यांनी त्वरित प्राथमिक बोलणी केली आणि संरक्षण खरेदी प्रक्रियेत याचा समावेश करण्याचं अतलुरी यांना आश्वासन दिलं. याने उत्साहित झालेल्या अतलुरी यांनी आणखी एका श्रेणीचा प्रस्ताव मांडला जो 'मेक २' या नावाने ओळखला जातो. यामध्ये सरकारकडून खरेदीची हमी मिळाल्यास उत्पादनाच्या विकासासाठी शंभर टक्के निधी व्यावसायिकांकडून दिला जाईल. यावर पर्रीकरांनी अतलुरी यांना विचारलं होतं : 'इथे प्रत्येकजण सरकारने उत्पादनातील आपला वाटा ८० टक्क्यांहून १०० टक्क्यांपर्यंत वाढवावा म्हणून आग्रही आहेत आणि तुम्ही जे सुचवताय ते याच्या बरोबर उलट आहे. व्यावसायिक स्वतःलाच १०० टक्के निधी देतील का?'

अतलुरी यांच्याकडे उत्तर तयार होतं : 'सरकारकडून निधी उपलब्ध होणं हे जवळपास अशक्य आहे सर. आणि जरी असा निधी उपलब्ध झालाच तरी नावीन्यपूर्ण उपक्रम राबवणाऱ्या कंपन्यांसाठी निधीच्या आवश्यकतांची पूर्तता करण्याची प्रक्रिया

खूपच अवघड आहे. भारतात अशा अनेक कंपन्या आहेत ज्या चांगल्या गुणवत्तेची उत्पादनं तयार करू शकतात पण अशा निधीसाठी आवश्यक असणारी कागदपत्रे सादर करण्यासाठी ज्या पैशांची गरज असते ते त्यांच्याकडे नसतात किंवा निधी मिळाल्यानंतरच्या नियमांचे ते पालन करू शकत नाहीत. त्यामुळे कृपा करून ही श्रेणी लागू करा, जर त्यामध्ये आश्वासित खरेदीचं वचन दिलेलं असेल तर अनेक उत्पादने या श्रेणीच्या माध्यमातून आपल्यापर्यंत पोहोचतील.' स्वतःला नवप्रवर्तक मानणाऱ्या अतलुरी यांच्या सांगण्यानुसार, पर्रीकरांना हा मुद्दा लगेच लक्षात आला आणि त्यांनी मांडलेल्या दोन्ही श्रेणीचा समावेश केला जाईल याबद्दल आश्वस्त केलं.

डीपीपीच्या शिफारसींवर काम करण्यासाठी, संरक्षण मंत्री म्हणून पर्रीकरांनी, धर्मेंद्र सिंग समितीची नेमणूक केली. अतलुरी यांच्या आठवणीनुसार, 'आम्ही जाऊन त्यांच्यासमोर आयडीडीएम श्रेणीसाठी प्रेझेंटेशन सादर केलं पण समितीच्या सभासदांवर त्याचा फारसा परिणाम झाला नाही. त्यांच्या मते या श्रेणीसाठी भारताची अजूनही योग्य तयारी झालेली नव्हती. धर्मेंद्र सिंग समितीच्या अहवालात आयडीडीएम किंवा मेक २ या श्रेणींचा उल्लेखच नसल्याचं मला सांगितलं गेलं. मी पूर्णतः निराश झालो होतो. तरीही मी पर्रीकरांकडे जाऊन त्याबद्दल तक्रार केली. त्यावर ते म्हणाले की जरी समितीने या दोन श्रेणींची शिफारस केलेली नसली, तरी संरक्षण मंत्री म्हणून त्यांचाच निर्णय अंतिम असेल आणि अंतिम डीपीपीमध्ये ते या दोन्ही श्रेणींचा समावेश करतील. आणि आपल्या शब्दांना ते जागले. जेव्हा प्रक्रिया प्रकाशित केली गेली तेव्हा त्यात शब्दशः दोन्ही श्रेणींचा समावेश करण्यात आला होता. अशी ग्रहण क्षमता असणारा आणि जोखीम स्वीकारणारा मंत्री तुम्हाला कुठे मिळेल?'

संरक्षण मंत्रालयासाठी पर्रीकर नक्कीच आशेचा किरण बनले होते. आजपर्यंत संरक्षण मंत्रालय हे अडगळीचं, सुस्त आणि निर्णयक्षमता नसलेचंच दिसून आलं होतं. पर्रीकरांनी अधिग्रहणांची मुदत कमी करणं, उपलब्ध स्रोतांचा अधिक चांगला आणि योग्य उपयोग करणं, मंत्रालयाच्या कामकाजात अधिक उत्तरदायित्व व पारदर्शकता आणणं आणि भारताच्या संरक्षण सज्जतेत अत्यंत महत्त्वपूर्ण स्वरुपाचं काम लवकरात लवकर केलं जाईल याची खात्री करुन दिली.

भारताचे माजी लष्कर प्रमुख आणि पहिले चीफ ऑफ डिफेन्स स्टाफ (सीडीएस) जनरल बिपीन रावत हे पर्रीकर संरक्षण मंत्री असताना त्यांच्या अत्यंत जवळचे मानले जायचे. अर्थात संरक्षण मंत्रालयात पर्रीकरांच्याच आदेशाने जनरल रावत यांना त्यांच्यापेक्षा दोन वरिष्ठ अधिकाऱ्यांना डावलून लष्कर प्रमुख बनवले गेले होते. सर्वसाधारणपणे मुलकी नेतृत्व परंपरागत रूढीं पाळण्याबद्दल अतिशय काटेकोर असल्याने हा एक धाडसी निर्णय होता. त्यावेळी भारतीय लष्कराचे नेतृत्व करण्यासाठी जनरल रावत हाच योग्य पर्याय असल्याची पर्रीकर यांना खात्री पटली होती. म्हणूनच मधल्या दोन श्रेणी डावलून जनरल रावत यांना लष्कर प्रमुख बनवण्याच्या शिफारसीवर पर्रीकरांनी सही केली होती. पंतप्रधान मोदी यांनीही पर्रीकरांच्या या शिफारसीला सहमती दर्शवली आणि विचारपूर्वक हा निर्णय घेतला गेला ज्याने आजपर्यंतची परंपरा मोडीत काढत ३१ डिसेंबर २०१६ रोजी नवीन लष्कर प्रमुखाची नेमणूक करण्यात आली.

जनरल रावत यांची पुढील लष्कर प्रमुख म्हणून नेमणूक करण्याबाबतची शिफारस एक महिना आधीच केली होती, असं पर्रीकरांनी मला विश्वासात घेऊन सांगितलं होतं. 'नागालॅण्डच्या दिमापूर येथे ३ कॉर्पचे कमांडर असताना आणि नंतर पुण्यात सदर्नआर्मी कमांडर म्हणून जनरल रावत यांच्याशी माझी भेट झाली होती. त्या भेटीतच मी त्यांच्या निर्णायकपणाच्या आणि निडर स्वभावामुळे प्रभावित झालो होतो,' असा खुलासा पर्रीकरांनी २०१६ च्या नोव्हेंबर महिन्याच्या एका संध्याकाळी माझ्याकडे केला होता. कदाचित याच कारणामुळे सप्टेंबर २०१६ पासून जनरल रावत यांना उप-सेनाप्रमुख म्हणून लष्कराच्या मुख्यालयात आणलं गेलं आणि लष्कर प्रमुख म्हणून त्यांच्या बढतीची तयारी सुरू केली गेली. अर्थात, हे भारताचं दुर्दैव म्हणावं लागेल की, गोव्याचे मुख्यमंत्री म्हणून मार्च २०१७ मध्ये चौथ्यांदा कारभार स्वीकारण्यासाठी पर्रीकरांनी दिल्ली सोडली. त्यामुळे जनरल रावत आणि पर्रीकर संरक्षण मंत्रालयात फार काळ एकत्र काम करू शकले नाहीत.

फोरम फॉर इंटिग्रेटेड नॅशनल सिक्युरिटीतर्फे (एफआयएनएस) डिसेंबर २०१९ मध्ये मुंबईत झालेल्या पहिल्या मनोहर पर्रीकर स्मृती व्याख्यानमालेत बोलताना

जनरल रावत यांनी आपल्या भाषणाच्या सुरुवातीलाच त्यांचं योग्य शब्दांमध्ये वर्णन केलं :

'श्रीयुत पर्रीकर किंवा "माननीय आरएम (रक्षा मंत्री)", अशा संबोधनांनी आम्ही त्यांच्याशी बोलायचो. अनेक गुणवैशिष्ट्यांनी बनलेला असा तो माणूस होता - राजकीयदृष्ट्या जाणकार असणं, ही एक महत्त्वाची गोष्ट होती - जे त्यांच्या राजकारणातील यशस्वी कारकीर्दीचे गमक आहे. पण त्याव्यतिरिक्तही अनेक गुण त्यांच्यात होते, त्यांचा उल्लेख करायला मला आवडेल : विचार आणि भावना यांचा उत्तम समन्वय, अतिशय चौकस बुद्धी, सैनिकी वैज्ञानिक दृष्टिकोन, चिकाटी, दृढता, विचारांमध्ये कमालीची स्पष्टता आणि यापेक्षाही सगळ्यात मोठी गोष्ट म्हणजे अतिशय साधेपणा आणि व्यावहारिकता.'

जनरल रावत पुढे म्हणाले : 'उत्तम वाचक म्हणूनही ते ओळखले जायचे. मिलिटरी क्लासिक्स म्हणून ओळखल्या जाणाऱ्या व्हिक्टरी ऑन पोटोमॅक (पेन्टॅगॉनमध्ये काम करणारी व्यक्ती त्याची लेखक होती. गोल्ड वॉटर निकोलस कायदा संमत होण्यापूर्वी अमेरिकन युद्धांचे तपशीलवार वर्णन त्यात आहे) आणि रॉबर्ट ग्रीन यांचे ३३ स्ट्रॅटेजीज् ऑफ वॉर या पुस्तकांमधील कोट्स ते अनेकदा वापरायचे. जागतिक घडामोडींचा सखोल अभ्यास आणि अनुभवांच्या आधारावरच लष्करी क्षेत्रातील कोणतीही संकल्पना ते मांडत असत. सगळ्यात महत्त्वाचं म्हणजे, सध्या भारतीय लष्करामध्ये जी इकोसिस्टीम बघायला मिळतेय, ती डीआरडीओचं सामर्थ्य, खासगी क्षेत्र, एमएसएमई (मिनिस्ट्री ऑफ मायक्रो, स्मॉल ॲण्ड मिडियम इंटरप्रायजेस) सारखी स्टार्टअपस् आणि डीपीएसयूज् (डिफेन्स पब्लिक सेक्टर अंडरटेकिंगज्) यांच्या योग्य समन्वयातून उभी राहिली आहे, त्याचंही श्रेय पर्रीकरांनाच द्यायला हवं. भारतीय लष्करातील या सर्वोत्तम वैशिष्ट्यांच्या केंद्रस्थानी इंजिनिअरिंग, सायन्स, इनोव्हेशन आणि एन्टरप्राईज यांचा संगम झाला आहे.'

'ते स्वदेशीचे खंदे पुरस्कर्ते होते, आयडीडीएम - स्वदेशात डिझाइन केलेल्या, विकसित आणि उत्पादित करता येणाऱ्या आराखड्याचे ते जनक होते. आज याच आराखड्यावर आधारित आमच्या अनेक खरेदी योजना लागू करण्यात आल्या आहेत. एक मजबूत, व्यावसायिक आणि तांत्रिकदृष्ट्या सक्षम, पण तरीही संपूर्णपणे

भारतीय साच्यातून तयार होणाऱ्या लष्करी सामर्थ्याचं स्वप्न त्यांनी बघितलं होतं आणि १६ ते १८ तास काम करून ते साध्य करण्यासाठी जोरदार प्रयत्नही केले होते,' असं जनरल रावत यांनी सांगितलं.

डीआरडीओचे सध्याचे प्रमुख डॉ. सतीश रेड्डी - ज्यांनी संरक्षण मंत्र्यांचे वैज्ञानिक सल्लागार म्हणून पर्रीकरांसोबत काम केलं होतं - यांच्याकडे पर्रीकरांशी निगडित अनेक सुखद आठवणी आहेत. 'संरक्षण मंत्रालयात कार्यरत असताना प्रत्येक फाईलमधली प्रत्येक ओळ पर्रीकरांच्या नजरेखालून जात असे. त्यात लिहिलेला आशय ते काळजीपूर्वक वाचत असत आणि आपल्या सुंदर हस्ताक्षरात स्पष्टपणे काही खुणा करून आपण एखादा निर्णय का घेतला, याचं कारणही ते लिहून ठेवत. त्यामुळे जी व्यक्ती संरक्षण मंत्र्यांसाठी एखादं ब्रीफिंग किंवा फाईल तयार करत असे, तिला अतिशय जागरूकतेनं हे काम करावं लागत असे,' असं निरीक्षण त्यांनी नोंदवलं.

देशासाठी दीर्घकालीन नियोजन आणि संरक्षणविषयक रणनीती आखण्यासाठी पर्रीकरांनी अनेक धोरणं आणि कार्यपद्धतींवर काम केल्याचंही डॉ. रेड्डी यांनी सांगितलं. संरक्षण खरेदी संबंधीच्या प्रक्रियांमध्येही त्यांनी अनेक सुधारणा घडवून आणल्या. खरेदी प्रक्रियेत पर्रीकरांद्वारे समावेश करण्यात आलेली आयडीडीएम पद्धती ही पारंपरिक खरेदी पद्धतीला छेद देणारी ठरली, असंही त्यांना वाटतं.

डॉ. रेड्डी यांनी पुढाकार घेऊन मांडलेल्या व्यूहरचनात्मक धोरणांनाही पर्रीकर यांनी कसा पूर्ण पाठिंबा दिला होता, याचीही आठवण त्यांना आहे. 'पर्रीकर स्वतः धातूशास्त्रविषयक तज्ज्ञ असल्याने या धोरणाच्या सूत्ररचनेमध्ये त्यांनी बराच रस दाखवला होता. अशा पद्धतीच्या धोरणाची भारताला गरज असल्याचा ठाम विश्वास त्यांना होता. म्हणूनच ते कायम म्हणायचे की, "जर एखाद्या देशाला आत्मनिर्भर आणि भरभराटीच्या दिशेने जायचं असेल तर, कच्चा माल हा सर्वात महत्त्वाचा घटक आहे. जर तुम्ही याच क्षेत्रात स्वयंपूर्ण नसाल तर, तुम्ही कोणत्याच तंत्रज्ञानविषयक क्षेत्रांमध्ये आत्मनिर्भर होऊ शकणार नाही. व्यूहरचनेच्या सामग्रीविषयक धोरणामागे हेच प्राथमिक तत्व आहे," असं ते आम्हा सर्वांनाच सांगायचे,' डीआरडीओचे प्रमुख आठवणींना उजाळा देत म्हणाले.

नवीन उत्पादन तंत्रज्ञानालाही प्रोत्साहन दिल्याचं श्रेय डॉ. रेड्डी पर्रीकरांनाच देतात. ते कायम म्हणायचे : 'देशाकडे सर्व उत्पादनक्षमता, विशेषत: नावीन्यपूर्ण उत्पादन करण्याची क्षमता नसेल तर, व्यूहरचनात्मक गरजा भागवणारी दर्जेदार प्रणाली तयार करता येणार नाही. दुसरं म्हणजे, नावीन्यपूर्ण उत्पादन क्षमता नसेल तर, कमी किमतीत आणि आवश्यक प्रमाणात देशासाठी संरक्षण प्रणाली उपलब्ध करता येणार नाही. उत्कृष्ट गुणवत्तेबरोबर किंमत जर कमी असेल तर विद्यमान संरक्षण साहित्याच्या जागतिक बाजारपेठेत स्पर्धात्मकता निश्चितच तयार होईल, असं ते आम्हाला सतत सांगत.'

उरी हल्ल्याच्या पार्श्वभूमीवर जेव्हा भारताने सप्टेंबर २०१६ मध्ये पाकिस्तानविरोधात सर्जिकल स्ट्राईक केला, त्यावेळी काही काळापुरतं असं वाटलं होतं की, पाकिस्तान मोठ्या संघर्षाची तयारी सुरू करेल. त्यामुळे भारताच्या संरक्षणविषयक मंत्रिमंडळ समितीने (सीसीएस) तत्काळ तीनही दलांना जवळपास २० हजार कोटी रुपयांचे अधिग्रहण जलदगतीने करण्यास मंजुरी दिली होती. संरक्षण मंत्रालयासाठी ते सर्वाधिक घडामोडींचं वर्ष ठरलं.

या सगळ्या गोष्टी प्राधान्याने केल्या गेल्या कारण मागील सरकारने मूलभूत आवश्यकतांकडे देखील दुर्लक्ष केलं होतं. सैन्यातील दारूगोळा व्यवस्थापनाबाबत आधीच्या नियंत्रक आणि महा-लेखापरीक्षकांचा (कॅग) परफॉरमन्स ऑडिट रिपोर्ट, जो संसदेतही मांडला गेला, त्यात काही गंभीर मुद्दे नमूद केले गेले, 'किमान जोखीम स्वीकारली जाईल, (एमएआरएल) इतकाही दारूगोळ्याचा साठा करण्याची तजवीज केली गेली नव्हती... मार्च २०१३ मध्ये उपलब्ध साठ्यात १७० प्रकारच्या दारूगोळ्यांपैकी १२५ प्रकार हे किमान जोखीम स्वीकारार्ह पातळीच्याही (एमएआरएल) खाली असल्याचं दिसून आलं.' याशिवाय एकूण दारूगोळ्यांच्या प्रकारांपैकी ५० टक्के दारूगोळ्याबाबत गंभीर स्वरूपाची टिपण्णी केली होती, हा दारुगोळा १० दिवसांच्या लढाईलाही पुरणारा नाही, असा शेरा त्यात दिलेला होता.

त्यानंतर किमान १० दिवसांच्या तीव्र स्वरूपाच्या युद्धासाठी दारूगोळा कायम भरलेला असेल, याची आता खात्री करून घेतली जाते. याशिवाय तीनही दलांमधील

दुसऱ्या क्रमांकावर असणाऱ्या अधिकाऱ्यांना (व्हाईस चीफ) वरिष्ठांच्या मंजुरीची वाट न बघता सैन्यदलासाठी आवश्यक असणारी निर्णायक आणि महत्त्वाची शस्त्रास्त्रे, उपकरणे खरेदी करण्यासाठी जास्त अधिकार आणि निधी देण्यात आला आहे, याचीही पर्रीकरांनी खातरजमा केली.

याशिवाय पर्रीकरांच्याच कार्यकाळात ऑगस्ट २०१६ मध्ये भारत आणि अमेरिकेदरम्यान वाहतूक (लॉजिस्टिक) आदानप्रदान सामंजस्य करारावर स्वाक्षऱ्या करण्यात आल्या, ही गोष्टही लक्षात घेणं आवश्यक आहे. दशकभराच्या अनिश्चिततेनंतर भारत व अमेरिका दरम्यान झालेल्या तीन पायाभूत करारांपैकी हा पहिला करार होता. भारत-अमेरिका यांच्यातील संरक्षण भागीदारी अधिक दृढ करण्यासाठी त्यांनी बराक ओबामांच्या मंत्रिमंडळातील संरक्षण मंत्री अॅश कार्टर यांच्याशी मैत्री केली होती.

मात्र राफेलबाबत झालेली कोंडी मोडून काढणं, हे त्यांचं सगळ्यात मोठं योगदान होतं. त्याअगोदर संरक्षण मंत्रालयाने स्वीकारलेल्या सदोष प्रक्रियेमुळे राफेल या फ्रेंच बनावटीच्या लढाऊ जेट्सची खरेदी नेमकी कशी करायची, याचा भारत सहा वर्षं निर्णयच घेऊ शकला नव्हता. त्यावेळी संरक्षण मंत्री ए. के. अॅन्टनी होते.

या अत्यंत गुंतागुंतीच्या प्रश्नावर पर्रीकरांनी थोडा वेगळा विचार करण्याचा निर्णय घेतला आणि पंतप्रधानांना त्यावर उपायही सुचवला. संरक्षण मंत्रालयाचा कारभार सांभाळायला लागल्यानंतर पुढच्या सहा महिन्यांच्या आतच पर्रीकरांनी या मंत्रालयाला भेडसावणाऱ्या अनेक गुंतागुंतीच्या विषयांचा अभ्यास केला आणि त्यावर नेमक्या काय उपाययोजना कराव्या लागतील, यावर त्यांनी काही निष्कर्षही काढले होते. संरक्षण मंत्री म्हणून सूत्रे हाती घेताच, विविध विषयांवर आपले विचार मांडण्यापूर्वी पहिले चार महिने पर्रीकरांनी संरक्षण मंत्रालयातील आणि मंत्रालयाबाहेरील अनेक तज्ज्ञांशी बोलून त्यांची मतं जाणून घेतली होती.

आपल्या निरीक्षणांमध्ये पर्रीकरांना असंही आढळलं की, मंत्रालयातील नोकरशाहीकडे - नागरी आणि सैनिकी - जवळपास ४०० लहान-मोठे प्रकल्प मंजुरीसाठी पडून आहेत, जे तीनही दलांसाठी अत्यंत महत्त्वाचे आहेत. याबद्दल बोलताना, फार स्पष्टीकरण न देता, पर्रीकर म्हणाले होते : 'मंजुरीच्या विविध

टप्प्यांवर अडकलेल्या प्रकल्पांकडे मी आधी लक्ष दिलं. सगळ्या मंडळांची एकच तक्रार होती, ती म्हणजे संरक्षण मंत्रालयात कोणतीही कार्यवाही होत नाही.' याचा आढावा घेताना लक्षात आलं की या ४०० प्रकल्पांपैकी एक तृतीयांश प्रकल्पांची आता गरज नाही. त्यामुळे ते बाजूला ठेवले. तर ५० प्रकल्प तातडीने सुरू करण्याची गरज असल्याने त्यांना वेग दिला गेला.

राफेल खरेदीबाबतच्या निर्णयामुळे दशकभरातील संरक्षण अधिग्रहणाची कोंडी फुटली आणि या क्षेत्रात नवीन आशा निर्माण झाली. संरक्षण मंत्रालयात दुराग्रही म्हणून प्रसिद्ध असणाऱ्या अधिकाऱ्यांना विशिष्ट उद्दिष्टांसाठी काम करण्याची सवय पर्रीकरांनी लावली. 'व्यवस्थेवर कोणाचंही नियंत्रण नव्हतं. कोणत्याही प्रकारची समीक्षा करणं, प्रतिक्रिया जाणून घेणं किंवा वाईट कामगिरीबद्दल शिक्षा होईल, अशी भीती असणं हे कोणतेही प्रकार तिथे नव्हते. संरक्षणासारख्या महत्त्वाच्या मंत्रालयाचं कामकाज अशा प्रकारे चालणारच नाही,' असं पर्रीकरांनी मला सांगितलं होतं.

तथापि, पर्रीकरांकडे अर्थ आणि आंतरराष्ट्रीय व्यवस्था याबाबत असणारी समज, यामुळेच त्यांनी दिलेल्या प्रस्तावाची दखल घेऊन भारताने फ्रान्सकडून राफेल लढाऊ जेट विकत घेण्याची प्रक्रिया सुरू केली. या प्रक्रियेची गुंतागुंत समजून घेण्यासाठी माहितीची तपशीलवार पार्श्वभूमी जाणून घेणं आवश्यक आहे. त्यामुळे सुरुवातीपासूनच ही प्रक्रिया सदोष पद्धती आणि दृष्टिकोनात कशी अडकली होती, ते समजून घेता येईल.

भारतीय हवाई दलातील मिग लढाऊ विमानं जुनी झाल्याने त्यांच्या जागी नवीन लढाऊ विमानांची आवश्यकता असल्याचं हवाई दलाचं म्हणणं सरकारनेही मान्य केलं होतं. त्याचमुळे २००७ पासून भारतीय हवाई दलासाठी १२६ मध्यम आकाराची बहुउद्देशीय लढाऊ विमाने खरेदी प्रक्रिया आणि तिचा पुरवठा करण्यासाठीची स्पर्धा सुरू झाली.

यासाठी जगभरातल्या एकंदर सहा कंपन्यांना टेंडरची कागदपत्रं पाठवण्यात आली होती. त्या कंपन्या होत्या : युरोफायटर टायफून बनवणारी जर्मनीची ईएडीएस, एफ १६ बनवणारी लॉकहीड मार्टीन, अमेरिकेची बोईंग एफ १८ एअरक्राफ्ट, ग्रीपन

अमेरिकेचे माजी संरक्षणमंत्री ॲश कार्टर यांच्यासमवेत पर्रीकरांचं स्नेहपूर्ण नातं होतं.

बनवणारी स्वीडनची एसएएबी, राफेलची निर्मिती करणारी फ्रान्सची डसॉल्ट ॲव्हिएशन (डीए) आणि मिग ३५ ची रशियन निर्माती रोजोबरोन एक्स्पोर्ट.

एकंदर १८ विमानं बाहेरच्या कंपन्यांकडून विकत घेऊन भारतात आणायची आणि बाकीची १०८ विमानं स्थानिक भागीदारांबरोबर इथे भारतातच तयार करायची, या बाबतीत सार्वजनिक क्षेत्रातील हिंदुस्थान एअरोनॅटिक्स लिमिटेड (एचएएल) भागीदार असू शकते, असं निश्चित करण्यात आलं. आवश्यक देखभाल, दुरुस्ती आणि त्यासाठी लागणाऱ्या तपासण्या यासाठीही उभारणी करणं

आवश्यक होतं. माध्यमांमधून येणाऱ्या बातम्यांमध्ये एमएमआरसीए या कराराचा उल्लेख 'सगळ्यात मोठा करार', 'अत्यंत जटिल संरक्षण करार' अशाप्रकारे केला जात होता आणि ते खरंही होतं.

मला वाचण्याची संधी मिळालेल्या अधिकृत कागदपत्रांनुसार, २०११ मध्ये संरक्षण मंत्रालयाने एकंदर १,६३,४०३ कोटी रुपयांच्या अधिग्रहणाला मंजुरी देऊन सर्वोच्च टप्पा गाठला. इथं एक गोष्ट लक्षात आणून दिली पाहिजे की, १२६ एमएमआरसीए करारात नमूद केलेल्या एकूण वितरण खर्चापेक्षा हा खर्च वेगळा होता, जो संरक्षण मंत्रालयाने ६९,४५६ कोटी रुपयांचा सर्वोच्च खर्च मानला होता, त्यापैकी ऑफसेट लोडिंगचा खर्च वगळता तो खर्च २,५३० ते ५,०६० कोटी रुपयांच्या दरम्यान असेल, असा अंदाज होता.

या सगळ्या गोष्टी एप्रिल २००८ मध्ये सहा कंपन्यांनी टेक्नो-कमर्शियल निविदा सादर केल्यानंतर घडल्या. त्यानंतर जवळपास ११ महिन्यांनी, कडक उन्हाळ्यात राजस्थानच्या वाळवंटात आणि लडाखच्या अत्यंत थंड वातावरणात सर्वोच्च उंचीवर त्यांची फिल्ड इव्हॅल्यूएशन ट्रायल (एफईटी) घेण्यात आली. या ट्रायल्स मे २०१० मध्ये संपल्या. भारतीय हवाई दलाच्या मूल्यांकन समितीनं दोन विमानांची निवड केली - युरोफायटर टायफून आणि डसॉल्ट ॲव्हिएशनने बाजारात आणलेलं राफेल विमान - आणि तशी शिफारस संरक्षणमंत्री ए. के. ॲन्टनी यांच्याकडे पाठवली. ही शिफारस स्वीकारायला ॲन्टनी यांनी जवळपास एक वर्षाचा कालावधी घेतला. तेव्हा २०११ साल होतं. त्यानंतर टेक्निकल ओव्हरसाईट कमिटी (तांत्रिक देखरेख समिती) आणि टेक्निकल ऑफसेट इव्हॅल्यूएशन कमिटी (तांत्रिक ऑफसेट मूल्यांकन समिती) या दोन अंतर्गत समित्यांबरोबर दीर्घकाळ चर्चा केल्यावर एप्रिल २०११ मध्ये कॉन्ट्रॅक्ट निगोसिएशन्स कमिटी (सीएनसी) स्थापन केली गेली. त्याच वर्षी सप्टेंबर महिन्यात सीएनसीने प्रत्येक वर्षाची सरासरी वाढीव किंमत विचारात घेऊन शेवटची आपली निर्धारित किंमत निश्चित केली.

मात्र जुलै २०१२ पूर्वी सीएनसीने चार उपसमित्या कार्यान्वित केल्या नव्हत्या : मेन्टेनन्स, ऑफसेट, ट्रान्सफर ऑफ टेक्नॉलॉजी (टीओटी) आणि कॉन्ट्रॅक्ट सबकमिटी.

सप्टेंबर २०१६मध्ये फ्रान्सच्या संरक्षणमंत्र्यांबरोबर राफेल करारावर स्वाक्षरी करताना.

पुढील दोन वर्षे टीओटी, ऑफसेट आणि मेन्टेनन्स या तीन मुद्यांवर वेगाने वाटाघाटी सुरू होत्या. मात्र मुख्य उत्पादन एजन्सी म्हणून काम करणाऱ्या एचएएलबरोबर १०८ विमानांच्या उत्पादनाशी निगडित काही लायन्ससशी संबंधित मुद्दे अद्यापही निश्चित झाले नव्हते. भारतात कच्च्या मालापासून एअरक्राफ्ट बनवण्यासाठी लागणाऱ्या मानवी तासांवरून, तसंच संपूर्ण १२६ एअरक्राफ्टची जबाबदारी नेमकी कोणी घ्यायची, यावरूनही अनेक मतभेद निर्माण झाले होते. भारतात राफेल एअरक्राफ्टच्या निर्मितीसाठी ३१ दशलक्ष मानवी तास पुरेसे आहेत, असं डसॉल्ट ॲव्हिएशनने प्रस्तावित केले होते. त्याचवेळी एचएएलने हे मानवी तास २.७ पट अधिक असावेत, अशी मागणी केली होती.

नेमक्या याच मुद्यावरून सरकार आणि फ्रेंच उत्पादकांमध्ये वाद झाला.

जी कंपनी निविदा जिंकेल - डसॉल्ट ॲव्हिएशन - त्या कंपनीला भारत सरकारबरोबर एकच करार करावा लागेल, अशा समजुतीमध्ये संरक्षण मंत्रालय होतं. त्यानंतर फ्रेंच कंपनीला एचएएल आणि इतर भारतीय उत्पादन कंपन्यांबरोबर

एकामागोमाग एक करार करावे लागणार होते. आयएएफला १२६ विमानांचा ताफा पुरविण्याची जबाबदारी डसॉल्ट एव्हिएशनची होती. या कराराची एकच जमेची बाजू होती, ती म्हणजे डसॉल्ट एव्हिएशनला आरएफपी (रिक्वेस्ट फॉर प्रपोजल) दिलं गेलं होतं. या टप्प्यावर, डसॉल्ट एव्हिएशनच्या प्रतिनिधींनी आरएफपीमध्ये नमूद केलेल्या प्रकल्पाच्या सर्व गरजा पूर्ण करण्यासाठी सर्वतोपरी प्रयत्न करण्यासाठी सहमती दर्शविली होती.

मात्र, पहिल्याच बैठकीत दिलेलं वचन डसॉल्ट एव्हिएशनने पाळलं नाही. त्याचा परिणाम म्हणून भारतात उत्पादित करण्यात येणाऱ्या १०८ विमानांच्या जबाबदारीचा पेच निर्माण झाला. याशिवाय एचएएलचा कामातला वाटा नेमका किती असावा, याबाबतही अडचण निर्माण झाली. डसॉल्ट एव्हिएशन आणि एचएएल यांच्या नेमक्या भूमिका व जबाबदाऱ्या कोणत्या असतील, हे स्पष्टपणे अधोरेखित करणारं 'रिस्पॉन्सिबिलिटी मॅट्रिक्स' सादर करण्यास डसॉल्ट एव्हिएशनला सांगण्यात आलं होतं. डसॉल्ट एव्हिएशनचे एचएएलबरोबर एकामागोमाग एक होणाऱ्या करारांमध्ये सुलभता आणण्यासाठी हे मॅट्रिक्स उपयोगी पडणार होते. निविदेत नमूद केलेल्या मूळ अटींपैकी दोन अटींचा अर्थ फ्रेंच कंपनीकडून हवा तसा घेतला न गेल्याने सीएनसी वाटाघाटी पुढे नेण्यास उत्सुक नव्हते.

या कराराचा पहिला भाग होता तो १२६ विमानांचा विक्रेता म्हणून डसॉल्ट ॲव्हिएशनला - ज्यात १०८ विमाने ही भारतातच उत्पादित होणार होती - स्वीकारणं आणि कराराशी निगडित जबाबदाऱ्या आणि उत्तरदायित्व याबाबत पत्रव्यवहार करणं. दुसरा मुद्दा हा भारतात एअरक्राफ्टचे उत्पादन करतानाच्या मानवी तासांबाबत होता. फ्रेंच उत्पादकाला आरएफपीमध्ये नमूद केलेल्या अटींनुसार काम करण्याची मुदत निर्धारित करण्याऐवजी, अतिदक्ष असलेल्या ए. के. ॲन्टनी यांच्या नेतृत्वाखाली संपुआने (संयुक्त पुरोगामी आघाडी) एक पाऊल मागे जात डसॉल्ट एव्हिएशनला माघारी जाण्याची परवानगी दिली. या कराराला अंतिम स्वरूप देण्याआधी याचा खरेपणा पुन्हा तपासण्याची सीएनसीला गरज असल्याचा निष्कर्ष आल्यानंतर, अनपेक्षितपणे ॲन्टनी यांनी संरक्षण मंत्रालयातील अधिकाऱ्यांकडून या संदर्भातील फाईल पुन्हा आपल्याकडे मागवल्या, त्यामुळे उत्पादकांबरोबर

वाटाघाटी करणाऱ्या अधिकाऱ्यांच्या मनात गोंधळ आणि शंका निर्माण व्हायला लागल्या.

चर्चेची ही अशी कोंडी झालेली असतानाच दिल्लीतील सरकार बदललं.

नव्या राजकीय नेतृत्वाला या कोंडीची माहिती देण्यात आलेली होती. त्याचवेळी संरक्षण मंत्रालयातील अधिकाऱ्यांना लवकरात लवकर प्रयत्न करून ही कोंडी फोडण्याचे निर्देश देण्यात आले होते, कारण भारतीय हवाईदलातील लढाऊ विमानांची संख्या घटल्याने परिस्थिती चिंताजनक होती.

त्यामुळेच २५ सप्टेंबर २०१४ रोजी झालेल्या सीएनसीच्या बैठकीत, डसॉल्ट एव्हिएशनने १० दिवसांच्या आत या दोन मुद्यांची ते जबाबदारी घेत असल्याचं कळवावं, असा निर्णय घेतला गेला. कंपनीने याला हरकत घेतली. त्यांच्याकडून कोणताही प्रतिसाद न आल्याने, ३१ ऑक्टोबर २०१४ ला पाठवलेल्या पत्रात, कंपनीने पुढील आठवड्यापर्यंत आवश्यक जबाबदारीबाबतचा खुलासा करावा, अशी विनंती परत एकदा करण्यात आली. याला प्रतिसाद म्हणून, ७ नोव्हेंबर २०१४ ला आलेल्या पत्रात, डसॉल्ट एव्हिएशनकडून, सीएनसीने मागितलेल्या कोणत्याही मुद्यांबाबत होकार आलेला नव्हता.

या दरम्यान, १० नोव्हेंबर २०१४ रोजी, पर्रीकरांनी संरक्षणमंत्री म्हणून सूत्रं स्वीकारली. महत्त्वाचे प्रलंबित प्रकल्प आणि करार यांच्याबद्दलची माहिती घेताना, त्यांच्या लक्षात आलं की, एमएमआरसीएचा करार अद्यापही पूर्णत्वाला गेलेला नाही. त्यामुळे निविदेमधील अटींचं पालन करण्यासाठी अजूनही फ्रेंच कंपनीला पुरेसा वेळ द्यावा, अशी त्यांची इच्छा होती.

२०१४ च्या डिसेंबर महिन्यात, फ्रान्सचे संरक्षणमंत्री भारत भेटीवर आले होते आणि अपेक्षेप्रमाणे, त्यांनी पर्रीकरांसमोर एमएमआरसीए प्रकरणातील कराराच्या वाटाघाटींचा मुद्दा उपस्थित केला. यावर पर्रीकरांनी, कराराबाबतचे निष्कर्ष अद्यापही रोखून धरलेले आहेत, कारण आरएफपीकडून मांडण्यात आलेल्या बाबींवर, विक्रेत्यांकडून कोणत्याही प्रकारची पुष्टी आली नसल्याचं स्पष्ट केलं. यानंतर पर्रीकरांकडून, फ्रान्सच्या संरक्षणमंत्र्यांना एक औपचारिक पत्र पाठवलं गेलं. त्यात आरएफपीद्वारे मांडलेल्या आणि निविदांमधील अटींचं पालन करण्यास डसॉल्ट

एव्हिएशन जर लवकरात लवकर तयार झालं, तर त्यांच्यासाठी ते खरोखर उपयुक्त ठरेल, असं नमूद करण्यात आलं होतं. याशिवाय वाटाघाटींनाही पुन्हा सुरुवात करता येईल आणि सीएनसीबरोबर विनाव्यत्यय चर्चा करण्यासाठी डसॉल्ट एव्हिएशनतर्फे सर्वाधिकार मिळालेल्या प्रतिनिधीची नियुक्ती करता आली तर निष्कर्षापर्यंत पोहोचता येईल, असंही पत्रात नमूद करण्यात आलं होतं.

डसॉल्ट एव्हिएशनच्या आणखी एका शिष्टमंडळाबरोबर १२ फेब्रुवारी २०१५ ला चर्चा करण्यात आली. त्यात डसॉल्ट एव्हिएशनकडून आरएफपीच्या अटींची पूर्तता करण्यासंदर्भात तसंच खास करून त्यांनी सादर केलेल्या निविदेमधील अटींबाबत स्पष्टीकरण मागितलं गेलं. या दोन अटी होत्या : (१) एकत्रित मानवी तास, ज्याच्या आधारावर डसॉल्ट एव्हिएशनला लेव्हल १ म्हणून घोषित केलं होतं, तेच मानवी तास भारतात परवानाधारक उत्पादकाला १०८ राफेल विमानांच्या उत्पादनासाठी कायम राहातील. (२) आयएएफला देण्यात येणाऱ्या १२६ विमानांच्या करारासाठी, डसॉल्ट एव्हिएशन विक्रेते म्हणून, आरएफपीच्या गरजेनुसार आवश्यक कंत्राटी जबाबदाऱ्या स्वीकारेल.

डसॉल्ट एव्हिएशनच्या प्रतिनिधींनी या संदर्भातील त्यांची भूमिका पुन्हा एकदा स्पष्ट केली आणि असं म्हटलं की, पूर्ण तयार स्थितीतील केवळ १८ विमानांचीच जबाबदारी डसॉल्ट एव्हिएशनवर आहे. स्थानिक उत्पादन एजन्सी म्हणून काम बघणाऱ्या एचएएलकडून उत्पादित होणाऱ्या १०८ विमानांची मालकी डसॉल्ट एव्हिएशन स्वीकारणार नाही. मानवी तासांसंदर्भातील प्रश्नाबाबत, डसॉल्ट एव्हिएशनच्या प्रतिनिधीने स्पष्ट केलं की, फ्रान्समधील औद्योगिक परिस्थितीतील कामाशी निगडीत असेच मानवी तास त्यांच्या प्रस्तावात मांडले गेले आहेत. त्यांनी असंही म्हटलं की, १०८ विमानांच्या उत्पादनांसाठी लागणाऱ्या गुणात्मक मानवी तासांबाबतचा निर्णय प्रमुख उत्पादन कंपनी म्हणून एचएएल घेईल. म्हणजे, मूळ निविदेमध्ये ज्या पळवाटा होत्या त्यांचा उपयोग करून डसॉल्ट एव्हिएशन, भारतात तयार होणाऱ्या १०८ विमानांच्या उत्पादनाबाबत आपल्या जबाबदाऱ्या कमी करण्याचा प्रयत्न करत होती, हे स्पष्टपणे दिसून आलं.

फ्रेंच कंपनीच्या या अडेलतट्टू भूमिकेने संतापलेल्या संरक्षण मंत्रालयाने २० मार्च

२०१५ रोजी निर्वाणीचा इशारा देताना, वर नमूद केलेल्या दोन मुद्यांबाबत वचनबद्धता आणि पुष्टीकरण करण्यास सांगितले, 'यात काही कमतरता राहिली तर, नाईलाजाने संरक्षण मंत्रालय दिलेलं आरएफपी रद्द करू शकेल.' असंही खडसावून सांगितलं.

यावर २४ मार्च २०१५ ला डसॉल्ट एव्हिएशनकडून आलेल्या प्रत्युत्तरात त्यांनी वरील दोन्ही मुद्यांबाबत कोणतीही वचनबद्धता दाखवली नाही. उलट, कंपनीच्या म्हणण्यानुसार, त्यांनी मानवी तासांबद्दल जो एकत्रित अंदाज दिला होता, त्याचाच आधार घेऊन एचएएलने एमएमआरसीएच्या अंतर्गत आपलं काम पूर्ण करण्यासाठी आपलं कोटेशन तयार केलं होतं. डसॉल्ट एव्हिएशन आणि ईएडीएस (सर्वात कमी किंमत नोंदविणारी दुसऱ्या क्रमांकाची कंपनी) यांनी नोंदवलेल्या मानवी तासांना २.७ चा मुद्दा जर लावला गेला, तर अधिग्रहणाची एकूण किंमत जी नोव्हेंबर २०११ मध्ये अपेक्षित होती त्यात एका भौतिक बदलामुळे डसॉल्ट एव्हिएशन जी लेवल १ ची विक्रेता होती ती कदाचित लेवल २ ची विक्रेता कंपनी बनली असती.

राफेलच्या किमतीसंदर्भात वाटाघाटी करणाऱ्या समितीने जेव्हा हे संपूर्ण प्रकरण पर्रीकरांकडे नेलं, त्यावेळी त्यांच्या लक्षात आलं की ही संपूर्ण प्रक्रिया इतकी गुंतागुंतीची बनली आहे की, त्यावर पुढे काम करणं केवळ अशक्य आहे. शिवाय आयएएफकडून जे ब्रीफिंग त्यांना मिळालं होतं, त्यानुसार फायटर जेट्स विकत घेण्यात आता वेळ वाया घालवता येणार नाही, ही गोष्टही त्यांच्या लक्षात आली. प्रभावी लढाऊ विमानांच्या तुकडीची संख्या झपाट्याने कमी झाली होती. राफेलच्या कामगिरीबाबत आम्ही समाधानी असल्याचं, त्यांना आयएएफचं नेतृत्व करणाऱ्या अधिकाऱ्यांनी सांगितलं होतं आणि त्यांच्या ताफ्यात लढणाऱ्या सैनिकांपेक्षा फायटर विमानांची जास्त गरज असल्याचंही स्पष्ट केलं होतं. पर्रीकरांच्या लक्षात आलं की, परत एकदा या सगळ्या दीर्घकाळ चालणाऱ्या प्रक्रियेत प्रचंड वेळ आणि प्रयत्न वाया जाणार आहेत. म्हणून हे संपूर्ण प्रकरण ते पंतप्रधानांकडे घेऊन गेले आणि फायटर विमानांच्या खरेदीची गरज असल्याचं त्यांना पटवून दिलं. त्याचवेळी पर्रीकरांनी मोदींना हे सुद्धा सांगितलं की, पुन्हा मूळ स्पर्धात्मक प्रक्रिया पार पाडणे कायदेशीरदृष्ट्या शक्य होणार नाही, कारण ती परिणामशून्य बनली आहे. कराराच्या मूळ अटींबाबत ॲन्टनी यांचा संभ्रम आणि उपेक्षा याला कारणीभूत होती.

त्यावेळी परिस्थितीच अशी होती की, मूळ निविदा रद्द करण्याशिवाय गत्यंतर नव्हतं आणि केंद्रीय दक्षता आयोगाच्या मार्गदर्शक सूचनांनुसार स्पर्धेत द्वितीय क्रमांकावर असलेल्या स्पर्धकाशी वाटाघाटी करता येणार नाहीत, (ऑफिआलिसनुसार लेव्हल २ विक्रेते) हे पर्रीकरांनी मोदींना सांगितलं. त्यामुळे ही निविदा रद्द करून, आयएएफने दिलेल्या यादीनुसार अत्यंत निकडीच्या गरजा भरून काढण्यासाठी राफेल विमानांची थेट खरेदी करण्याचा एकमेव मार्ग असल्याचं संरक्षणमंत्र्यांनी सुचवलं. याला पंतप्रधानांनी मंजुरी दिली आणि एप्रिल २०१५ मध्ये होणाऱ्या त्यांच्या पॅरिस भेटीदरम्यान या शक्यतेबाबत फ्रान्सच्या अध्यक्षांशी बोलण्याचा विचार केला. ९ एप्रिल २०१५ ला मोदी पॅरिस दौऱ्यासाठी रवाना होण्यापूर्वी मंत्रिमंडळाच्या सुरक्षाविषयक समितीनेही या नव्या प्रस्तावाला मंजुरी दिली.

भारत मूळ निविदा रद्द करून राफेल जेट्सची थेट खरेदी करणार असल्याच्या शक्यतेचे संकेत माझ्या सूत्रांनी त्याच संध्याकाळी मला दिले होते आणि ९ एप्रिलला मध्यरात्र व्हायला १० मिनिटं असतानाच मी त्याच्यावर एक बातमी तयार करून माझ्या 'न्यूज वॉरिअर' (www.nitingokhale.blogspot.in) या ब्लॉगवर ती पोस्ट केली. म्हणजे भारत राफेल जेट्सची थेट खरेदी करणार असल्याच्या मोदींच्या पॅरिसमधून केल्या गेलेल्या घोषणेच्या जवळपास २२ तास आधी मी ती बातमी दिली होती. फक्त नेमक्या आकड्याबाबत मला चुकीची माहिती मिळाली होती. माझ्या बातमीत भारत डसॉल्ट एव्हिएशनकडून थेट ६३ राफेल विकत घेणार असल्याचा उल्लेख होता.

अखेरीस, पंतप्रधान मोदी यांनी पॅरिसहून केलेल्या घोषणेनुसार भारत ३६ विमाने खरेदी करणार होता. १० एप्रिल २०१५ रोजी झालेल्या मोदी आणि फ्रान्सचे तत्कालीन अध्यक्ष फ्रांस्वा ओलाँड यांच्या संयुक्त पत्रकार परिषदेत भारताचा हा निर्णय जाहीर करण्यात आला. खरंतर, यामुळे सगळ्यांनाच आश्चर्याचा धक्का बसला होता, मात्र त्या परिस्थितीत जो सर्वोत्तम पर्याय होता, तोच पंतप्रधानांनी निवडला. हा तत्वतः निर्णय घेतल्यानंतर पर्रीकर आणि त्यांच्या मंत्रालयाच्या टीमला ३६ जेट्स खरेदीच्या अंतिम किमतीबद्दल बोलणी करायची बाकी होती. त्यांच्या या

आत्मविश्वासाला पंतप्रधान कार्यालयाकडून पाठिंबा मिळाला आणि पर्रीकरांच्या नेतृत्वाखाली संरक्षण मंत्रालयाने फ्रान्सबरोबर कठोरपणे सौदा करायला सुरुवात केली. मात्र पुढील १५ महिने याला यश आलं नाही. शेवटी सप्टेंबर २०१६ मध्ये, भारताने करारावर स्वाक्षऱ्या केल्या आणि स्पर्धात्मक किमतीला ही विमाने भारताने विकत घेतली. 'याचं संपूर्ण श्रेय आमच्या वाटाघाटी करणाऱ्या टीमला मी द्यायलाच हवं, कारण त्यांनीच योग्य किमतीत हे डील व्हावं म्हणून परिश्रमपूर्वक प्रत्येक बारकावे तपासले होते आणि पंतप्रधानांनीसुद्धा आमच्यावर पूर्ण विश्वास ठेवला,' पर्रीकरांनी मला सांगितलं होतं.

पण त्यांनी हे सांगितलं नव्हतं की, भारताच्या हिताच्या दृष्टीने किमतीबाबत वाटाघाटी कराव्या लागतील, याबद्दल त्यांना पूर्ण विश्वास होता. फ्रान्सशी कठोरपणे वाटाघाटी करणाऱ्या टीममध्ये असलेल्या एका वरिष्ठ आयएएफ अधिकाऱ्याने त्यावेळच्या घडामोडींबद्दल भाष्य करताना म्हटलं : 'श्रीयुत पर्रीकरांनी आम्हाला पूर्णपणे पाठिंबा दिला होता. इतकंच नाही तर, जानेवारी २०१६ मध्ये भारताच्या प्रजासत्ताक दिन परेडसाठी दिल्लीत प्रमुख पाहुणे म्हणून आलेल्या फ्रान्सच्या राष्ट्राध्यक्षांच्या (फ्रांस्वा ओलाँड) उपस्थितीत फ्रान्सकडून जो जबरदस्त दबाव आणला गेला होता त्यालाही ते खंबीरपणे सामोरे गेले होते. दिल्ली भेटीतच आपल्या पंतप्रधानांसोबत सामंजस्य करारावर - अंतिम किंमत ज्यात समाविष्ट केलेली होती - सही करायला श्री. ओलाँड तयार होते. पहाटे चार वाजेपर्यंत आमच्या वाटाघाटी सुरूच होत्या, पण तरीही किंमत जरा जास्तच असल्याचं पर्रीकरांना अजूनही वाटत होतं. म्हणून मग त्यांनी हे प्रकरण पंतप्रधानांकडे नेलं आणि त्यांना विनंती केली की, ज्यात अंतिम किंमत नमूद केलेली नाही, अशा सामंजस्य करारावर सह्या करा. जे मोदींनी अचूकपणे केलं. शेवटी २६ जानेवारी २०१६ या दिवशी ३६ राफेल फायटर जेट्स विकत घेण्यासंदर्भात भारत आणि फ्रान्स यांच्यात सामंजस्य करार झाला. दुसऱ्या दिवशीच्या वृत्तपत्रांमध्ये आलेल्या बातम्यांनुसार, ९ अब्ज डॉलर्सच्या या कराराला अंतिम स्वरूप द्यायला काही कालावधी लागणार होता. अंतिम करारावर सह्या करायला पुढे आठ महिने लागले. टीमने या संदर्भात जबरदस्त वाटाघाटी करत घसघशीत सवलत मिळवली.

माझ्या www.bharatshakti.in या वेबसाईटवर लिहिल्यानुसार : 'संरक्षण मंत्रालय आणि आयएएफ यांच्या वाटाघाटी करणाऱ्या टीमने अनेक प्रकारच्या सवलती आणि सूट पदरी पाडून घेतल्या होत्या. यामुळे जानेवारी २०१६ मध्ये फ्रान्सकडून जी किंमत कोट केली गेली होती, त्यापेक्षा जवळपास ७५० दशलक्षपेक्षाही कमी किमतीचा सौदा करण्यात आपण यशस्वी ठरलो होतो. अर्थात एप्रिल २०१५ मध्ये पंतप्रधान नरेंद्र मोदी पॅरिस दौऱ्यावर असताना, फ्रान्सकडून भारत थेट ३६ राफेल्स खरेदी करण्याच्या विचारात असल्याचं जाहीर केलं गेलं, त्यानंतर जवळपास सात महिन्यांनी या व्यापारविषयक वाटाघाटी अधिक वेगाने होऊ लागल्या. किंमत कमी करण्यासाठी भारतीय टीमने फ्रान्सच्या अधिकाऱ्यांना जी वास्तविक किंमत होती (त्यावेळची किंमत) त्यात युरोपियन महागाई निर्देशांक (जो शेअर बाजाराप्रमाणे बदलतो आणि तेव्हा तो वार्षिक १ टक्का होता) समाविष्ट करायला सांगितला. त्याचप्रमाणे संरक्षण मंत्रालयाने युरोपियन महागाई निर्देशांकाची कमाल मर्यादा ३.५ टक्के निश्चित केली. म्हणजे चलनवाढीच्या निर्देशांकात जर घसरण झाली (युरोपियन बाजारपेठेची त्यावेळची स्थिती लक्षात घेता तशीच शक्यता होती) तर भारताला कमी किंमत मोजावी लागणार होती. पण जर त्यात वाढ झाली तरीसुद्धा भारताला ३.५ टक्क्यांपेक्षा जास्त भार सोसावा लागणार नव्हता.

मात्र आधीचा करार रद्द करून नवीन करारानुसार १२६ एमएमआरसीएच्या किमती नक्की कशा पद्धतीने काढायच्या, ही एक नवीनच समस्या निर्माण झाली होती. राफेल जेट्सची निर्माती कंपनी डसॉल्ट एव्हिएशनने बोली जिंकल्यानंतर संपुआने फ्रान्सच्या अधिकाऱ्यांशी केलेल्या करारानुसार निश्चित किमतीच्या सूत्रावर सहमती दर्शवली होती. त्यामुळे सौद्याच्या पहिल्याच दिवसापासून ३.९ टक्के महागाई निर्देशांकांचा समावेश कंपनीला त्यात करता आला होता. त्यामुळे, यूपीएने केलेला करार घेऊन भारत पुढे गेला असता आणि युरोपीयन चलनवाढीचा निर्देशांक खाली आला असता (प्रत्यक्षात तो आला) तर महागाई निर्देशांकाची अतिरिक्त किंमत (@ ३.९ टक्के) जी सुरुवातीच्या वाटाघाटींच्या वेळीच अंतर्भूत केली गेली होती, भारताला देणं भाग पडलं असतं.'

कमी किमतीबरोबरच, आधीच्या करारात प्रस्तावित केलेल्या राफेल्सपेक्षा भारतीय हवाई दलाकडून आता जी राफेल्स वापरली जाणार होती, त्यात शस्त्रास्त्रं वाहून नेण्याची जागा ही अधिक वरच्या दर्जाची होती. यामध्ये व्हिज्युअल रेंजपलीकडे १५० किमीपेक्षा जास्त अंतरापर्यंत हवेतल्या हवेत मारा करणाऱ्या मेटेओर क्षेपणास्त्राचा समावेश केला गेला, याशिवाय एमआयसीए - आरएफ हे क्षेपणास्त्र त्यात असून व्हिज्युअल रेंजपलीकडे ८० किमीपेक्षा जास्त अंतरावर ते मारा करू शकतं, तर एमआयसीए - आयआर हे लढाऊ क्षेपणास्त्र ६० किमीपेक्षा जास्त अंतरावर मारा करू शकतं. स्काल्प हे हवेतून जमिनीवर मारा करणारं क्षेपणास्त्र असून ३०० किमी अंतरापर्यंतच्या लक्ष्याचा अचूक भेद करण्याची याची क्षमता आहे. मेटेओर आणि स्काल्प या क्षेपणास्त्रांच्या समावेशानं भारतीय हवाई दलाला शत्रूशी लढण्यासाठी अधिक पाठबळ मिळालं, हे नक्की.

हवाई दलाला मिळालेल्या राफेलमध्ये खास भारतासाठी म्हणून १३ वैशिष्ट्यपूर्ण क्षमता समाविष्ट करण्यात आल्या आहेत, ज्या बाकीच्या देशांनी घेतलेल्या राफेल विमानांमध्ये नाहीत. यापैकी ३ क्षमता या अद्ययावत रडारशी निगडित असून त्यामुळे भारतीय हवाई दलाला लांब पल्ल्याच्या हल्ल्याची क्षमता प्राप्त झाली. याशिवाय एक क्षमता ही हेल्मेट माऊंटेड डिस्प्लेशी संबंधित असून याच्या मदतीने हवाई दलातील वैमानिक बऱ्याच धोक्यांचा एकाचवेळी मुकाबला करू शकतील. याशिवाय या विमानात आणखी एका वैशिष्ट्याची मागणी केली गेली, ती म्हणजे, हाय अल्टिट्यूड एअरफिल्डवरूनही उड्डाण करून ते चालवता येणं. दोन देशांमधील या करारावर सह्या झाल्यानंतरच्या पुढच्या ६७ महिन्यांच्या आत ३६ राफेल विमाने हवाई दलाकडे सुपूर्द करण्यात आली. हे वितरण वेळापत्रक पाच महिन्यांपूर्वी फ्रान्सच्या बाजूने आलेल्या प्रस्तावित वितरण वेळेपेक्षा योग्य होतं.

पण विमानांची खरेदी ही तर पहिली पायरी होती. एकदा प्राथमिक खरेदी झाल्यानंतर, कोणत्याही विमानाची कार्यक्षमता, त्याची दुरुस्ती किती वेगात होते आणि 'टर्न अराउंड' म्हणजे एखाद्या मोहिमेवरून मूळ तळावर आल्यानंतर लगेच पुढच्या मोहिमेसाठी सज्ज होणं यावर अवलंबून असते आणि या मुद्यावर भारतीय हवाई दलाने केलेल्या वाटाघाटी या सर्वोत्तमच होत्या.

एमएमआरसीएच्या संदर्भात, सुरुवातीची प्रॉडक्ट बेसलाईन (पीबीएल) एका स्क्वॉड्रॉनसाठी पाच वर्षांची होती. ३६ राफेलच्या बाबतीत, दोन स्क्वॉड्रॉनसाठी पीबीएल पाच वर्षांसाठी होती. शिवाय आधारभूत वार्षिक किंमत कायम ठेवून करारानुसार आणखी दोन वर्षं पीबीएल वाढवण्यात आली. याआधीच्या प्रस्तावित करारामध्ये, प्रॉडक्ट बेसलाईन परफॉर्मन्स हा सेवेत नसलेल्या विमानातील कार्यक्षम असणारे सुटे भाग काढून ते परत वापरण्यापुरताच होता. मात्र कोणत्याही अतिरिक्त शुल्काशिवाय भारताने ही अट सहजपणे रद्द करून घेतली. पीबीएल करारानुसार, कोणत्याही कामगिरीसाठी एकूण ताफ्यापैकी किमान ७५ टक्के विमाने ही कायम तयार असतील, याची कंपनी खात्री करून घेणार होती. याशिवाय इतर उपलब्ध लढाऊ विमानांच्या तुलनेत राफेलचा मोहीम सज्जतेचा कालावधी ही अतिशय कमी होता. याशिवाय दोन इंजिने असणाऱ्या इतर उपलब्ध लढाऊ विमानांमध्ये दिवसभरात तीनदाच हल्ला करण्याची क्षमता होती, तर राफेलमध्ये एका दिवसात पाच हल्ले करण्याची क्षमता होती.

संरक्षण मंत्रालयाने सोडविलेल्या गुंतागुंतीच्या प्रकरणांमधील राफेल हे सर्वात मोठं प्रकरण होतं, पण याशिवाय भारताला शस्त्रास्त्रांमधील अनेक लहान लहान उपकरणे आवश्यक होती आणि ती ही शक्य तितक्या लवकर हवी होती. म्हणूनच तोफा (अमेरिकेकडून एम ७७७ होवित्झर), हल्ला करणारी तसंच दळणवळणासाठी मीडियम लिफ्ट हेलिकॉप्टर्स (अमेरिकेकडून चिनूक आणि अपाचे हेलिकॉप्टर्स), नौदलासाठी युद्धनौका आणि समुद्रात दडवून ठेवलेल्या स्फोटकांचा शोध घेणारी उपकरणे आणि हवाई दलासाठी आकाश क्षेपणास्त्र यांच्या खरेदीतले अडथळेही दुप्पट वेगाने दूर केले गेले.

२०१५ पासून भारतात संरक्षणविषयक सुधारणांची प्रक्रिया सातत्याने सुरू आहे आणि गेल्या पाच वर्षांत तिचा वेग वाढला आहे. अगदी आता-आतापर्यंत कोणाचाही विश्वास बसला नसेल, अशी पारदर्शकता तसंच खुद्द वापरकर्ता आणि उद्योगांमधील वाढता संवाद यामुळे बदल घडायला लागले. भारतीय संरक्षण मंत्रालयात नव्यानेच आलेल्या या मोकळेपणाच्या वातावरणाने सैन्य दल, शिक्षण क्षेत्र, उद्योग तसंच सीआयआय, फिक्की आणि असोचॅम यासारख्या औद्योगिक

संस्थांमधील संवाद प्रक्रिया वाढीला लागली. माझ्या स्वतःच्या bharatshakti.in या वेबसाईटच्या माध्यमातून सैन्यातील उच्चाधिकारी आणि संरक्षणमंत्री, भारतीय तसेच परदेशी उपकरण उत्पादक, सूक्ष्म, लघु आणि मध्यम स्वरूपाचे उद्योजक, परदेशी संरक्षण विभागाशी संबंधित भारतात नियुक्त असलेले अशा विविध मान्यवरांना वर्षातून एकदा एकत्र आणण्याचं काम गेली पाच वर्ष करतोय. दरवर्षी जाऊ दे, पण एखाद्या वेळीसुद्धा अशा प्रकारच्या परिषदेच्या आयोजनाचा विचार करणं देखील, काही वर्षांपूर्वी अशक्य होतं. विदेशातील भारतीय उच्चायुक्त आणि दूतावासांमध्ये कार्यरत असलेल्या भारतीय संरक्षण विभागाशी संलग्न व्यक्तींनाही, आता भारताच्या संरक्षण निर्यातीला चालना देण्यासाठी सार्वजनिक आणि खासगी क्षेत्रातील उद्योगांनी तयार केलेल्या भारतीय संरक्षणविषयक विविध योजनांची प्रसिद्धी करण्याचे स्पष्ट आदेश देण्यात आले आहेत. या सगळ्या गोष्टी पर्रीकर यांनी आपल्या छोट्याशा कार्यकाळात सुरू केल्या होत्या. (परिशिष्ट बघा)

संरक्षण मंत्रालयाच्या कामकाजात पर्रीकर मनापासून रस घेत असले तरी, ते दिल्लीत पूर्णपणे रमलेच नव्हते. त्यांचं पहिलं प्रेम गोवाच होतं. त्याचमुळे वेळ मिळाला की, ते गोव्याकडे धाव घ्यायचे. मात्र अवाढव्य कामाच्या ओझ्याचा परिणाम त्यांच्या तब्येतीवर व्हायला लागला. दिल्लीतील गुंतागुंतीच्या आणि व्यावहारिक दुनियेत ते एकटे पडले होते.

प्रकरण ८

वेळ आणि आकडेवारी

अनेक वर्ष तळागाळातील कार्यकर्ता आणि नंतर विरोधी पक्षनेता म्हणून काम केल्यामुळे गोव्यातील सर्वसामान्य जनतेला भेडसावणाऱ्या नेमक्या प्रश्नांची पर्रीकरांना जाणीव होती. याशिवाय संघर्ष करणारा उद्योजक म्हणून, वक्तशीरपणा आणि काटकसरीपणा यांचंही महत्त्व त्यांना माहीत होतं. त्याचमुळे आपल्या दैनंदिन आयुष्यात जो साधेपणा त्यांनी अंगीकारला होता - अगदी मुख्यमंत्री झाल्यानंतरही - तो आव आणलेला किंवा कृत्रिम नव्हता. ते खरोखरच अत्यंत साधे, पण व्यवहारी होते. त्यांच्यासोबत काम केलेल्यांना हा फरक लगेच लक्षात येत असे.

सुरुवातीला उपसचिव म्हणून नियुक्त झालेले आणि नंतर मुख्यमंत्र्यांचे सहसचिव म्हणून पदोन्नती मिळालेल्या भूषण सवईकर यांना २०१३ साली घडलेला किस्सा अजूनही आठवतो. 'मी त्यांच्यासोबत बंगळुरूला जात होतो आणि त्यांनी आपली बॅग स्वतःच उचलली होती. त्यामुळे राज्याच्या मुख्यमंत्र्यांनी अशी बॅग उचलणं हे फारसं चांगलं दिसत नाही आणि म्हणून मी ती उचलतो, असं त्यांना

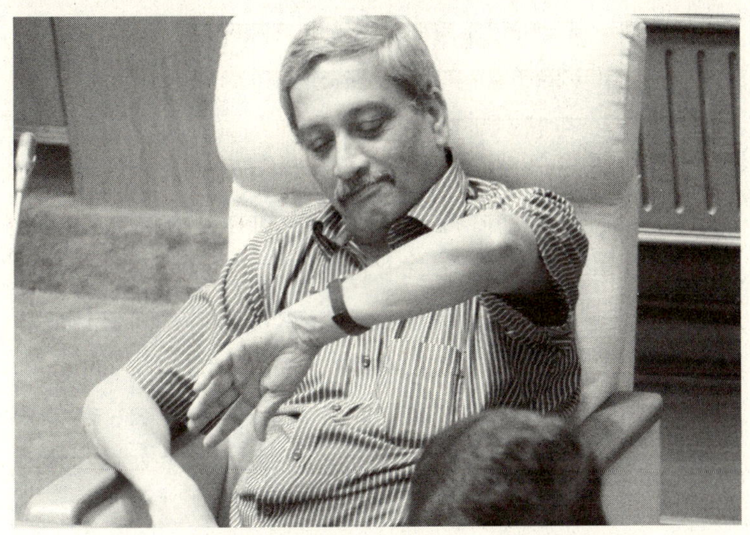

वक्तशीरपणा ही पर्रीकरांची खासियत होती, त्यात कृत्रिमता नव्हती.

सांगितलं. त्यावर आपण मुख्यमंत्रीपदावर काही काळासाठीच आहोत, संपूर्ण आयुष्यासाठी नाही याची आपल्याला जाणीव आहे आणि म्हणूनच स्वतःची बॅग उचलण्याची सवय कायम राहायला हवी, असं ते म्हणाले होते.'

पर्रीकरांचा वक्तशीरपणाही वाखाणण्याजोगा होता. सवईकर त्याबद्दल सांगतात : 'वेळेच्या बाबतीत ते अत्यंत दक्ष असायचे. दिवसभराचा भरगच्च कार्यक्रम ठरलेला असतानाही, एखाद्याला दिलेली वेळ पाळण्यावर त्यांचा भर असायचा. २०१३ साली जेव्हा ते मुख्यमंत्री होते, त्यावेळी साधारणपणे सकाळी ७.३० वाजता ते मला फोन करायचे. सकाळी तयार होऊन, ब्रेकफास्ट करून मी ७.३० वाजेपर्यंत ऑफिसमध्ये पोहोचणं अपेक्षित असे. पण जर त्यांना उशीर होणार असेल किंवा ते नंतर येणार असतील, तर ते ७.१५ वाजता फोन करून १५ मिनिटं उशीरा आलास तरी चालेल किंवा जर ते येणारच नसतील तर मलाही येऊ नको, असा निरोप द्यायचे. तुम्हीच बघा की, मुख्यमंत्र्यांनी असा फोन करून आपण उशिरा येणार असल्याचं अधिकाऱ्याला सांगायची खरंतर गरज नाही. मी सहजपणे त्यांची वाट बघत १५ मिनिटं ऑफिसमध्ये थांबून राहिलो असतो; पण ही माहिती देण्यासाठी ते फोन करायचे आणि त्यासाठी ते स्वतः फोन लावायचे. मी हे कधीच विसरू शकणार

नाही. भेटण्याची वेळ मागे-पुढे होणार असेल तर, समोरच्याचा वेळ वाया जाणार नाही किंवा, त्या वेळेत तो इतर कामे करू शकेल, याची दक्षता ते घेत असत. काळ आणि व्यक्ती यांच्याबद्दल त्यांना असाच आदर होता.'

सन २००० पासून, निधनापर्यंत त्यांचे वैयक्तिक सुरक्षा अधिकारी असलेल्या शैलेश आणि सुनील यांना, पर्रीकरांची लवकर उठण्याची सवय लक्षात राहिली आहे. 'त्यांचा दिवस सकाळी लवकर म्हणजे ४ किंवा ५ वाजल्यापासून सुरू व्हायचा. ते कामासाठीही लवकर बाहेर पडायचे आणि आम्ही नेमके कुठपर्यंत पोहोचलो आहोत, हे विचारण्यासाठी फोन करायचे. आपण किती अंतरावर आहोत किंवा आपण किती लवकर पोहोचू याबद्दल खोटं बोलण्याचा प्रयत्न केला, तर आम्ही नक्कीच पकडले जायचो; कारण एखाद्या ठिकाणाहून पोहोचण्यासाठी नक्की किती वेळ लागतो, हे त्यांना माहिती असायचं. ते आमच्यावर नजर ठेवून असायचे!'

'अनेकदा ते सकाळी ६ वाजताच ऑफिसला जायला तयार असायचे आणि आम्हाला जरासाही उशीर झालेला असेल तर, 'आम्ही जर वेळेत पोहोचलो नाही, तर स्वतःची गाडी - त्यांच्याकडे लाल झेन कार होती - स्वतः चालवून ऑफिसला पोहोचेन,' असं ते आम्हाला सांगायचे आणि ते तसं करायचे देखील. काहीवेळा आदल्या रात्री २ वाजता कामावरून ते घरी परत येत असले, तरी त्यांना सकाळी उशीर झाला, असं फारच कमी वेळा झालं असेल. कारण रात्री २ वाजेपर्यंत काम केल्यानंतरही अनेकदा उरलेल्या फाईल्स घरी आणून ते काम पूर्ण करत असतं. ही त्यांची सवयच होती. त्या दिवशीच्या फाईल्स पूर्ण तपासून होईपर्यंत ते झोपत नसतं. आपल्याला आज सकाळी ८ वाजल्यापासून कामाला सुरुवात करायची आहे, असं ज्या दिवशी ते सांगायचे, फक्त त्याच दिवशी आम्हाला जरा विश्रांती मिळत असे,' दोन्ही वैयक्तिक सुरक्षा अधिकारी सांगत होते.

पर्रीकरांच्या सहवासात येणाऱ्या प्रत्येकाकडे त्यांच्या या सवयीबद्दल एखाद - दोन किस्से नक्कीच आहेत. दिल्लीत असताना मी स्वतः अनेकदा याचा अनुभव घेतला आहे. पर्रीकरांना सकाळी लवकर उठायची सवय होती आणि लवकरच त्यांना समजलं की, माझाही दिवस सकाळी लवकर सुरू होतो (जवळपास २५ वर्षं पूर्वोत्तर राज्यात राहिल्याने ही सवय झाली होती). त्यामुळे आठवड्यातून किमान दोन-तीन

वेळा पहाटे ५.३० वाजता फोन करून 'सकाळी ७ पर्यंत ये' असा ते मला निरोप द्यायचे. पण जर काही कारणांनी त्यांना १५-२० मिनिटांचा जरी उशीर होणार असेल, तरी ते वैयक्तिकरित्या मला फोन करून 'थोडा उशिरा ये रे' असं सांगायचे.

पर्रीकर मुख्यमंत्री असतानाच, प्रतिमा नाईक यांनी ट्रेनी स्टेनोग्राफर म्हणून २००२ मध्ये आपल्या करिअरची सुरुवात केली. पर्रीकरांनी तयार केलेल्या योजनेअंतर्गत त्यांनी सरकारी नोकरीसाठी अर्ज केला होता. सुरुवातीला २००३ मध्ये त्यांच्या अल्टिन्हो येथील सरकारी निवासस्थानी असलेल्या ऑफिसमध्ये त्या रुजू झाल्या. सगळा पत्रव्यवहार, दैनंदिन वेळापत्रक आणि त्यांच्या बैठकांचा समन्वय साधण्याचं काम त्या बघायच्या. त्यांनाही पर्रीकरांबाबत असाच अनुभव आला होता. 'श्री. पर्रीकर सकाळी ७.३०-८ वाजेपर्यंत ऑफिसमध्ये पोहोचायचे आणि आपल्या स्टाफमधील काही सदस्यांना फोन करायचे. त्यात माझाही समावेश असायचा. जर एखाद्या दिवशी ते मीटिंगमध्ये अडकले आणि यायला त्यांना थोडासा जरी, अगदी १५ मिनिटं जरी उशीर होणार असेल, तरी ते वैयक्तिकरित्या सगळ्या स्टाफला फोन करून त्यांना नेमका किती उशीर होणार आहे, याची कल्पना देऊन ठेवायचे. हा त्यांचा स्वभाव होता. त्यांना एखाद्या कार्यक्रमाला हजर राहायचं असेल आणि त्यांना उशीर झालेला असेल तरी आयोजकांना फोन करून तशी कल्पना द्यायला ते मला सांगायचे. खरंतर, मुख्यमंत्री म्हणून त्यांनी हे सगळं करण्याची काहीच गरज नसायची, पण ते करायचे. वक्तशीर असणं हे त्यांच्यासाठी खूपच महत्त्वाचं होतं.'

प्रतिमा पुढे म्हणाल्या : 'त्यांचं सरकार कोसळल्यानंतर, पर्रीकर विरोधी पक्षनेता बनले आणि त्यांनी माझी त्यांच्या ऑफिसमध्ये नियुक्ती करून घेतली. अधिवेशन काळात सभागृहात विचारण्यासाठीचे प्रश्न ते स्वतः तयार करत असतं. अधिवेशन काळात तर ते सकाळी ६-६.३० वाजताच ऑफिसमध्ये पोहोचत. विरोधी पक्षनेता म्हणून सरकारला प्रश्न विचारणं हे त्यांचं काम होतं. त्यासाठी त्यांनी स्वतःला वाहून घेतलं होतं.'

त्यांच्या वक्तशीरपणा व्यतिरिक्त, बहुतेक गोवेकरांना पर्रीकर निर्णायक नेते म्हणून आठवतात.

सवईकर यांच्या मते, पर्रीकर अतिशय जलदगतीने निर्णय घ्यायचे; कारण हातात असलेल्या एखाद्या प्रश्नाबाबत अभ्यास करायला त्यांनी पुष्कळ वेळ खर्च केलेला असायचा, त्याचे फायदे-तोटे कोणते याबद्दलही ते नीट विचार करायचे, मात्र एकदा का त्यावर उपाय सापडला की, लगेच त्याच्या अंमलबजावणीचे आदेश ते जारी करायचे.

'अनेक वर्षांचा अनुभव गाठीशी असल्याने ते पटकन निर्णय घेऊ शकत होते. मी त्यांच्या ऑफिसमध्ये २०१३ पासून रुजू झालो; आणि ते २००० पासून मुख्यमंत्री होते. ते विरोधी पक्षनेताही होते. त्यामुळे त्यांचा अनुभव दांडगा होता. विरोधी पक्षनेते असताना बराचसा वेळ ते वाचनातच घालवायचे. हातात असलेली प्रत्येक फाईल आणि प्रत्येक प्रश्न ते बारकाईने वाचायचे आणि प्रत्येक प्रश्नासंदर्भात सखोल माहिती घ्यायचे. त्यामुळे विषयाबाबत त्यांना पुरेशी कल्पना असायची आणि त्या त्या प्रश्नांवर अत्यंत वेगाने ते निर्णय घेऊ शकत होते. एखाद्या वेळी जर मला एखादा मुद्दा पटला नाही, तर मी मोकळेपणाने ते त्यांना सांगू शकत होतो, एखाद्या योजना किंवा धोरणाबाबत कायदा काय सांगतो, हे सांगणं माझं काम होतं. मात्र मुख्यमंत्री म्हणून अंतिम निर्णय त्यांचाच असायचा. आमचं बोलणं शांतपणे ऐकून मगच ते निर्णय घ्यायचे. अनेकदा, आमचा सल्ला घेऊन मग ते एखाद्या विषयाबाबतची त्यांची भूमिका बदलायचे,' असंही सवईकर म्हणाले.

पर्रीकरांचे अतिरिक्त सचिव म्हणून काम बघणारे मायकेल डिसुझा यांना, त्यांची आकडेवारीबद्दल असणारी तीव्र आवड लक्षात राहिली आहे. 'विश्लेषण करण्याची उत्तम देणगी त्यांना जन्मजात होती आणि त्यामुळे ते चटकन निर्णय घेऊ शकत होते. डेटा विश्लेषणासारख्या कामासाठी जिथे डेटा वैज्ञानिकांना कामावर ठेवण्यासाठी कंपन्या लाखो रुपये खर्च करतात, तेच काम हे काही वेळातच करत असत. याशिवाय त्यांची स्मरणशक्तीही अतिशय तीक्ष्ण होती, जी त्यांच्या शेवटच्या श्वासापर्यंत कायम होती,' डिसुझा सांगत होते.

डिसुझांच्या आठवणीनुसार, 'गोव्यातील खाण संकटाच्या पार्श्वभूमीवर (सर्वोच्च न्यायालयाने सगळ्या ८८ कार्यरत खाणींमधील कामावर बंदी घातल्यानंतर), आम्हाला आमच्याकडील निधीचं काळजीपूर्वक व्यवस्थापन करावं

आकडेमोडीत अतिशय जलद

लागलं. त्यामुळे त्यांना रोजच्या रोज राज्याच्या आर्थिक स्थितीची आकडेवारी आणि रिपोर्टस् हवे होते, ज्यामुळे ते खर्चात कपात करू शकणार होते. ही आकडेवारीच त्यांचं बलस्थान होतं. तुम्ही जर त्यांना आकडेवारी दिली तर दुसऱ्या दिवशी सकाळपर्यंत त्यांचं सविस्तर विश्लेषण करून सगळ्या गोष्टी योग्य मार्गावर आणायचे. म्हणून आम्ही एक प्रणाली तयार केली ज्याच्यामध्ये रोजच्या रोज माहिती भरून ती त्यांना सादर केली जायची. खरंतर, ही प्रणाली कोणत्याही नियमांमध्ये बसणारी नव्हती. सरकारच्या हाती शिल्लक किती आहे? कोणकोणत्या देयकांची रक्कम दिली गेली आहे, मात्र अजूनही त्याची नोंद झालेली नाही? कोणत्या मार्गांनी महसूल सरकारच्या तिजोरीत जमा होणार आहे? कोणकोणती देणी अद्याप बाकी आहे? कर्जाची देणी किती आहेत? किती देयके नंतरच्या काळात द्यायची आहेत? कोणाला किती रक्कम अदा केली गेली आहे? राज्याच्या तिजोरीत एकूण किती रक्कम आहे? अशी माहिती एका कागदावर लिहून तो त्यांना दिला जायचा. त्या पेपरच्या आधारे ते पुढील निर्देश देत असत.

प्रतिमा नाईक यांनाही त्यांचं आकडेवारीबद्दलचं प्रेम आठवतं. 'वित्तविषयक बाबींची त्यांना आवड होती. अर्थसंकल्पीय अधिवेशनातील त्यांचं बजेटवरचं भाषण ते स्वतः तयार करायचे. माझं नवीनच लग्न झालं होतं आणि एका रविवारी मी सासूबाईंकडून मासे कसे साफ करायचे ते शिकत होते. सरांचा फोन आलेला बघून नवरा फोन घेऊन धावतच आला आणि त्याने फोन स्पीकरवर घेतला. पर्रीकर सरांनी मला ताबडतोब ऑफिसमध्ये बोलावलं होतं. काही माहिती त्यांना टाईप करून हवी होती. खरंतर, मी जेवण बनवतेय, याची त्यांना कल्पना होती. म्हणूनच त्या दिवशीचं जेवण सासूबाईंना बनवण्याची विनंती कर, असं त्यांनी मला सांगितलं. सासूबाईंनीही निकड लक्षात घेतली आणि त्या काहीही बोलल्या नाहीत. मी हातातला बांगडा होता तसाच त्यांच्याकडे दिला आणि अक्षरशः धावत ऑफिसला पोहोचले. त्या रात्री उशिरा मी घरी परत आले, असे त्यांनी सांगितले. अर्थसंकल्प आकाराला येतानाचे ते दिवस मला एक चांगला अनुभव देऊन गेले. आम्ही सकाळी लवकर कामाला सुरुवात करायचो आणि रात्री उशिरापर्यंत काम करत बसायचो,' ही आठवण सांगताना त्यांच्या डोळ्यात पाणी तरळलं होतं.

गंभीर आजारातही कामातला त्यांचा उत्साह अजिबात कमी झालेला नव्हता, असं डिसुझा आवर्जून सांगत होते. 'त्यांच्या आजारपणातल्या शेवटच्या दिवसांमध्येही, ते अमेरिकेतल्या किंवा भारतातल्या हॉस्पिटलमध्ये दाखल झालेले असतानाही, पहिली गोष्ट ते जोशींना (उपेंद्र जोशी) किंवा त्यांच्याबरोबर तिथे जे उपस्थित असतील त्यांना विचारायचे, "मायकेलला फोन लावा, त्याने अजूनही मला मेल पाठवलेला नाही. त्याला उशीर का झाला ते विचारा. मला आकडेवारी हवी आहे." रोजच्या रोज त्यांना ही आकडेवारी दिली जायची. त्यांच्या शेवटच्या विधिमंडळ अधिवेशनाच्या वेळी, व्हिलचेअरवर बसलेले असतानाच, त्यांनी माझ्याकडे आकडेवारी मागितली होती. मी म्हणालो, "माझ्याकडे आहे, पण आता तुम्ही तुमच्या प्रकृतीकडे लक्ष देण्याची जास्त गरज आहे, आपल्याला योग्य उपचार सुरू करायचे आहेत." पण तरीही मी आधी त्यांना आकडेवारी द्यावी यासाठी ते आग्रही होते. म्हणून मग मी पेपर काढला, तर ते आजूबाजूला उपस्थित असलेल्यांना गमतीने म्हणाले, "जर मला चक्कर आली किंवा मी खाली कोसळलो तर हा

आकडेवारी असलेला पेपर माझ्या नाकासमोर धरा!" इतकं आकडेवारीवर त्यांचं प्रेम होतं. हे आकडेच त्यांना प्रोत्साहन द्यायचे. राज्यासमोर उभ्या राहिलेल्या गंभीर आर्थिक संकटातून बाहेर पडण्याचा मार्ग त्यांनी अशाच प्रकारे शोधला होता,' डिसुझा सांगत होते.

संरक्षण मंत्रालयात, पर्रीकरांचे ऑफिसर ऑन स्पेशल ड्यूटी म्हणून कामकाज सांभाळणारे उपेंद्र जोशी यांचे त्यांच्यासोबत दीर्घकाळापासून संबंध होते आणि कदाचित सर्वात जवळचे कर्मचारी म्हणूनही ते ओळखले जायचे. पर्रीकरांच्या ऑफिसमध्ये २००२-२००३ साली, वयाच्या २५ व्या वर्षी त्यांनी आपल्या करिअरची सुरुवात केली.

मोठे निर्णय चटकन घेण्याच्या पर्रीकरांच्या क्षमतेबद्दल त्यांच्याकडेही खूप आठवणी आहेत. 'वेळेत निर्णय घेण्याची उत्तम क्षमता त्यांच्याकडे होती. इतक्या शीघ्रगतीने निर्णय घेताना मी इतर कोणालाही बघितलेलं नाही. सामान्यतः, प्रशासनात निर्णय घेताना, त्याच्याशी संबंधित हजारो प्रश्नांचा विचार करावा लागतो, पण पर्रीकरांकडे मात्र त्या प्रश्नाकडे बघण्याचे सगळे पैलू तयार असायचे आणि त्याची मांडणी कशी असेल, हे त्यांच्या डोक्यात असायचं. आणि आकडेवारीबाबत तर हे विशेषत्वाने जाणवायचं. राज्याची आर्थिक घडी, त्यांच्या निर्णयाचा परिस्थितीवर होणारा परिणाम... हे सगळं त्यांच्याकडे तयार असायचं. ते हे सगळं कसं करायचे, मला माहीत नाही. त्यांना या सगळ्यासाठी तयारी करण्याची गरजच पडली नाही. मला अशाही काही घटना माहिती आहेत की, त्यांच्यासमोर एखादा प्रश्न पहिल्यांदा जरी मांडला गेला तरी, त्यावर त्यांनी लगेच निर्णय घेतला होता. त्यांना जन्मतःच अशी देणगी मिळाल्याचं लोक सांगायचे. मला त्याबद्दल माहीत नाही, पण मी हे माझ्या डोळ्यांनी जवळजवळ रोज बघत होतो, एवढं मात्र मला माहिती आहे,' जोशी भावनिक होऊन बोलले.

प्रकरण ९

प्रश्न सोडवणारा निग्रही नेता

गोव्याचे मुख्यमंत्री म्हणून पर्रीकरांची कारकीर्द चार टप्प्यांमध्ये विभागली गेली होती. ऑक्टोबर २००० ते जून २००२ हा १९ महिन्यांचा त्यांच्या मुख्यमंत्रीपदाचा पहिला टप्पा होता, दुसरा टप्पा जून २००२ ते फेब्रुवारी २००५ असा होता. मार्च २०१२ मध्ये राज्याची सूत्रं पुन्हा हातात घेण्याअगोदर सात वर्षं विरोधी पक्षात काढावी लागली होती. तिसऱ्या टप्प्यात ते आपली पाच वर्षांची मुदत पूर्ण करतील, अशी आशा वाटत असतानाच, नशिबाने परत एकदा वळण घेतलं आणि भारताचे संरक्षणमंत्री म्हणून त्यांचा केंद्रीय मंत्रिमंडळात समावेश झाला. मात्र भाजपची गोव्यावरची पकड सैल होऊ नये म्हणून त्यांना २०१७ मध्ये गोव्यात परतावं लागलं. १९ मार्च २०१९ ला त्यांचं निधन होईपर्यंत ते मुख्यमंत्री होते.

विरोधी पक्षात काम करत असताना - जो अनेक अर्थांनी त्यांच्या आयुष्यातील सर्वोत्तम काळ होता - प्रशासनाचं कामकाज नेमकं कसं चालतं, हे जाणून घेण्यासाठी

ते कायम प्रयत्नशील असायचे. विधानसभा आणि प्रशासकीय कामकाजाची गुंतागुंत समजून घेण्यासाठी अनेकदा त्यांनी आपले राजकीय विरोधक आणि वरिष्ठ यांचीही मदत घेतली होती. सरकारच्या कामकाजाबद्दल त्यांना वाटणारी उत्सुकता आणि त्याबद्दल जाणून घेण्याची भूक अमर्यादित स्वरूपाची होती, असं त्यांच्यासोबत काम केलेले अनेकजण सांगतात. १९९९-२००० या काळात युतीतल्या सरकारमध्ये भाजपचा सहभाग असला तरी, पर्रीकरांनी त्याचा भाग होण्याचं टाळलं होतं. मात्र अनेकदा पक्षाच्या तीन मंत्र्यांसोबत बसून, विविध फाईल्सचा अभ्यास करून, जनतेच्या हितासाठी कोणता निर्णय योग्य आहे, हे ते सुचवायचे. यातूनच मंत्रीपद न स्वीकारताही त्यांना सरकारी नियम आणि कायदे शिकता आले.

१९९४ ते १९९९ या काळात जरी ते विरोधी पक्षात असले तरी, सत्ताधारी पक्षाच्या सदस्यांकडून एखाद-दोन युक्त्या शिकण्यास पर्रीकरांनी कधीही संकोच केला नाही.

लोकांच्या फायद्याचे असणारे प्रश्न त्यांनी हाती घेतले होते. अनेक वर्षे समाजात कार्यरत असल्याने ते आधीपासूनच राजकारणातील उगवता तारा बनले होते. १९९९

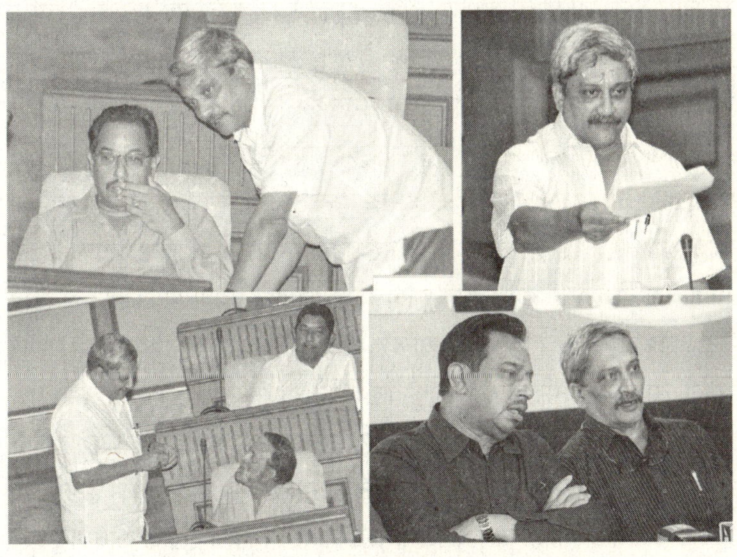

पक्षभेद बाजूला ठेवून पर्रीकर महत्त्वाच्या राजकीय नेत्यांशी संवाद साधून वेळप्रसंगी सल्लामसलतही करत होते.

साली मंत्रीपद नाकारल्याने त्यांच्या स्टेटसमध्ये भरच पडली होती. ऑक्टोबर २००० मध्ये पर्रीकरांच्याच मार्गदर्शनाखाली भाजपने सरकारचा पाठिंबा काढून घेतला. त्यानंतर काही बंडखोर आणि अपक्ष यांच्या मदतीने भाजपने सत्ता स्थापनेचा दावा करण्याचा विचार केला, तेव्हा मुख्यमंत्रीपदासाठी पर्रीकरांची निवड होणं नैसर्गिकच होतं. हे पद मिळवण्यासाठी त्यांनी प्रचंड मेहनत केली होती. सर्वोच्च स्थानी पोहोचणं कठीण असतं, मात्र त्या स्थानी टिकून राहणं, हे आणखी आव्हानात्मक असतं, विशेषतः गोव्यासारख्या छोट्या राज्यात, जिथे ४० आमदार निवडून येतात, पण कोणत्याही एका पक्षाला क्वचितच स्पष्ट बहुमत मिळतं. म्हणूनच पर्रीकर जेव्हा पहिल्यांदाच मुख्यमंत्री बनले तोपर्यंत - १९९३ ते २००० या काळात - गोव्यात एकंदर नऊ मुख्यमंत्री होऊन गेले होते.

संगीत खुर्ची प्रमाणेच मुख्यमंत्रीपदासाठी सुरू असणारा हा संघर्ष पर्रीकरांच्या येण्याने काहीसा थंडावला. अशी कोणती गोष्ट होती, ज्यामुळे ते लोकप्रिय आणि प्रभावी ठरले होते? हुशार राजकारणी असूनही, नैसर्गिकरित्या असणारी सहवेदना आणि सर्वसामान्यांसाठी असणारा खराखुरा कळवळा या गुणांमुळे ते जनतेमध्ये लोकप्रिय होते. पर्रीकरांचा साधेपणा आणि कोणत्याही गुंतागुंतीच्या प्रश्नांवरही त्वरित तोडगा काढण्याची त्यांची तल्लख बुद्धी हे गुण, त्यांच्यासोबत काम करणाऱ्यांच्या किंवा त्यांना जवळून ओळखणाऱ्यांच्या लगेच लक्षात येत असत.

गोवा नागरी सेवा अधिकारी असणाऱ्या मायकेल डिसुझा यांनी सचिवालयात कनिष्ठ कर्मचारी म्हणून आपल्या करिअरची सुरुवात केली. पण नंतर ते मुख्यमंत्र्यांच्या कार्यालयात रुजू झाले. गरीब आणि गरजूंसाठी पर्रीकरांनी पुढाकार घेऊन अनेक सामाजिक योजनांचा आरंभ करून त्या योग्य पद्धतीने राबवल्या. यामुळे संबंधित घटक सबलीकरणच्या दिशेने वाटचाल करू शकले. उदाहरणार्थ, मुख्यमंत्री म्हणून त्यांनी लाडली लक्ष्मी योजना लागू केली. या योजनेअंतर्गत गोव्यातील प्रत्येक मुलीला ती १८ वर्षांची झाल्यावर एक लाख रुपये शासनाकडून देण्यात येणार होते. या पैशांतून तिच्या नावाने फिक्स्ड डिपॉझिट करण्यात येणार होतं; आणि हे पैसे मग तिच्या लग्नासाठी किंवा पुढील शिक्षणासाठी किंवा जर तिला एखादा व्यवसाय सुरू करायचा असेल, तर उपयोगी पडणार होते.

'ही योजना म्हणजे एक प्रकारे राज्य सरकारकडून मिळणारा हुंडाच आहे,' असं मी एकदा त्यांना बोलण्याच्या ओघात विनोदाने म्हणालो होतो. पण पर्रीकरांचा याबाबत वेगळा दृष्टिकोन होता. आपल्या मुलीच्या लग्नाचा खर्च करण्याची ऐपत नसल्यामुळे प्रचंड त्रास सहन करावे लागणारे पालक आणि मुली त्यांनी बघितल्या होत्या. त्यामुळे ते ओझं तरी कमी करावं अशा मताचे ते होते,' असं डिसुझा सांगतात.

'या लाडली लक्ष्मी योजनेचा मसुदा तयार करण्यासाठी आम्ही किमान २ ते ३ रिम कागद वापरले होते. ते स्वतः प्रत्येक मुद्दा नोंदवून ठेवायचे. आम्ही बसून कच्चा आराखडा तयार केला. पण स्वतःच्या दृष्टीनं तो आराखडा जोवर परिपूर्ण होत नाही, तोवर सतत सुंदर हस्ताक्षरात त्यात ते सुधारणा करत राहिले. या योजनेसाठी आम्ही जे फॉर्म तयार केले होते त्यामध्येही सतत काही ना काही बदल ते सुचवत असत. त्यांची काम करण्याची हीच पद्धत होती आणि प्रत्येक गोष्ट परिपूर्ण व्हावी, याकडे त्यांचं लक्ष असायचं. आज आम्हाला त्याच गोष्टीची सतत आठवण येते.'

गोवा विधानसभेचे माजी सभापती आणि सध्याचे मुख्यमंत्री प्रमोद सावंत, पर्रीकरांना आपले गुरू मानतात. सावंत यांच्या मते, सामान्य माणसाच्या गरजांबद्दल पर्रीकरांच्या मनात सतत विचार सुरू असायचे. आज गोव्यात ज्या विविध सामाजिक योजना राबवल्या जात आहेत, त्या पर्रीकरांनीच विचारपूर्वक सुरू केल्याचं सावंत सांगतात.

'सामाजिक सुरक्षितता प्रदान करणारी योजना म्हणजे लाडली लक्ष्मी किंवा संपूर्ण गोवा राज्यातील रहिवाशांना आरोग्य विम्याचं कवच देणारी दीनदयाळ स्वास्थ्य सेवा योजना, यांचा शुभारंभ त्यांनीच केला होता. राज्यातल्या जनतेसाठी अशा प्रकारच्या योजनांचा विचार इतर कोणत्याही मुख्यमंत्र्यांनी केला नव्हता. समाजातील सगळ्यात शेवटच्या व्यक्तीबद्दल - ज्याच्यापर्यंत पोहोचणं कठीण असतं - ते विचार करायचे आणि त्याला कशाप्रकारे मदत करता येईल, याचाच विचार करायचे. दिव्यांग मुलांसाठीही भाईंनी (पर्रीकर) खूप चांगल्या प्रकारे काम केलं. या विशेष मुलांसाठी चालवल्या जाणाऱ्या शाळांना बसेस आणि इतर आर्थिक

मदत त्यांनी दिली. अशा मुलांच्या शिक्षणासाठी गोवा सरकारकडून संपूर्ण अर्थ सहाय्य दिलं जातं.'

'ज्येष्ठ नागरिकांसाठी काम करणाऱ्या स्वयंसेवी संस्थांनाही ते कायम मदत करायचे. भाईंचा सर्वात मोठा गुण म्हणजे त्यांच्यापर्यंत सहजपणे पोहोचता यायचं. ई-मेल्स किंवा फोन कॉल्सद्वारे जनता त्यांच्यापर्यंत पोहोचण्याचा प्रयत्न करायची आणि ते सुद्धा या सगळ्यांपर्यंत पोहोचून मदत करण्याचा प्रयत्न करायचे. यामागे त्यांचा कोणताही छुपा हेतू नसायचा किंवा या मोबदल्यात लोकांनी काही द्यावं, ही अपेक्षाही नसायची. अल्पसंख्याक समाजातही ते लोकप्रिय होते. आरएसएसच्या मुशीत जरी ते घडले असले तरी, ते सगळ्यांसाठी कायम उपलब्ध असायचे. ख्रिश्चन आणि मुस्लीम समाजातही त्यांच्याबद्दल आदर होता. हे साध्य करणं सोपं काम नाही,' सध्याच्या मुख्यमंत्र्यांनी या मुद्याकडे लक्ष वेधलं.

गोवा नागरी सेवा अधिकारी असणाऱ्या संजित रॉड्रिग्ज यांची पर्रीकरांशी ते मुख्यमंत्री झाल्यानंतर भेट झाली. दक्षिण गोव्यातील पणजी - जी गोव्याची राजधानी आणि पर्रीकरांचा मतदार संघ होता - येथे ते रुजू झाले होते. विरोधी पक्षाचे आमदार, नंतर विरोधी पक्षनेते आणि मग मुख्यमंत्री असा प्रवास झालेल्या पर्रीकरांनी शहरात अनेक नवे मोठे प्रकल्प सुरू करून आपल्या मतदारांची आणि मतदारसंघाची योग्य प्रकारे काळजी घेतली होती.

शहराबद्दल मुख्यमंत्र्यांच्या असणाऱ्या इच्छा, आकांक्षा आणि त्यांचे विचार प्रत्यक्षात उतरवणं हे, पणजी महानगरपालिकेच्या सेवेत असणाऱ्या रॉड्रिग्ज आणि त्यांच्या टीमसाठी एक मोठं आव्हान होतं. 'त्यांच्याकडे सृजनशीलता आणि अनेक कल्पना असायच्या. या कल्पना ते खूप स्पष्टपणे मांडायचे आणि त्यावर त्वरित अंमलबजावणी होईल, अशी अपेक्षा करायचे. त्यांच्या अपेक्षा खूपच मोठ्या असायच्या आणि त्या पूर्ण करण्याचं प्रचंड दडपण असायचं,' अशी आठवण या प्रशासकीय अधिकाऱ्याने सांगितली. एकदा निर्णय घेतल्यानंतर त्याकडे परत लक्ष देण्यासाठी पर्रीकरांकडे फारसा वेळ नसायचा, कारण इतर अनेक कामं त्याच्यासमोर असायची. त्यामुळे काही मिनिटांमध्येच, आमचा मुद्दा त्यांना पटवून द्यावा लागायचा. महानगरपालिका चालवताना नेहमीच वेगवेगळ्या समस्या निर्माण होतात, मात्र

त्यावर आम्ही काहीतरी मार्गही शोधून आणावा, अशी त्यांची अपेक्षा असायची. जेणेकरून त्या दिलेल्या माहितीच्या आधारे ते लगेच निर्णय देऊ शकतील. निर्णय घेण्यासाठी त्यांना फार वेळ लागायचा नाही.' रॉड्रिग्ज सांगत होते.

पर्रीकरांच्या स्वभावाचा आणखी एक विशेष रॉड्रिग्ज यांनी नमूद केला. एखादी व्यक्ती विश्वासाला पात्र आहे, असं एकदा का त्यांच्या लक्षात आलं की, ते त्याच्यावर पूर्ण विश्वास ठेवायचे. एक विशिष्ट योजना आणि ती पूर्ण होतानाची प्रक्रिया याबद्दल त्यांच्याकडे काही आठवणी आहेत. 'कचरा व्यवस्थापन जी राज्याची सगळ्यात गंभीर समस्या होती, त्यासाठी आम्ही बऱ्याच उपाययोजनांची अंमलबजावणी सुरू केली. या संदर्भात मी योग्य निर्णय घेईन, असा त्यांचा विश्वास होता. शहरातील सगळे कचऱ्याचे डबे हटवण्याची मोहीम आम्ही सुरू केली. पणजी हे देशातील पहिलं डस्टबिनफ्री शहर आहे. शहरात कुठेही रस्त्यांच्या कडेला कचऱ्याचे डबे दिसणार नाहीत. घरोघरी जाऊन कचरा गोळा करून त्याचं वर्गीकरण केलं जातं. हा खरंतर अत्यंत वादग्रस्त निर्णय होता. या निर्णयाला सगळ्यांचाच पाठिंबा मिळाला नव्हता, पण तरीसुद्धा ही योजना लागू करण्यासाठी मी पुढाकार घेतला होता. त्यांनी एकदाही मी हा निर्णय का घेतला, असा प्रश्न विचारला नाही. त्यांनी मला कचऱ्याचे डबे हटवण्याच्या आणि कंपोस्टिंग स्टेशन सुरू करण्याच्या निर्णयाचा फेरविचार करावा, असंही कधी सांगितलं नाही किंवा माझ्या मतदारसंघाला त्रास देणं बंद करा, असंही म्हटलं नाही. खरंतर, या निर्णयासाठी मी त्यांची मंजुरीसुद्धा घेतली नव्हती. पण याबाबत त्यांना माझ्यावर विश्वास होता. मी जे काही करतोय, ते शहराच्या दृष्टीने योग्यच आहे, याबाबत अनेकदा ते माझ्याशी सहमत असायचे, तर अनेकदा माझा निर्णय त्यांनी मनाविरुद्ध मान्यही केला होता. पण शेवटी याचे परिणाम चांगलेच होणार आहेत आणि शहराच्या दृष्टीने ते फायदेशीर ठरतील, हे त्यांना माहीत होतं. त्यांची याला मूक संमती होती. मी माझं काम करत गेलो आणि त्यांचा माझ्यावर विश्वास आहे, याची मला कल्पना होती,' रॉड्रिग्ज मोठ्या अभिमानाने गतकाळाला उजाळा देत सांगत होते.

इंजिनिअरिंगच्या शिक्षणामुळे मोठमोठ्या पायाभूत प्रकल्पांमध्ये असणाऱ्या अडचणी आणि अशा प्रकल्पांची गोवासारख्या छोट्या राज्याला असणारी गरज

पर्रीकर ओळखून आहेत, हे रॉड्रिग्ज यांच्या लक्षात आलं होतं. हे असे प्रकल्प केवळ सुस्तावलेल्या समाजात प्रगतीचा मार्ग तयार करत नाहीत, तर अनेकांना रोजगाराच्या संधीही उपलब्ध करून देतात. या अशा प्रकल्पाबाबत ते कमालीचे धाडसी निर्णय घ्यायचे. मांडवी नदीवर तिसऱ्या पुलाची गरज असल्याचं त्यांच्या लक्षात आल्यावर,

नव्या गोव्याचे शिल्पकार : मोठ्या पायाभूत प्रकल्पांची संकल्पना पर्रीकर शीघ्रगतीने वास्तवात उतरवत होते.

त्यांनी दुप्पट वेगाने या संपूर्ण प्रकल्पाची संकल्पना मांडली होती, कारण याचा पायाभरणी समारंभ पंतप्रधान नरेंद्र मोदी यांच्या हस्ते होणार असल्याचं वचन त्यांनी घेतलं होतं. त्यामुळे या सगळ्यासाठी आवश्यक असणारं पेपरवर्कही लवकरात लवकर करावं लागेल, याची रॉड्रिग्ज यांना कल्पना आली आणि हे सगळं करण्यासाठी – त्यात अगदी पर्यावरणविषयक मंजुरीचाही समावेश होता - हातात केवळ महिन्याचाच कालावधी होता. 'हे सगळं असं होतं. निर्णय घेतला होता, आता त्याची अंमलबजावणी करायची होती. आम्हाला खूप काम करावं लागेल हे पर्रीकरांना माहीत होतं, पण काही गोष्टींची काळजी देखील घ्यावी लागेल, हे ते जाणून होते. उदाहरण द्यायचं झालं तर, पैसा उभा करावा लागणार होता. त्यांच्या मनात या संदर्भातील आकडेवारी तयार होती आणि म्हणूनच माझ्याकडून हे काम काढून घेऊन त्यांनी स्वतःच ते करून टाकलं. निविदा काढण्यासाठी लागणारं पेपरवर्क मला करायला ठेवलं.'

'याच प्रकारे, पर्रीकर यांच्या निर्धारामुळे इंडियन इंटरनॅशनल फिल्म फेस्टिव्हल (इफ्फी) त्यावर्षी गोव्यात कसा आला, याचीही आठवण माझ्याकडे आहे. आपल्या आजूबाजूच्या सगळ्यांना त्यांनी यासाठी प्रेरणा देऊन प्रोत्साहित केलं होतं. आमच्या हातात फक्त १८० दिवस होते. यामध्ये आम्हाला आंतराष्ट्रीय स्तराचा सिनेमा हॉल, १००० प्रेक्षक बसू शकतील अशी थिएटर्स बांधायची होती. रस्ते आणि पूल तयार करायचे होते. कला अकादमीचं नूतनीकरण करायचं होतं. याशिवाय पायाभूत सुविधांसाठी बऱ्याच समस्यांचा सामना करावा लागला. आंतरराष्ट्रीय चित्रपट महोत्सवासाठी इफ्फी संघटनेकडून काही गाईडलाईन्स जारी केल्या होत्या; त्या अनुषंगाने काम पूर्ण करण्यासाठी आमच्या हातात अत्यंत कमी कालावधी शिल्लक होता. प्रत्येक गोष्ट १८० दिवसांमध्ये पूर्णत्वाला नेण्याच्या कल्पनेनेच आमच्या पोटात खड्डा पडला होता. या महोत्सवासाठी अगदी सुरुवातीला एका लहानशा तंबूमध्ये ऑफिस उघडलं गेल्याचं मला अजूनही आठवतं. तिथे जवळपास रोजच पर्रीकर भेट द्यायला यायचे. अगदी मुसळधार पावसातही त्यांची फेरी चुकायची नाही. तेव्हा कोणीतरी डोक्यावर छत्री धरायची सुद्धा ते वाट बघायचे नाहीत. या साईटवरच त्यांनी अनेक निर्णय तत्काळ घेतले होते.'

'गोव्यासारख्या राज्यासाठी हे खूपच मोठे प्रकल्प होते. कामासंदर्भात या माणसाचं लक्ष इतकं केंद्रित झालेलं असायचं की, तिथून क्वचितच कोणी त्यांचं लक्ष इतरत्र वळवून घेऊ शकत असे. त्यांना सतत काहीतरी साध्य करण्याचा ध्यास असायचा. मग ते करण्यासाठी मार्ग कोणता ते महत्वाचं नसायचं, तर अंतिम साध्य महत्त्वाचं होतं. रंगाची नक्की कोणती छटा वापरायची, यासारख्या अनेक लहानसहान गोष्टी त्यांना माहीत असायच्या. प्रतिष्ठा त्यांच्यासाठी अत्यंत महत्वाची होती आणि कोणीही दर्जाच्या संदर्भात बाधा आणू शकणार नव्हतं. हा माणूस कोणताही अविचार खपवून घेणार नाही, हा संदेश अतिशय ठळकपणे दिला जात असे. अतिशय कमी काळात त्यांनी निश्चितपणे आपला ठसा उमटवला. ज्या व्यक्ती योग्य प्रकारे काम करू शकतील, त्यांना योग्य जागी नेमण्याचीही किमया त्यांनी केली होती,' रॉड्रिग्ज आपलं निरीक्षण नोंदवत म्हणाले.

राल्फ डी सुझा हे गोव्यातील हॉस्पिटॅलिटी व्यवसायातील एक अग्रणी नाव आहे. ते सांगत होते : '१९९४ मध्ये जेव्हा ते आमदार म्हणून निवडून आले होते, तेव्हा आमची पहिली भेट झाली होती. त्यानंतर पर्यटनविषयक प्रश्नांची चर्चा करायला आमची वरचेवर भेट व्हायला लागली. नव्या शतकाच्या उंबरठ्यावर आम्ही खूप चांगले मित्र बनलो होतो. आमची चर्चा नंतरच्या काळात पर्यटनाव्यतिरिक्त शिक्षण, खाद्यपदार्थ, स्थानिक प्रश्न, आणि गोव्याची प्रगती अशा अनेकविध विषयांवर अत्यंत खुसखुशीत, विनोदाच्या अंगाने व्हायला लागली!' इंडियन इंटरनॅशनल फिल्म फेस्टिव्हलसाठी कायमस्वरूपी गोवा हेच ठिकाण नक्की करण्याचं संपूर्ण श्रेय पर्रीकरांचंच असल्याचं राल्फ नमूद करतात. 'संपूर्ण पणजी शहराचं नूतनीकरण करण्यात आलं, नवीन पट्टो पुलाची निर्मिती, ओल्ड गोवा मेडिकल कॉलेजच्या बिल्डिंगचा जीर्णोद्धार, कला अकादमीचं नूतनीकरण, आयनॉक्स थिएटरची उभारणी यासारखे प्रकल्प दिलेल्या वेळेत पूर्ण करून कार्यान्वित झाले. यासाठी पर्रीकरांची रोजच्या रोज असणारी देखरेख, संजित रॉड्रिग्ज यांच्यासारख्या अत्यंत प्रामाणिक अधिकाऱ्यांची मिळालेली साथ यामुळे हे शक्य झालं. इफ्फीच्या पहिल्या वर्षी, आमच्या गोवा हेरिटेज ॲक्शन ग्रुपकडून या सगळ्या तयारीवर देखरेख करण्यासाठी आणि लागेल ती मदत करण्यासाठी आमचे सभासद उपलब्ध

करून दिले होते. यामध्ये जवळपास अर्धा डझन आर्किटेक्टही होते, जे सरकारबरोबर काम करून जागतिक दर्जाचं बांधकाम - ज्याची चर्चा कायम व्हावी, अशीच त्यामागची सगळ्यांची भावना होती - करायला मदत करत होते,' त्यावेळच्या आठवणीत रमलेले राल्फ म्हणाले. 'मनोहरबाब (गोवा कोंकणी भाषेतील एक प्रेमळ उल्लेख) हे एक लक्ष्य साध्य करणारे, स्वतः काम करण्याबरोबरच इतर सगळ्यांकडून कामं करवून घेणारे होते. त्यांच्या याच तीन गुणांमुळे प्रकल्प यशस्वीपणे पूर्ण झाले. मनोहरबाब यांच्याकडून या सगळ्या गोष्टी शिकत असतानाच, हे गुण आज आमच्यात पूर्णतः उतरले आहेत. आंतरराष्ट्रीय चित्रपट महोत्सवासाठी कायमस्वरूपी गोव्याची निवड होऊन, त्यासाठी खंबीरपणे जबाबदारी घेण्याच्या त्यांची वचनबद्धता व अथक प्रयत्नांचं आम्हाला कायम कौतुकच आहे,' डी सुझा यांच्या या उद्गारांमधून पर्रीकरांबद्दलचा आदर आणि प्रेम सहज दिसून येतं.

त्यांच्या व्यासंगामुळे ते लोकांवर विश्वास ठेवायचे, यावर कोणाचंही दुमत असायला नको, कारण मी स्वतःही याचा अनुभव घेतला आहे. जानेवारी २०१५पर्यंत आम्ही दोघं एकमेकांना ओळखतही नव्हतो. पण पहिल्या भेटीनंतर, आमच्या भेटींचं प्रमाण जसजसं वाढत गेलं, तसे ते अतिसंवेदनशील आणि त्यावेळच्या अत्यंत

आयएफएफआयच्या महोत्सवासाठी गोवा हेच ठिकाण कायमस्वरूपी निश्चित केले.

गोपनीय बाबींबद्दल खुलेपणानं माझ्याबरोबर चर्चा करायला लागले होते. एकदा, संरक्षण खरेदी प्रक्रियेचं पुनर्लेखन करण्यासाठी तज्ज्ञांच्या समिती स्थापनेची तयारी सुरू असताना, कोटा हाऊस येथे झालेल्या अनौपचारिक बैठकीत संरक्षणमंत्र्यांच्या शेजारी मला बसलेलं पाहून एका ज्येष्ठ जाणत्या व्यक्तीला - ज्यांना सल्लामसलतीसाठी इतरांसोबतच बोलावण्यात आलं होतं - आश्चर्य वाटलं. चर्चा सुरू असतानाच, अचानकपणे पर्रीकरांनी माझ्याकडे वळून मराठीत काहीतरी विचारणा केली, हे बघितल्यावर त्या ज्येष्ठ सैन्याधिकाऱ्याला आपली उत्सुकता लपवता आली नाही आणि त्यांनी संरक्षणमंत्र्यांना विचारले : 'सर, तुम्ही एकमेकांना किती काळापासून ओळखत आहात?' हे ऐकून मी संकोचलो, पण पर्रीकर बेफिकीर होते.

सौम्यपणे हसून ते गंमतीच्या सुरात म्हणाले, 'मी याला चांगला ओळखतो. आपण किती काळापासून एकमेकांना ओळखतो, याला काही अर्थ आहे का?' यावर ते सैन्याधिकारी काही प्रत्युत्तर देणार त्याआधीच पर्रीकर काहीशा कठोर सुरात म्हणाले, 'हे बघा, मी माझा गृहपाठ केल्याशिवाय कोणत्याही व्यक्तीवर विश्वास ठेवत नाही. तुमच्या माहितीसाठी सांगतो, मी किमान सात ते आठजणांकडे, ज्यात काही माजी सैन्याधिकाऱ्यांचाही समावेश होता, स्वतंत्रपणे चौकशी केली की, दिल्लीमध्ये अशी कोणती व्यक्ती आहे, जी कोणत्याही थिंक टँकचा भाग नव्हती किंवा सरकारमध्ये सहभागी नव्हती, पण तिचा संरक्षण मंत्रालय आणि सैन्य दलांबद्दल सखोल अभ्यास आहे. त्यापैकी पाचजणांनी स्वतंत्रपणे या व्यक्तीचं नाव सांगितलं,' माझ्याकडे बोट करत पर्रीकर म्हणाले. त्यांच्या या उत्तराने त्या माजी सैन्याधिकाऱ्याचं समाधान झालं का, ते माहिती नाही, पण मला एकाच वेळी संकोचल्यासारखं आणि बहुमान असल्यासारखं वाटलं होतं. पर्रीकरांनी मला सल्ला विचारला नव्हता; अनेकांशी सल्लामसलत करून नंतर तोडगा काढण्याची त्यांना सवय होती. अर्थात, अनेकदा हे तोडगे पर्रीकरांकडूनच येत असतं. रॉड्रिग्ज यांनी नमूद केलं होतं तसं, 'काहीवेळा आम्हाला आपण जरासे मूर्ख आहोत असं वाटायचं, कारण एकदा ते बोलल्यानंतर, हा तोडगा आम्हाला कसा सुचला नाही, असा आमच्या चेहऱ्यांवर भाव असायचा! त्यांच्याकडे प्रत्येकासाठी समाधानकारक उत्तरं असायची; अनेकदा तर आम्ही प्रश्न त्यांच्यासमोर

मांडण्याआधीच त्यावरचं उत्तर त्यांच्याकडे तयार असायचं. इतके ते आपल्या कामाशी एकरूप झाले होते.'

अनेक टीकाकारांच्या मते, पर्रीकर हे दुराग्रही आणि उद्धटपणे वागणारे होते. मात्र, त्यांचे जवळचे सहकारी आणि कर्मचारी यांच्या मते अलौकिक बुद्धिमत्तेचा त्यांच्या स्वभावावर झालेला हा परिणाम होता. ते एक उत्तम वाचक होते, समाजातल्या विविध घटकांमधील अनेक व्यक्तींशी त्यांनी चांगले संबंध प्रस्थापित केले होते, त्यांना नवीन आणि अत्याधुनिक तंत्रज्ञानात बराच रस होता. त्यांच्या सार्वजनिक कार्यालयात कायम असणारी गर्दी ही त्यांच्यावर असणाऱ्या जनतेच्या विश्वासाचं प्रतीक होतं आणि म्हणूनच त्यांचे प्रश्न सोडवण्यासाठी ते कायम प्रयत्न करायचे. 'मुळात ते समस्या सोडवणारे होते,' ज्यांनी संरक्षण मंत्रालयात पर्रीकरांबरोबर काम केलं होतं ते उपेंद्र जोशी सांगत होते. 'संरक्षणमंत्री म्हणून काम करताना, रोजच्या रोज, शेकडो प्रश्न त्यांच्यासमोर उभे असायचे आणि पूर्ण क्षमतेने त्या प्रश्नांवर सर्वोत्तम उपाय शोधून काढण्याचा ते प्रयत्न करायचे,' असा जोशी यांचा अनुभव होता.

अशाच एका प्रसंगाचा मी साक्षीदार आहे. नौदलातून निवृत्त झाल्यानंतर छत्तीसगढची राजधानी रायपूरमध्ये स्थायिक झालेले रवीकांत सोनी आपल्या आजारी मुलीवर उत्तम वैद्यकीय उपचार व्हावेत, यासाठी प्रयत्नशील होते. मात्र हवी तशी मदत न मिळाल्याने ते निराश झाले होते. नैराश्यातून २५ जुलै २०१६ रोजी त्यांनी एकापाठोपाठ एक अशा काही पोस्ट ट्वीट केल्या आणि त्यात मदतीसाठी पर्रीकरांना टॅग केलं. आपल्या मुलीला दिल्लीतील आर्मीच्या रिसर्च आणि रेफरल हॉस्पिटलमध्ये दाखल करण्याची त्यांची इच्छा होती, मात्र त्या संदर्भात कोणाकडूनही कसलाच प्रतिसाद त्यांना मिळत नव्हता. आपल्या ट्वीटमध्ये त्यांनी लिहिलं होतं, 'आम्ही बहुमूल्य वेळ वाया घालवतोय. रायपूर आणि दिल्लीतील वातावरणाचा विचार करता नागरी हवाई ॲम्ब्युलन्समधून तिच्यासारख्या गंभीर रुग्णाला घेऊन जाणं शक्य नाही. शिवाय नागरी हवाई ॲम्ब्युलन्सला दिल्लीतील विमानतळावर संध्याकाळी ६ वाजल्यानंतर उतरण्याची परवानगी नसते. पण सर तुम्ही अजूनही मदत करू शकता. अत्यंत आवश्यक अशा तुमच्या या मदतीमुळे भारतीय संरक्षण दलात कार्यरत

असलेल्या आणि सेवानिवृत्त झालेल्या लाखो कर्मचाऱ्यांच्या मनात एक विश्वास निर्माण होण्यास मदत होईल.' संरक्षण मंत्रालयात असणाऱ्या जोशी आणि पर्रीकरांच्या इतर एक-दोन कर्मचाऱ्यांच्या निदर्शनास हे ट्वीट आलं.

त्या दिवशी पर्रीकर एकामागोमाग एक बैठकांमध्ये व्यग्र होते. एका हताश पित्याने केलेली विनवणी, त्यांच्या कर्मचारीवर्गाने लक्षात आणून दिल्यानंतर पर्रीकरांनी तातडीनं सूत्रं हलवायला सुरुवात केली. भारतीय हवाई दलाच्या अलाहाबादला असलेल्या सेंट्रल एअर कमांडचे तत्कालीन एअर मार्शल एस. बी. पी. सिन्हा, यांना ए-३२ हे वाहतूक विमान रायपूरला पाठवण्याचे निर्देश देण्यात आले. आजारी मुलीला आर्मीच्या सुपर स्पेशालिटी हॉस्पिटलमध्ये उपचारांसाठी दाखल करण्यात आलं. डॉक्टरांनीही प्रयत्नांची पराकाष्ठा केली, पण दुर्दैवाने ती मुलगी वाचली नाही. मात्र या घटनेतून पर्रीकरांमध्ये असणाऱ्या माणुसकीचं दर्शन झालं. मुख्यमंत्री असतानाही त्यांनी घेतलेल्या अनेक निर्णयांमागेही माणुसकी हाच दृष्टिकोन दिसून यायचा. विशेषतः अवघड प्रश्न हाताळायचा असेल, तर पर्रीकर जनहिताचा आधी विचार करायचे.

याच संदर्भात त्यांची चुलत बहीण सुनीलाकडे सांगण्यासारखा एक किस्सा होता. त्या दुबईला राहात असतानाची ही घटना आहे. दुबईच्या रॉयटर्सकडून सुनीला आणि इतर काही गोवन मित्रांना वापरलेले पण अपग्रेडेड पर्सनल कॉम्प्युटर्स गरजूंसाठी डोनेशन म्हणून मिळाले होते. हे कॉम्प्युटर्स भारतात आणून इथल्या शाळांना देण्याचा काहींचा विचार होता. मात्र त्यासाठी भरभक्कम कस्टम ड्यूटी भरावी लागणार होती. ही ड्यूटी भरावी लागू नये, यासाठी सरकारनेचे ते अधिकृतपणे आयात करणे, हा एकच उपाय होता. दुबईतील तो गट संभ्रमात होता की, हे कसं करायचं.

मात्र नशीब जोरावर होतं. काही दिवसांनी, सुनीला आपल्या परिवारासोबत सुट्टीसाठी २००१च्या सुमारास गोव्यात आल्या होत्या. पर्रीकरांना कार्यालयीन प्रश्नांबद्दल कौटुंबिक स्नेहसंमेलनात बोलणं फारसं आवडत नाही, हे सुनीला यांना माहीत होतं. म्हणूनच त्यांनी मुख्यमंत्र्यांच्या ऑफिसमध्ये फोन करून पर्रीकरांबरोबर अधिकृत भेटीची वेळ मागितली. पर्रीकरांनी स्वतः सुनीला यांना फोन करून नेमक्या कोणत्या गोष्टीबद्दल त्यांना चर्चा करायची आहे, हे जाणून घेतलं. त्यांच्यासमोर

असलेला पेचप्रसंग ऐकून घेतल्यानंतर पर्रीकरांनी तुला भेटीसाठी वेळ देण्यात येईल आणि त्याबद्दल माझ्या ऑफिसकडून तुला कळवण्यात येईल, असं सांगितलं.

पुढच्या अर्ध्या तासातच सुनीला यांना तसा फोन आला. 'मला दुसऱ्याच दिवशीची रात्री ११ची भेटीची वेळ दिली गेली होती. त्या काळात मोबाईल फोन फारसे वापरात नव्हते. त्यामुळे मी घरी नसताना घरच्या नंबरवर भेटीसाठीचा फोन येऊन गेला होता. खरंतर, निरोप ऐकल्यावर मला आश्चर्यच वाटलं होतं, कारण दुसऱ्या दिवशी गणेश चतुर्थीनिमित्त सार्वजनिक सुट्टी होती आणि दिलेली वेळही रात्री उशिराची होती. म्हणून मी मुख्यमंत्री ऑफिसला पुन्हा फोन करून भेटीबाबतची खातरजमा करून घेतली. भाईंच्या (पर्रीकरांना प्रेमाने गोव्यातील जनता याच नावाने ओळखायची) ऑफिसकडून रात्री ११चीच वेळ असल्याचं परत एकदा सांगितलं गेलं!' सुनीला सांगत होत्या.

दुसऱ्या दिवशी रात्री ११ वाजता त्या मुख्यमंत्र्यांच्या घरी अल्टीन्हो येथे बैठकीसाठी गेल्या. वाट बघत असताना, तिथे बऱ्यापैकी गर्दी असल्याचं आणि त्यातल्या प्रत्येकाला मुख्यमंत्र्यांना भेटायचं आहे, हे सुनीला यांच्या लक्षात आलं. 'भाई दरवाजातून बाहेर डोकावत मला म्हणाले की, ते व्यग्र असल्याने भेटीसाठी थोडा उशीर होणार आहे. त्यावर, मी वाट बघते, असं सुनीला म्हणाल्या. शेवटी पहाटे दोन वाजता मला भाईंना भेटता आलं. त्याआधी शिक्षण सचिवही माझ्याबरोबर शांतपणे वाट बघत बसले होते. इतक्या उशिरापर्यंत काम करताना तुम्हाला अडचणीचं वाटत नाही का, अशा प्रश्न मी त्यांना विचारला. मात्र पर्रीकर यांच्यासारख्या प्रोफेशनल मुख्यमंत्र्यांसोबत काम करायला मिळतंय, याचा त्यांना आनंदच असल्याचं त्यांनी सांगितलं. याआधी भारतात अनेक ठिकाणी त्यांचं पोस्टिंग झालं होतं आणि अशिक्षित किंवा भ्रष्टाचारी राजकारण्यांसोबत काम करायला लागणं अत्यंत उद्वेगजनक असल्याचा त्यांचा अनुभव होता. त्यामुळे पहिल्यांदाच ते आपल्या नोकरीचा आनंद आता घेत होते. हे ऐकून मी चकितच झाले! शेवटी मी भाईंना भेटले आणि अवघ्या १५ मिनिटांमध्येच आमची चर्चा संपली. भरभक्कम कस्टम ड्यूटी भरावी लागू नये, यासाठी गोवा सरकारच्यावतीने ते कॉम्प्युटर आयात करण्यास त्यांनी शिक्षण सचिवांना सांगितलं. भाईंसाठी त्यावर उपाय सुचवणं इतकं सोपं होतं,' चकित सुरात सुनीला सांगत होत्या.

कार्यालयीन कामकाजात निपुण, काटेकोर आणि दक्ष

यानंतर पर्रीकरांनी तिला दुसऱ्या दिवशी घरी भेटायला येत असल्याचं सांगितलं. इतकंच नाही तर, तिच्या आईला त्यांचे आवडते काजू तयार ठेवायला सांगायचीही आठवण त्यांनी करून दिली होती. 'तो माझा चुलत भाऊ होता आणि मी त्याला खूप आधीपासूनच ओळखत होते. तो अत्यंत बुद्धिमान असल्याचं मला नेहमीच जाणवायचं, पण त्याला इतक्या हुशारीनं आणि काळजीपूर्वक काम करताना बघणं समाधानकारक अनुभव होता! जेव्हा तो गेला, तेव्हा आम्ही गोव्यातील सर्वात जास्त करिष्मा असणारा आणि सर्वात मोठा नेता गमावला. त्याच्या नसण्याची उणीव मला खूपच जाणवते. तो जिथे असेल तिथे कायम सुखात राहू दे,' भावनात्मक स्वरात आठवणींचा शेवट करत त्या म्हणाल्या.

रात्री उशिरापर्यंत विचित्र वेळी लोकांना भेटणं, ही सच्च्या राजकारण्यांमधली सामान्य गोष्ट आहे. राज्य व केंद्रीय स्तरावरच्या काही मोजक्या मंत्र्यांमध्ये अशा सवयी असल्याचं माझ्या निदर्शनास आलं आहे. पर्रीकरांच्या बाबतीत, नंतरच्या काही वर्षांत हा एक प्रकारचा नाईलाज देखील झाला होता; कारण त्यांच्या घरी परत येण्याची वाट बघायला मेधा नव्हत्या.

डी सुझा यांनी नमूद केल्याप्रमाणे पहिल्यांदा जेव्हा पर्रीकर मुख्यमंत्री बनले, तेव्हा त्यांनी घेतलेल्या एका महत्त्वपूर्ण निर्णयामुळे, गोव्यातील काहीशा मंदावलेल्या पर्यटनाला नवी चालना मिळाली. यामुळे केवळ परदेशी पर्यटकच नाही तर देशातील पर्यटकांसाठीही गोवा हे कायमच पहिल्या पसंतीचं ठिकाण बनलं. एका हाताने देणं आणि दुसऱ्या हाताने घेणं, या तत्त्वावर पर्रीकर यांचा विश्वास होता, असं डी सुझा सांगत होते. या संदर्भातील एक अविस्मरणीय किस्सा आठतोय.

न्यूयॉर्क शहरातील प्रसिद्ध ट्विन टॉवरवर ११ सप्टेंबर २००१ मध्ये दहशतवादी हल्ला करून ते जमीनदोस्त केले गेले (हाच तो कुप्रसिद्ध ९/११ चा हल्ला). त्यावेळी गोवा राज्यात पर्यटनाचा नवा हंगाम अगदी जवळ येऊन ठेपला होता. या घटनेवर अनेक प्रकारच्या गोंधळवून टाकणाऱ्या प्रतिक्रिया उमटल्या होत्या. विमानांच्या उड्डाणांवरती निर्बंध घालण्यात आले होते आणि एकूणच समाजात यामुळे संशयाचं वातावरण तयार झालं होतं. 'हिवाळ्यात चार्टर प्लेनद्वारे गोव्याच्या समुद्रकिनारी येणाऱ्या पर्यटकांवर इथला सगळा व्यवसाय अवलंबून असतो. अशा परिस्थितीत भविष्यातील अनेक योजना रखडणार होत्या आणि हे सांगण्यासाठी कुणा भविष्यवेत्त्याची गरज नव्हती. सगळ्याच गोष्टी प्रतिकूल बनत चालल्या होत्या. अशाच वेळी मनोहर बाब यांच्याकडे मदत मागण्याचा आम्ही विचार केला,' डी सुझा सांगत होते.

अवघ्या दोन दिवसांच्या आत हॉटेलमालक आणि टुरिस्ट ऑपरेटर्सना पर्रीकर यांना भेटण्याची वेळ मिळाली. यंदाच्या हंगामात पूर्वीसारखे परदेशी पर्यटक येण्याची शक्यता अत्यंत कमी असल्याचा मुद्दा त्यांनी पर्रीकरांच्या लक्षात आणून दिला. त्यामुळे आता देशातील पर्यटकांवरतीच येणारा हंगाम अवलंबून असल्याचं त्यांनी स्पष्ट केलं. संपूर्ण देशात गोव्याची मोठ्या प्रमाणात जाहिरात करण्यासाठी आम्हाला

किमान २ कोटी रुपयांची गरज असल्याचंही आम्ही त्यांना सांगितलं. मनोहर बाब यांनी काही क्षण विचार करून मग आमचे मार्केटिंग प्लॅन्स काय आहेत, याची चौकशी केली; आम्ही तत्काळ उपलब्ध माहितीच्या आधारावर उत्स्फूर्तपणे सादरीकरण केलं. यावर ते अतिशय खूश झाले! एक दीर्घ श्वास घेऊन त्यांनी तिथल्या तिथे आमच्यासमोर एक प्रस्ताव मांडला! या मोहिमेसाठी तुम्ही एक रुपया जमा करत असाल तर मी तुम्हाला दोन रुपये देईन! ते म्हणाले. एकही क्षण वाया न घालवता, आमच्या हॉटेल्सच्या रुम्सवर उपकर लावून त्यातून १ कोटी रुपये गोळा करण्याचा प्रस्ताव आम्ही त्यांना दिला! ज्या क्षणी आम्ही याचा उच्चार केला, तेव्हा ते आश्चर्याने बघतच बसले. पहिला धक्का ओसरल्यानंतर, त्याच रुममध्ये मागे बसलेल्या दुसऱ्या एका ग्रुपला ते म्हणाले, तुम्ही इथे कर कमी करण्याची मागणी घेऊन आला आहात आणि हे सगळेजण मला कर अजून वाढवा असं सांगतायत! आता आपल्याकडे खर्चासाठी २ नाही तर ३ कोटी रुपये आहेत, ज्यांच्या मदतीने आपण देशांतर्गत मार्केटमध्ये आपली पब्लिसिटी करू शकू.

आमच्या जाहिरातींचा सतत मारा करत राहण्याबरोबरच गोव्यात चित्रीकरण करण्यात आलेल्या दिल चाहता है सारख्या चित्रपटांना प्रायोजकत्व देणं, असे मार्ग अवलंबल्यानं देशभरात गोव्याची एक चांगली इमेज तयार व्हायला लागली. त्यातच प्राईम टाईममध्ये पंधरा दिवस आम्ही एक टीझर दाखवला होता, तो सर्वाधिक लोकांनी बघितला होता. ट्विन टॉवर हल्ल्याचं त्या हंगामावर आलेलं सावट यामुळे दूर झालं आणि आम्ही २००२ च्या नवीन हंगामासाठी आनंदाने सज्ज झालो! पण पर्रीकरांबरोबर डी सुझा यांची झालेली फायदेशीर चर्चा इथेच संपली नव्हती.

२००३च्या बजेटपूर्व सत्रात, पर्यटनाचा हंगाम नसणाऱ्या काळात - म्हणजे मे ते सप्टेंबर - लक्झरी टॅक्स ९ वरून ३ टक्क्यांवर आणण्याची मागणी गोवा ट्रॅव्हल अॅण्ड टुरिझम असोसिएशनने पर्रीकरांकडे केली. 'मनोहरबाब यांच्याकडून त्यावर त्वरित दुसरा प्रस्ताव आला! "ठीक आहे, करूया! पण त्याबदल्यात तुमच्या ३ दिवसांच्या उन्हाळी/पावसाळी पॅकेजमध्ये चौथा दिवस कॉम्प्लिमेंटरी म्हणून द्या. या चौथ्या दिवशी बार तसंच फूड अॅण्ड बेवरेजवरील करांद्वारे सरकारला महसूल मिळवता येईल!" त्यानंतर त्यांनी मैत्रीपूर्ण स्वरात आणखी एक

बॉम्बगोळा आमच्यावर टाकला : "१५ डिसेंबर ते ३१ जानेवारी या सर्वाधिक गर्दी असणाऱ्या काळात, तुम्ही सर्वांनी रुमवरील लक्झरी टॅक्स ९ वरून १२ टक्क्यांपर्यंत वाढवायचा." त्यांनी सुचवलेले हे दोन्ही मुद्दे व्यवहार्य आणि करण्याजोगे होते. आम्ही आनंदाने त्यांना संमती दिली तर या वाढीव उत्पन्नामुळे मुख्यमंत्रीही खूश झाले!' डी सुझा सांगत होते. 'या दोन्ही प्रकारच्या परिस्थितीत कोणाचाच तोटा होणार नव्हता. उलट दोन्ही पक्षांना नफा होण्याचीच शक्यता अधिक होती. मनोहर बाब यांच्या शीघ्र विचारशक्तीला आणि समजून घेण्याच्या स्वभावाला याचं श्रेय दिलं पाहिजे,' ते म्हणाले.

संरक्षण मंत्रालयात प्रदीर्घ काळ, एक वर्षाआड डिफेन्स एक्स्पो आणि एरो इंडिया शोचं आयोजन करणाऱ्या डिफेन्स एक्झिबिशन ऑर्गनायझेशनचे प्रमुख म्हणून काम केलेल्या एम. डी. सिंह यांच्याकडे सांगण्यासारखा एक किस्सा आहे.

पर्रीकर संरक्षणमंत्री बनवण्याआधी, ए. के. ॲन्टनी यांनी डिफेन्स एक्स्पोचं ठिकाण दिल्लीहून गोव्यात हलवण्यासाठी अनुमती दिली होती. दिल्लीत ज्या प्रगती मैदानावर हा एक्स्पो होत असे, ते पाडण्यात आल्यानंतर संरक्षण मंत्रालय योग्य अशा जागेच्या शोधात होतं. किनारपट्टी लाभलेल्या शहरात डिफेन्स एक्स्पो हलवण्याच्या शक्यतेचा विचार करण्यासाठी एका समितीची स्थापना करण्यात आली होती. योग्य विचार-विमर्शानंतर गोव्याची निवड करण्यात आली.

पर्रीकरांनी पदभार स्वीकारला त्यावेळी हातात खूपच कमी दिवस उरले होते. साधारणपणे डिफेन्स एक्स्पो किंवा एरो इंडिया हे फेब्रुवारी किंवा मार्च महिन्यात आयोजित केले जातात. (पर्रीकर नोव्हेंबर २०१४ मध्ये संरक्षणमंत्री झाले). ॲन्टनी यांच्या कार्यकाळात एक्स्पोची जागा बदलण्याचा निर्णय झाला होता, मात्र पर्रीकरांवर जागेबाबत झुकते माप दिल्याचा आरोप झाला. याशिवाय या डिफेन्स एक्स्पोला विरोध दर्शवण्यासाठी गोव्यातील स्थानिकांनी आंदोलन करायला सुरुवात केली. अशी दुहेरी कोंडी झाली होती.

या संदर्भात सिंह सांगतात : 'कार्यक्रम करण्यासाठी माझ्या हातात केवळ ३० दिवसच शिल्लक होते. मिळालेली जमीन पडीक आणि कार्यक्रमासाठी अत्यंत अयोग्य होती. पर्रीकरजींनी मला, वेळेत सगळ्या गोष्टी करवून घेऊ शकतो का, असा

प्रश्न विचारला आणि मी त्याला अर्थातच हो असं उत्तर दिलं होतं. ही तयारी सुरू असताना त्यांनी मला बोलावून सांगितलं होतं की, आपण वेळेत काम पूर्ण करू शकणार नाही, अशी एक टक्का जरी शंका मनात निर्माण झाली, तरी ते हा संपूर्ण शो रद्द करतील आणि त्यासाठी कोणत्याही प्रकारे ते मला जबाबदार धरणार नाहीत. त्यांचा स्वभावच असा होता. शो अयशस्वी होऊ नये, अशीच त्यांची इच्छा होती.'

त्यानंतर पर्रीकरांनी अनपेक्षितपणे सिंह यांचा आत्मविश्वास वाढवला.

एके दिवशी दुपारी सिंह यांना आपल्याबरोबर गोव्यातील घरी येण्यासाठी पर्रीकरांनी सांगितलं. दुपारचं जेवण घरीच झाल्यावर, गोव्यातील विविध कार्यक्रमांना आपल्याबरोबर उपस्थित राहण्यास पर्रीकरांनी सिंह यांना सुचवलं. तो पूर्ण दिवस गोव्यातून फिरताना, पर्रीकरांनी वेगवेगळे प्रकल्प दाखवत, त्याबद्दल माहिती देताना ते कसे निर्धारित वेळेच्या आत पूर्ण केले याचा आवर्जून उल्लेख केला. सिंह म्हणाले : 'हे नेमकं काय सुरू आहे, याबाबत मला काहीच थांगपत्ता लागत नव्हता. थोड्या वेळाने या मागचा हेतू माझ्या लक्षात आला. मुळात, माझा आत्मविश्वास वाढविण्यासाठी, त्यांनी कमी वेळेत पूर्ण केलेले सगळे प्रकल्प दाखवत मी पण हे करू शकतो, हे सुचवण्याचा प्रयत्न केला होता.'

'जसजसा शोचा दिवस जवळ येत होता आणि दबाव वाढत चालला होता, तेव्हा ते रोज संध्याकाळी मला फोन करून धीर द्यायचे. त्यांनी मला दिलेला दिलासा खूपच हृदयस्पर्शी होता. फोनवर त्यांनी कधीही शोच्या संदर्भात चौकशी केली नाही, उलट माझी प्रकृती कशी आहे किंवा माझं बाकी काम कसं सुरू आहे, याचीच माहिती ते घ्यायचे. जेणेकरून सगळ्या गोष्टी नीट होतील आणि मी कोणत्याही तणावात राहणार नाही, याची खबरदारी जणू ते घेत होते.'

पर्रीकर हे गोवन समाजाची काळजी घेण्यासाठी कटिबद्ध असलेले एक कट्टर राजकारणी होते, हे स्पष्टच होतं. गोवा राज्याला अधिक प्रगतीशील व उत्तम विकसित समाज बनवण्यासाठी त्यांनी स्वत:च्या हुशारीचा आणि ज्ञानाचा योग्य उपयोग केला होता, यात शंका नाही.

प्रकरण १०

सचोटी, प्रामाणिकपणा आणि ममत्वाचा स्पर्श

प्रशासकीय कामात, पर्रीकरांचं चातुर्य आणि त्यांच्याकडे असणारं समस्या निराकरणाचं कौशल्य गोवा राज्यातच नव्हे तर, देशभरात वाखाणलं जात होतं - विशेषत: भाजपाच्या उच्च पदस्थांकडून - त्यांची वैयक्तिक सचोटी आणि सचोटीबद्दलचा आदर याबद्दलही बरीच चर्चा सुरू झाली होती. परफेक्शनिस्ट म्हणूनही ते ओळखले जात होते.

२००२ मध्ये तहसीलदार पदावर काम केल्यानंतर उपेंद्र जोशी यांची २००३ मध्ये ऑफिसर ऑन स्पेशल ड्यूटी म्हणून मुख्यमंत्र्यांच्या कार्यालयात नियुक्ती झाली. त्यांनी हा अनुभव कथन केला. सुरुवातीच्या काळात नवीन नोकरी आणि सगळ्या गोष्टी शिकून घ्यायच्या स्वभावामुळे अनेकदा ते नर्व्हस असायचे. शिवाय, लोकांकडून कठोरपणे काम करून घेणारे मुख्यमंत्री म्हणूनही ते पर्रीकरांबद्दल ऐकून होते. जोशींचे वडील पर्रीकरांना ओळखत होते, पण

मुख्यमंत्र्यांच्या ऑफिसमध्ये रुजू व्हायच्या अगोदर तरुण उपेंद्रची एकदाही पर्रीकरांशी भेट झाली नव्हती.

जोशी यांची पर्रीकरांबरोबर झालेली पहिली भेट म्हणजे जणू एक आपत्तीच होती. नक्की काय प्रसंग घडला होता ते जोशी सांगत होते : 'एके दिवशी, त्यांनी प्रलंबित असलेल्या सर्व भेटींचा चार्ट बनवून नव्याने तारखा आणि वेळा निश्चित करण्यास मला सांगितलं. माझ्या कुवतीनुसार हे काम सर्वोत्तम करण्याचा मी प्रयत्न केला. त्यावेळी ते पणजीपासून १२ किलोमीटर अंतरावर असलेल्या म्हापशाला राहायला होते. मला सोपवण्यात आलेलं काम पूर्ण करून मी दुपारी त्यांच्याकडे गेलो. केलेल्या कामावर नजर टाकल्यावर ते भडकून म्हणाले, हे तू काय केलं आहेस? हे असं करायला मी तुला सांगितलं होतं का? तुला सांगितलेलं समजत नाही? मी त्यावेळी फक्त २५ वर्षांचा होतो आणि कामातल्या खाचाखोचा समजून घेण्याच्या प्रयत्नात होतो. त्यांच्या रागाने मी घाबरून गेलो. स्वतःला सांभाळण्याच्या प्रयत्नात असतानाच मी रडायला लागलो. त्यावेळी भाईंच्या लक्षात आलं की, त्यांचं ओरडणं मी वैयक्तिक पातळीवर घेतलं आहे. ते लगेच शांत झाले आणि म्हणाले : 'काळजी करू नकोस, हे कसं करायचं ते मी तुला शिकवीन आणि त्यांनी ते शिकवलं

पर्रीकरांच्या दृष्टीने मुलांच्या शिक्षणाला कायमच प्राधान्य राहिले आहे.

सुद्धा. त्यानंतर मी त्यांच्याकडून अनेक चांगल्या सवयी शिकलो. त्यांच्यासोबत मी जितकी वर्षे काम केलं, त्यात हा एकच प्रसंग असा होता, जेव्हा ते मला ओरडले होते. गोष्टी कायम परिपूर्णच व्हाव्यात, अशी त्यांची नेहमीच इच्छा असायची.

पर्रीकर अनेक अर्थांनी असामान्य राजकारणी होते. शिक्षण क्षेत्र हा त्यांच्या अत्यंत जिव्हाळ्याचा विषय होता, आणि म्हणूनच मुख्यमंत्री म्हणून जेवढा काळ ते कार्यरत होते, तोपर्यंत त्यांनी कधीच शिक्षण खात्याचा कार्यभार इतर कोणत्याही मंत्र्यांकडे सोपवला नाही, हे जोशी यांनी निदर्शनाला आणून दिले. अर्थ तसंच कायदा व सुव्यवस्था (गृह खातं) ही सुद्धा त्यांची आवडती खाती होती; जी पर्रीकरांनी कायम आपल्याकडेच ठेवून घेतली होती. आधी नमूद केल्याप्रमाणे पर्रीकर आकडेवारीत प्रचंड हुशार होते आणि त्याच्याशी संबंधित गोष्टी त्यांना आवडायच्या. '२००४ पर्यंत, मला कशा प्रकारच्या माणसासोबत काम करायचं आहे, याची जाणीव झाली होती. प्रामाणिकपणा, बुद्धिमत्ता आणि कठोर परिश्रम यांचा अनोखा संयोग त्यांच्यात होता. मी हे गुण इतर कोणत्याही राजकारण्यांमध्ये बघितले नाहीत,' असं जोशी यांनी सांगितलं.

यासाठी त्यांनी उदाहरण म्हणून, २००५ साली तत्कालीन राज्यपाल एस. सी. जमीर यांच्याकडून, पहिल्यांदाच सत्तेवर आलेलं पर्रीकर सरकार बरखास्त केल्याच्या कालावधीचा उल्लेख केला. 'ज्या क्षणी श्री. पर्रीकरांना बरखास्तीचे आदेश मिळाले, त्याच क्षणी त्यांनी सरकारी गाडी आणि सरकारी निवासस्थान सोडून दिलं. बरखास्तीचा हा आदेश बेकायदेशीर असल्याचं सांगत पर्रीकरांनी त्याला कोर्टात आव्हान दिलं, त्यावर कोर्टाकडून त्यांना न्याय मिळायला सात वर्षं लागली. निकाल देताना, हा बरखास्तीचा आदेश बेकायदेशीर असल्याचं न्यायालयानं मान्य केल्याच्या मुद्याकडे जोशींनी लक्ष वेधलं.

त्यानंतरची १३ वर्षे - अपवाद पर्रीकर विरोधी पक्षात असतानाचा काळ - जोशी पर्रीकरांची सावली बनून सोबत होते. अगदी दिल्लीतील त्यांच्या संरक्षणमंत्री म्हणून असणाऱ्या कार्यकाळातही ही साथ कायम होती. '२००५ मध्ये जेव्हा ते मुख्यमंत्री होते तेव्हा आणि ज्यावेळी ते पायउतार झाले, तेव्हा त्यांचे हक्क कोणते होते, हे मला बारकाईनं समजून घेता आलं. गाडी किंवा बंगला याबद्दल कोणत्याही

प्रकारची आसक्ती त्यांना नव्हती. आपला कार्यकाळ वाढावा, किंवा कार्यालयीन गाडी वापरण्यासाठी मुदतवाढ घेणं किंवा सरकारी बंगल्यातला मुक्काम आणखी ३-४ महिन्यांनी वाढावा, यासाठी प्रयत्न करणारे अनेकजण बघायला मिळतात, पण पर्रीकरांनी कधीही तसं केलं नाही. आपल्याला मिळालेले सगळे हक्क त्यांनी त्याचवेळी सोडून दिले. या संदर्भात त्यांनी घेतलेल्या स्पष्ट भूमिकेचं मला कायमच कौतुक वाटत होतं. जी काही तत्त्वं त्यांनी अंगीकारली होती, त्याबद्दल ते खूप सजग होते आणि त्यांना चिकटून होते,' आपल्या साहेबांबद्दलचा अभिमान जोशींच्या आवाजात जाणवत होता.

पर्रीकर सत्तेच्या जाळ्यात अडकून कधीही मोहात पडले नाहीत किंवा बंगल्याचंही आमिष त्यांना कधी वाटलं नव्हतं, हे त्यांनी संरक्षणमंत्रीपदाचा राजीनामा दिल्यानंतर पुन्हा एकदा स्पष्ट झालं. गोव्याला परतण्यापूर्वी, पर्रीकर आणि त्यांच्या वैयक्तिक स्टाफने (जोशींचाही त्यात समावेश होता) १०, अकबर रोड येथील सरकारी निवासस्थान रिकामं केलं होतं. फक्त एकच मौल्यवान ठेवा त्यांनी दिल्लीतील गोवा सदनमध्ये ठेवला होता, तो म्हणजे त्यांनी विकत घेतलेल्या किंवा त्यांना भेटीदाखल मिळालेल्या पुस्तकांचे भलेमोठे बॉक्स. गोव्याचे मुख्यमंत्री म्हणून परत एकदा जबाबदारी स्वीकारल्यानंतर पहिल्यांदाच ते जेव्हा दिल्लीत आले होते, त्यावेळी मला त्यातली हवी ती पुस्तकं निवडून घरी घेऊन जाण्यास सांगितलं होतं, आणि मी लगेचच तसं केलं. आज मागे वळून बघतांना लक्षात येतं की, जुन्या पुस्तकांबद्दल - अर्थातच यात किंडल किंवा ई-रीडर यांचा समावेश नाही - असणारं प्रेम हा आमच्यातला एक समान दुवा होता, ज्यामुळे आमचे स्नेहबंध अधिक दृढ झाले!

त्यांच्या प्रामाणिकपणाबद्दल बोलायचं झालं तर, संरक्षणविषयक उपकरणांच्या व्यवहारात असलेल्या एका उद्योजकाच्याबाबत - ज्यांना आपली ओळख उघड करायची नाही - २०१६-१७ मध्ये घडलेला किस्सा ऐकण्यासारखा आहे. त्यावेळी पर्रीकर संरक्षणमंत्री होते.

पर्रीकरांना भेटण्यासाठी हा उद्योजक गोव्याला गेला होता आणि राज्यातील भाजप शाखेला कायदेशीर देणगी देण्याची तयारी त्यानं दर्शवली. त्यावेळी गोव्यातील

निवडणुका जवळ आल्या होत्या. 'मी ज्यावेळी देणगीची गोष्ट मांडली, पर्रीकरांनी तिचा स्वीकार करायला तत्काळ नकार दिला. मला आश्चर्याचा एवढा धक्का बसला की, मी पटकन पुढे काही बोलूच शकलो नाही.' या उद्योजकानं अशी कबुली दिली.

मी पर्रीकरांना विचारलं, 'निवडणुकीसाठी पुरेसं अर्थसहाय्य आहे का?' त्यांनी काहीशा करड्या सुरात उत्तर दिलं, 'नाही, उलट निधी गोळा करण्याच्या खूप मोठ्या दबावाखाली मी आहे; निवडणूक लढवण्यासाठी आम्हाला आणखी निधीची आवश्यकता आहे.' बुचकळ्यात पडलेल्या उद्योजकानं संरक्षणमंत्र्यांना विचारलं, 'मग तरीही तुम्ही, मिळत असलेल्या निधीला नकार का देताय?' ते म्हणाले : 'तुमच्या फाईलवर (सैन्यदलासाठी आवश्यक असणाऱ्या काही उपकरणांची खरेदी करण्याबाबत) काम सुरू आहे. गुणवत्तेच्या आधारे तुम्ही कॉन्ट्रॅक्ट मिळवलंत तरी, यामध्ये मी केलेल्या मदतीचा मोबदला म्हणून तुमच्याकडून पैसे घेतले, असा तर्क मांडला जाईल. त्यामुळे आता निधी देण्यासाठी आग्रह धरू नका. एकदा तुम्हाला ऑर्डर मिळाली की, आगामी काही निवडणुकांच्या वेळी कृपया पक्षाला मोकळ्या मनाने देणगी द्या.'

'आयुष्यात मी जेवढ्या राजकारण्यांबरोबर संवाद साधला आहे, त्यात पहिल्यांदाच एखाद्या राजकारणी व्यक्तीने निधी म्हणून देत असलेल्या पैशांना नकार दिला होता; आणि त्यासाठी दिलेलं कारणही नैतिकता दाखवणारं आणि आमच्या नातेसंबंधांमध्ये बाधा न आणणारं होतं. त्यांच्या जुन्या काही मित्रांकडे मी या घटनेचा उल्लेख केला, तर त्यांच्या मते पर्रीकरांच्या बाबतीत नवीन असं काही नव्हतं - ज्यांच्या फाईल्स त्यांच्या विभागात आलेल्या असतात अशा लोकांकडून ते निधी स्वीकारत नाहीत. खरोखरच विलक्षण व्यक्ती होते ते,' अजूनही आश्चर्यचकित असलेले ते उद्योजक सांगत होते.

पर्रीकरांनी ज्यांचा पुरस्कार केला होता, ती तत्त्वं तर त्यांनी अंगीकारलीच, पण आपला वैयक्तिक स्टाफही त्यांचं काटेकोरपणे पालन करेल, याचीही खात्री करून घेतली होती. पंतप्रधान नरेंद्र मोदी यांनी दिलेली संरक्षणमंत्रीपदाची जबाबदारी स्वीकारायची ठरवल्यानंतर पर्रीकरांनी जोशी आणि इतर काहींना म्हणजे रूपेश कामत, मयुरेश आणि मांगरीश यांनाही आपल्याबरोबर दिल्लीला येण्यास सांगितलं.

कारण, त्यांना वैयक्तिक स्टाफ म्हणून स्वतःची, विश्वासू माणसं हवी होती. त्या सगळ्यांनी आनंदाने दिल्लीला येण्याचा प्रस्ताव स्वीकारल्यानंतर, पर्रीकरांनी पहिली गोष्ट त्यांना निक्षून सांगितली होती : "मला असं समजलं आहे की, संरक्षण मंत्रालयात काम करत असलेल्या नागरी सेवा अधिकारी किंवा नागरिक यांना कॅन्टीन स्टोअर्स डिपार्टमेंट (सीएसडी) कार्डची सुविधा मिळते. त्याच्या मदतीने त्या व्यक्तीला दैनंदिन वापरातील वस्तू, जसं साबण, टूथपेस्ट आणि अगदी मद्यही अनुदानित किमतीत मिळतात. पण लक्षात ठेवा, माझ्या कोणत्याही स्टाफ मेंबरला ते कार्ड मिळणार नाही," काहीशा करड्या सुरात त्यांनी सांगितल्याची आठवण जोशी यांना आहे. संरक्षण मंत्रालयात कार्यरत असणाऱ्या काही जुन्या स्टाफकडून जोशी यांना आधीच सीएसडी कार्ड मिळण्यासाठी फॉर्म देण्यात आला होता. मात्र ते आणि गोव्याहून आलेल्या इतर कोणत्याही सहकाऱ्यांनी ते फॉर्म सादरच केले नाहीत!

'त्यांच्याकडून शिकलेल्या अनेक गोष्टींपैकी ही एक गोष्ट होती की, आपल्याकडे नैतिकता आणि सचोटी असणे याबद्दलचा तुमचा दृष्टिकोन कायमच स्पष्ट आणि ठाम असणं आवश्यक आहे. अर्थात, इतरांनीही आपल्याला योग्य नैतिकता असणारी व्यक्ती समजावं, हे देखील तितकंच महत्वाचं होतं. खरंतर 'बोले तैसा चाले' हे तत्त्व त्यामागं होतं. फक्त तेच नाही तर, त्यांच्या आजूबाजूला असणाऱ्या व्यक्तींनीही त्यांच्यासारखीच गुणवत्तेची पातळी राखायला हवी, अशी त्यांची अपेक्षा असे. हे गुणविशेष असणाऱ्या व्यक्तींचीच निवड करून त्यांना आपल्या कोअर टीममध्ये ते सहभागी करून घ्यायचे. म्हणूनच मी अनेकांना नेहमी सांगतो की, विश्वासू व्यक्ती सापडणं ही खूप कठीण गोष्ट आहे, पण माझ्यासारख्याला, श्री. पर्रीकरांनी माझ्यावर जसा विश्वास दाखवला तसा विश्वास दाखवणारी दुसरी व्यक्ती सापडणं आणखी कठीण आहे,' अशा दिग्गजाबरोबर शेवटपर्यंत काम करायची संधी मिळालेले जोशी डोळ्यांमधील अश्रू थोपवत सांगत होते.

पर्रीकरांबरोबर काम करायला मिळालं, हा एक प्रकारचा बहुमान समजणारे अनेकजण आहेत. विविध प्रकारच्या कामांसाठी योग्य व्यक्तीची निवड करून त्यांना पूर्णाधिकार देण्याची क्षमता पर्रीकरांमध्ये होती. गोव्याचे पोलीस अधीक्षक म्हणून कार्यरत असणाऱ्या बॉस्को जॉर्ज यांची कशा प्रकारे पर्रीकरांनी निवड करून एका

महत्त्वाच्या कार्यक्रमाचा इन्चार्ज म्हणून जबाबदारी सोपवली होती, याची आठवण आहे.

१९९० दशकाच्या मध्यावर ज्यावेळी पणजी मतदारसंघातून, पर्रीकर भाजपकडून आमदार म्हणून राजकारणात येण्याच्या तयारीत होते, त्याचवेळी पणजी पोलीस स्टेशनमध्ये पोलीस उपनिरीक्षक म्हणून जॉर्ज यांच्या करिअरची सुरुवात झाली. जॉर्ज पणजीतलेच आहेत. त्यामुळे म्हापशाचा माणूस राज्याची राजधानी असणाऱ्या शहरातून म्हणजेच पणजीतून उभा राहतोय, याचं जॉर्ज यांना विलक्षण आश्चर्य वाटलं होतं. 'खरं सांगायचं तर, त्यांच्या विजयाबद्दल मी जरा साशंकच होतो. कारण सगळ्याच पणजीवासीयांना प्रश्न पडला होता की : ही व्यक्ती आहे तरी कोण?'

जॉर्ज त्यावेळच्या आठवणीत रमले होते. पण पर्रीकर जिंकून आले आणि ज्या फरकाने आपण जिंकू, असा विश्वास त्यांनी व्यक्त केला होता अगदी तेवढ्याच फरकाने ते विजयी झाले होते. जॉर्ज आश्चर्यचकित झाले होते : 'मला वाटलं होतं आणि तसंही ते उगवते राजकारणी होते. पण तुम्ही बघितलं तर, ते सहज विश्लेषण

अल्पसंख्याकांनाही सोबत घेतले : गोव्यातील ख्रिश्चन समाजात पर्रीकर लोकप्रिय होते.

करू शकत होते. लोकांपर्यंत कसं पोहोचायचं आणि त्यांना कोण मतदान करू शकेल, याबद्दल आधीपासूनच काही रणनीती त्यांच्याकडे तयार होती. अशा प्रकारची रणनीती त्याअगोदर इतर कोणत्याही स्थानिक राजकारण्यांनी उपयोगात आणली नव्हती. ही नीती मैत्रीपूर्ण आणि विश्वासावर आधारित होती. मात्र पर्रीकरांनी ते वास्तववादी पद्धतीनं केलं. त्यावेळी मला समजलं की, ते आयआयटी पदवीधर आहेत,' जॉर्ज कबुलीच्या स्वरात म्हणाले.

या निवडणुकीनंतर, कोणकोणत्या गोष्टी अद्यापही झालेल्या नाहीत त्यांची यादी घेऊन पर्रीकर पोलीस स्टेशनमध्ये दाखल झाले. त्यावेळी जॉर्ज यांच्या लक्षात आलं की, आपला सामना अशा व्यक्तीसोबत आहे, जी आपल्या कामात उत्तम आहे. त्यांची स्मरणशक्ती अफलातून होती. 'एकदा तुम्ही एखादी गोष्ट त्यांना सांगितली की, ते कधीच विसरत नसतं; उलट तेच नंतर तुम्हाला त्याची आठवण करून देत असत,' असा जॉर्ज यांचा अनुभव आहे. त्यांच्यात उत्तम स्नेहबंध निर्माण झाले होते. 'मी त्यांच्या समविचारी गटातला किंवा त्यांच्या अत्यंत जवळचा नव्हतो, पण माझ्या मनात नेमके काय विचार सुरू आहेत - मग ते त्यांनी घेतलेल्या निर्णयाच्या विरोधातले असले तरी - ते मी थेट त्यांच्याशी फोनवर संपर्क करून सांगू शकत होतो,' असं जॉर्ज म्हणाले. या संदर्भात त्यांनी २०१७ च्या घटनेचा उल्लेख केला. ज्यावेळी त्यांनी पर्रीकरांजवळ आगामी निवडणुकीत भाजपला १३ पेक्षा जास्त जागा मिळणार नसल्याचं भाकित केलं होतं. सरकार स्थापनेसाठी या जागा खूपच कमी होत्या.

'निवडणुकीत भाजपला १३ जागांवरच समाधान मानावं लागेल, असं मी त्यांना सांगितलं होतं. अत्यंत रागाने ते म्हणाले : 'तुम्हाला राजकारण कळत नाही आणि आम्हाला (भाजपला) किमान २३ जागा मिळणार आहेत.' मात्र त्यांना १३ जागांवरच समाधान मानावं लागलं. भाजपप्रणित सरकार स्थापनेच्या हालचालींबाबत जेव्हा मला समजलं, तेव्हा मी पर्रीकरांच्या मोबाईलवर एक मेसेज पाठवून, असं न करण्याची विनंती केली. मी त्यात म्हटलं होतं : "भाई तुम्ही जे करताय ते अयोग्य आहे. भाजपविरोधातला हा जनादेश आहे आणि तुम्ही काँग्रेसकडून त्यांचा हक्क हिरावून घेत आहात." काँग्रेसचं सरकार आलं तरी, ते फार काळ टिकणार नाही, कारण त्यांच्यात अंतर्गत वाद भरपूर आहेत आणि परत एकदा तुम्हीच सत्तेत यावं.

अशी जनताच मागणी करेल, असंही मी त्यांना सांगितलं होतं. हा मेसेज मिळाल्यानंतर अवघ्या पाच मिनिटांमध्ये पर्रीकरांनी मला फोन केला आणि म्हणाले : "हे बघ, हे राजकारण आहे आणि त्याची तुला काहीही माहिती नाहीये. पण तू जे काही सांगितलं आहेस, त्याची मी नोंद घेतलेली आहे," असं म्हणून फोन बंद केला. माझ्या मनातले विचार मी त्यांना कळवले होते आणि त्यांनीही त्याच प्रकारे मला प्रतिसाद दिला होता. आमचे संबंध चांगले आणि मनोवेधक होते,' असं जॉर्ज यांनी नमूद केलं.

आपला मुद्दा पटवून देण्यासाठी जॉर्ज यांनी २००४ साली घडलेली घटना सांगितली. '२००४ मध्ये, सेंट फ्रान्सिस झेव्हियर्स यांचे पवित्र अवशेष दर्शनासाठी ठेवण्यात येणार होते. यासाठी पोलीस विभाग प्रमुखांकडे आयुक्तपद दिलं जातं आणि ते जवळजवळ एक किंवा दोन महिन्यांसाठी असतं. त्यासाठी पोलीस महासंचालक किंवा पोलिस महानिरीक्षकांची निवड केली जाते. पण आश्चर्याचा धक्का देत भाईंनी (पर्रीकरांनी) मला फोन केला आणि सांगितलं की या दर्शनासाठी मी त्या आयुक्तपदी असणार आहे. मी या नियुक्तीच्या विरोधात होतो. मी त्यांना सांगितलं की, 'पोलीस महानिरीक्षक माझी फारशा गांभीर्याने दखल घेणार नाहीत.' यात आणखी एक समस्या होती, ती म्हणजे भाजपचं सरकार पहिल्यांदाच सत्तेत आलं होतं आणि प्रशासन तसंच पोलीस विभागातील पदानुक्रमात मी एकटाच कॅथॉलिक होतो. हे लक्षात घेऊन ते म्हणाले, "हे बघ, चर्चचा सरकारवर विश्वास नाहीये आणि त्यांनी इतकी मोठी दर्शनाची तयारी केली आहे. जर त्यात काही गोंधळ झाला तर आम्ही जबाबदार नसतानाही, हे सर्व आम्हीच घडवून आणलं, असं ते म्हणतील."

'म्हणून त्यांना मी त्या दर्शन कार्यक्रमाचा प्रमुख व्हावं असं वाटतं होतं. त्यात जर काही गोंधळ झालाच तर सरकार आणि चर्च यांच्यात समन्वय साधण्याची जबाबदारी माझ्यावर असल्याचं त्यांनी स्पष्ट केलं. मी ते मान्य केलं. मात्र यावर तीव्र प्रतिक्रिया उमटल्या; या अशा पदासाठी मी खूपच नवखा असल्याचं वरिष्ठांचं मत पडलं. आपल्याला बाजूला सारल्याचा त्यांना राग आला होता. मात्र सुदैवानं तोपर्यंत झालेल्या दर्शनाच्या कार्यक्रमांमध्ये हा सगळ्यात यशस्वी कार्यक्रम ठरला. अगदी पार्किंगच्या जागेबद्दल असो किंवा त्या कार्यक्रमातले काही विभाग अथवा संपूर्ण

तयारी असो, सगळे कार्यक्रम कोणत्याही व्यत्ययाविना आणि अतिशय नेटक्या पद्धतीने पार पडले. सगळ्यांनी त्यासाठी त्यांचं कौतुकही केलं. अल्पसंख्याक समाजासाठी काहीतरी चांगलं करणारा हा पहिलाच मुख्यमंत्री असल्याचं सगळ्यांचं मत झालं,' जॉर्ज गर्वाने म्हणाले.

पर्रीकरांचे अतिरिक्त सचिव असणाऱ्या मायकेल डिसुझा यांनीही जॉर्ज यांच्या म्हणण्याला दुजोरा दिला. 'आरएसएसच्या मुशीत घडूनही ते त्याअर्थी कर्मठ नव्हते. ते परंपरावादी, पण तरीही आधुनिक विचारसरणीचे होते. ते एकाचवेळी धर्मनिरपेक्ष आणि समाजवादी होते! त्यांच्या आधीच्या मुख्यमंत्र्यांपेक्षा भाईंनी, कॅथॉलिक चर्च आणि त्यांच्याशी संबंधित अनेक संस्थांसाठी भरपूर काम केलं,' डिसुझा ठामपणे म्हणाले. 'जर ते जातीयवादी असते आणि मुस्लीम किंवा कॅथॉलिक अथवा ख्रिश्चन यांच्याविरोधात असते तर, २०१४ मध्ये सेंट फ्रान्सिस झेव्हियर्स यांच्या अवशेषांच्या दर्शनासाठी झालेल्या कार्यक्रमास मिळालेलं अभूतपूर्व यश आणि ते सुद्धा आर्च बिशप यांच्या अखत्यारीतील चर्चमध्ये मिळवणं ही सोपी गोष्ट नव्हती,' ते म्हणाले. डिसुझा यांनी आणखी एका मुद्याकडे लक्ष वेधून घेतलं, 'या दर्शन कार्यक्रमाच्या पायाभूत सुविधांसाठी ४२ कोटी रुपये खर्च करण्यात आले होते. या कार्यक्रमात सहभागी झालेल्या परदेशी नागरिकांनीही आश्चर्यानं तोंडात बोटं घातली आणि आदरणीय आर्चबिशप यांच्याकडे या संपूर्ण कार्यक्रमाचं कौतुक करताना त्याची तुलना पोर्तुगालच्या फातिमा किंवा फ्रान्समधील लॉर्डस् येथे त्यांना आलेल्या अनुभवांशी केली होती. आमच्यावर (डिव्हाईन ग्रेसची) प्रभूची कृपा आहे, असा मला विश्वास होता, पण श्री. पर्रीकरांनी सुद्धा हा संपूर्ण कार्यक्रम सुरळीत पार पडेल, याची काळजी घेतली होती,' डिसुझा म्हणाले.

डिसुझा निष्कर्ष काढताना म्हणाले, 'जर ते खरोखरच जातीयवादी असते, तर त्यांनी माझ्यासारख्या कट्टर रोमन कॅथॉलिकला त्यांचा अतिरिक्त सचिव म्हणून नेमलंच नसतं. जर तुम्ही बारकाईनं बघितलं तर, लक्षात येईल की, आरएसएसची शिकवण त्यांनी खरोखरच आत्मसात केली होती, ती होती समाजाची सेवा, राष्ट्र उभारणीसाठी सेवा, प्रत्येकाला त्यांच्या जातीचा किंवा श्रेणीचा विचार न करता मदत करा.'

२००२-०३ मध्ये गोवा नागरी सेवेत पहिल्यांदाच कनिष्ठ श्रेणीतील पदावर नियुक्ती झाल्यानंतर डिसुझा पर्रीकरांच्या संपर्कात आले. त्यावर्षी परीक्षा आणि मुलाखतीनंतर निवडण्यात आलेल्या सहा उमेदवारांमध्ये डिसुझा एकमेव कॅथॉलिक होते. गुणवत्ता यादीत आपलं नाव तिसऱ्या क्रमांकावर बघून डिसुझांना कायम आश्चर्य वाटत राहिले. 'जातीय सलोखा दाखवण्यासाठी की खरोखरच मेरिटवर माझी निवड झाली?' हा प्रश्न मी वारंवार स्वतःलाच विचारत होतो. 'पण नंतर त्यांच्याशी झालेल्या संभाषणामुळे आणि १६ वर्ष त्यांच्यासोबत काम केल्यानंतर मी ठामपणे सांगू शकतो की, उमेदवाराचा धर्म किंवा जात यांचा श्री. पर्रीकरांना कोणताही फरक पडत नव्हता. त्यांच्यासाठी गुणवत्ता जास्त महत्त्वाची होती. कोणत्याही प्रकारची घराणेशाही किंवा ओळख तिथे खपवून घेतली जात नसे. कोणताही राजकीय

विविध सामाजिक योजनांचे प्रारंभकर्ते,
पर्रीकर समाजातील सर्वच घटकांमध्ये लोकप्रिय होते.

दबाव किंवा कुणालाही मदत करण्यासाठी अंतर्गत वैयक्तिक दडपणापुढे झुकणार नाही, हा आत्मविश्वास त्यांच्यात होता. ते म्हणायचे : "तुमच्यातल्या गुणवत्तेवर पुढे या, तरच मी तुम्हाला मदत करीन; अन्यथा नाही." '

या विधानाची पुष्टी करण्यासाठी डिसुझा यांनी एक आठवण सांगितली. २०१२ किंवा २०१३ मध्ये, अर्थ खात्याच्या अंतर्गत येणाऱ्या लेखा संचालनालयातील (डिरेक्टोरेट ऑफ अकाऊंट्स) लेखापाल (अकाऊंटंट) पदे भरण्यासाठी तसंच व्यावसायिक कर विभागात किंवा विक्रीकर विभागात (आता जीएसटी) व्यावसायिक कर निरीक्षकपदांसाठी गोवा सरकारतर्फे जाहिरात देण्यात आली. लेखापाल पदासाठी आलेल्या अर्जांमधून ५००० उमेदवारांची लेखी परीक्षेसाठी निवड करण्यात आली, मात्र त्यातला एकही उमेदवार किमान गुण मिळवू शकला नाही. 'श्री. पर्रीकरांनी आम्हाला परत एकदा परीक्षा आयोजित करायला सांगितलं. ते म्हणाले, "मी फुकटचे पाच गुणही कोणाला देणार नाही." खरंतर आम्हाला सांगून या सगळ्या उमेदवारांचे पाच गुण सहज वाढवून त्यांना उत्तीर्ण करता आलं असतं आणि गुणवत्तेतही फार फरक पडला नसता. पण त्यासाठी त्यांनी अजिबात परवानगी दिली नाही. व्यावसायिक कर विभागातील पदांसाठी केवळ एकच उमेदवार परीक्षेत अपेक्षित गुण मिळवू शकला आणि केवळ त्याच एका उमेदवाराची अंतिम निवड करण्यात आली,' डिसुझा म्हणाले.

शिक्षक भरती प्रक्रियेतही हेच निकष लावण्यात आले होते. डिसुझा म्हणाले, 'आपल्याला उच्चशिक्षित शिक्षकांची गरज आहे, कारण त्यांच्यावरच आपल्या भविष्यातल्या पिढ्या अवलंबून असणार आहेत, असं मुख्यमंत्री पर्रीकर नेहमी म्हणायचे आणि प्रशासन तसंच वित्त विभागात आपल्याला अत्यंत सचोटीच्या उमेदवारांची गरज आहे, असं ते सांगायचे.'

जोशींप्रमाणेच डिसुझाही, पर्रीकरांच्या वैयक्तिक सचोटीने अत्यंत प्रभावित झाले होते. 'गेल्या काही वर्षांत जेव्हापासून मी त्यांच्याबरोबर काम करायला लागलो, त्यांची सचोटी हेच त्यांचं सर्वोत्तम वैशिष्ट्य होतं. राज्याची आर्थिक स्थिती अत्यंत नाजूक बनली होती. स्रोत मर्यादित झाले होते, खर्च वाढले होते, अपेक्षाही वाढायला लागल्या होत्या. या सगळ्या परिस्थितीतून आम्हाला तरून जायचं होतं आणि

लोकसेवेसाठी परत एकदा सज्ज व्हायचं होतं. याचवेळी वैयक्तिक सचोटी पुन्हा एकदा लक्षणीय ठरली. आपली मिळकत १०० - २०० रुपयांनी तरी वाढावी, यासाठी त्यांनी कधीच कोणतेही प्रयत्न केले नाहीत.'

तर दुसरीकडे, मुख्यमंत्रीपदाची जबाबदारी त्यांनी जेव्हा-जेव्हा स्वीकारली, त्या प्रत्येकवेळी त्यांनी आमदार निधी (मतदारसंघ भत्ता) वाढवला होता. मतदारसंघातील युवावर्ग एखाद्या क्रीडा किंवा सांस्कृतिक कार्यक्रमांचं आयोजन करतात, तेव्हा ते स्थानिक आमदारांनी यासाठी काहीतरी आर्थिक मदत करावी, ही अपेक्षा बाळगतात. 'या अशा गरजा पूर्ण करण्यासाठीच, मुख्यमंत्री आमदार निधी वाढवून देत होते. यामुळे कोणत्याही अवैध किंवा भ्रष्टाचारी मार्गाने आमदारांनी पैसा गोळा करू नये, हीच त्यामागची पर्रीकरांची भावना होती,' पर्रीकरांबरोबर असलेल्या आपल्या वैयक्तिक अनुभवांमधून डिसुझा सांगत होते.

युरोपमधील देशांमध्ये जशा सामाजिक योजना राबवल्या जातात, तशाच काही योजना पर्रीकरांनी गोव्यासारख्या लहान राज्यात सुरू केल्या. उदाहरण म्हणून, दयानंद सामाजिक सुरक्षा योजना हिचा उल्लेख करू शकतो. या योजनेत दरमहा २००० ते २५०० रुपये पेन्शन आणि आर्थिक मदत म्हणून, ज्येष्ठ नागरिक, विधवा, दिव्यांग, एचआयव्ही बाधितांच्या खात्यात जमा केले जातात.' अशा प्रकारच्या सामाजिक योजनेचा विचार समाजवादी विचारसरणीच्या व्यक्तीशिवाय इतर कोणी तरी करू शकेल का?' डिसुझा प्रश्नार्थक सुरात म्हणाले.

या योजनेत ज्यांना लाभ मिळाला त्यांनी सरकारसाठी कधी नोकरी केली नसेल, खासगी क्षेत्रात ते कार्यरत असतील किंवा शेतकरी असतील, लहान उद्योजक असतील; पण त्याने फरक पडत नव्हता. प्रत्येक महिन्याला त्यांना पेन्शन मिळतंय, याची पर्रीकर खात्री करून घ्यायचे. याशिवाय, हे पैसे ज्येष्ठ नागरिकांना थेट हातात मिळतील आणि त्यांनाही सन्मानाने समाजात जगता येईल, याचीही ते काळजी घ्यायचे. या पैशांमधून ते कदाचित आपल्या नातीसाठी कानातल्याची जोडी विकत घेऊ शकतील किंवा नातवाला आईस्क्रीम खाण्यासाठी किंवा एखाद्या खाण्याच्या स्टॉलवर घेऊन जाऊ शकतील. लहानशीच गोष्ट पण त्याने फरक पडतो आणि आर्थिक स्वातंत्र्य मिळेल तसंच समाजात प्रतिष्ठेने जगता

येईल, हीच गोष्ट पर्रीकरांना अपेक्षित होती. हीच योजना गृहिणींसाठीही - ज्या बायकांचं वार्षिक उत्पन्न ३ लाख रुपयांपेक्षा कमी होतं अशांसाठी - लागू करण्यात आली. महागाईच्या काळात खर्चाची तोंडमिळवणी करण्यासाठी त्यांच्या हातात काहीतरी रक्कम असेल - मग ती १५०० रुपये का होईना - हा त्यामागचा विचार होता.

आपले सहकारी आणि अनुयायी एकनिष्ठ असावेत, अशीही पर्रीकरांची खास अपेक्षा असायची. पर्रीकरांनंतर, त्यांचे राजकीय वारसदार म्हणून निवड करण्यात आलेल्या मुख्यमंत्री प्रमोद सावंत यांच्या मते, त्यांची जागा भरून काढणं हे सोपं नाही. 'ते माझे मेन्टॉर होते. मी आज त्यांच्यामुळेच इथे आहे. राज्याची सेवा करणं, ही आता माझी जबाबदारी आहे. त्यांनी दाखवलेल्या मार्गावरून चालण्याचा मी प्रयत्न करतोय. माझ्यासाठी ते देवच होते.'

पर्रीकर यांच्याशी आपली कशी ओळख झाली आणि आपल्याला त्यांनी कसं राजकारणात आणलं, हे सावंत यांना अजूनही लक्षात आहे. 'आयुर्वेदामध्ये पदवी संपादन केल्यानंतर, मी गोवा प्रशासनात क्लास वन गॅझेटेड ऑफिसर म्हणून कार्यरत होतो. १९९७ पासून, मी भाजपसाठी काम करायला लागलो आणि त्यातूनच भाईंबरोबर जोडला गेलो. २००८ मध्ये सत्ताधारी काँग्रेसचे आमदार गुरुदास गौन्स यांच्या निधनाने रिक्त झालेल्या, सँक्वेलिम मतदारसंघात पोटनिवडणूक घेण्यात आली. त्यावेळी भाईंनी मला राजकारणात येण्याची इच्छा आहे का, असं विचारलं होतं. जर मला त्यात खरोखरच रस असेल, तर सरकारी नोकरीचा राजीनामा देऊन या निवडणुकीसाठी उमेदवारी अर्ज दाखल करण्यास सांगितलं होतं. 'या निवडणुकीत तूच विजयी होशील, असं तुला १०० टक्के आश्वासन देत नाही, पण तरी त्यानंतरही पक्षासाठी काम करत राहिलास, तर पुढल्यावेळी तू नक्की जिंकशील,' असं ते म्हणाले होते. त्यांनी दिलेल्या आश्वासनानंतर, मी माझ्या सरकारी नोकरीचा राजीनामा दिला,' सावंत सांगत होते.

पहिल्या वेळी आपण हरणार याबद्दल आपल्याला खात्री होती, पण त्याचवेळी पर्रीकरांवर विश्वासही होता, असं सावंत सांगत होते. 'उमेदवार म्हणून त्यांनी पहिल्यांदा माझी माध्यमांसमोर ओळख करून दिली, तेव्हा ते म्हणाले होते, "ये तो

लंबी रेस का घोडा है." मी इथे बराच काळ टिकून राहणार आहे, हे त्यांनी त्यावेळीच जोखलं होतं. २०१२ ला मी चांगल्या मताधिक्याने निवडणूक जिंकलो.'

पर्रीकरांनी गोवा राज्य पायाभूत सुविधा विकास महामंडळाच्या (जीएसआयडीसी - गोवा स्टेट इन्फ्रास्ट्रक्चर डेव्हलपमेंट कॉर्पोरेशन) उपाध्यक्षपदी सावंत यांची निवड केली. त्यावेळी पर्रीकरांचीही संरक्षणमंत्री म्हणून निवड झाली होती. सावंत आमदार होते आणि गोवा राज्याच्या इतिहासात पहिल्यांदाच एका आमदाराची जीएसआयडीसीचा उपाध्यक्ष म्हणून - ही कॅबिनेट दर्जाची पोस्ट होती - नियुक्ती करण्यात आली होती. (साधारणपणे मुख्यमंत्री त्याचे अध्यक्ष असतात) पर्रीकरांनी माझ्यासाठी हा निर्णय घेतल्याचं सावंत स्पष्ट करतात.

ते पुढे म्हणाले : 'त्यांनी कायम मला पाठिंबा दिला. नंतरच्या २०१७ च्या निवडणुकीत, मी जिंकणार, असा त्यांना विश्वास होता. माझ्या मतदारसंघात प्रचारासाठी त्यांनी मला साथ दिली होती. त्यावेळी आम्ही १३ जागा जिंकलो होतो. सुरुवातीला, आपण सरकार स्थापनेचा दावा करायचा नाही, हे त्यांनी निश्चित केलं होतं. मात्र केंद्रातून तसंच मित्र पक्षांकडून सरकार स्थापनेबाबत त्यांना वारंवार विचारणा केली जाऊ लागली. भाजपप्रणित सरकार गोव्यात तेव्हाच बनेल, जेव्हा परत येऊन भाई मुख्यमंत्री म्हणून सूत्रं हाती घेतील, असंही मित्रपक्षांचं म्हणणं होतं. इतका सगळ्यांचा त्यांच्यावर विश्वास होता.'

त्यानंतर सावंत यांच्या राजकीय आयुष्यात एक महत्त्वाचा टप्पा आला. विधानसभेच्या अध्यक्षपदी विश्वासातली एखादी व्यक्ती पर्रीकरांना हवी होती. 'पक्षामध्ये मीच एकमेव असा आहे जो अध्यक्ष होऊ शकेल, असं त्यांनी मला सांगितलं. ज्या व्यक्ती दुसऱ्यांदा आमदार म्हणून निवडून आल्या होत्या, त्या सगळ्यांना मंत्रीपद हवं होतं, सगळेजण कॅबिनेटसाठी उत्सुक होते. कोणालाही विधानसभा अध्यक्षपदी विराजमान व्हायचं नव्हतं. पण भाईंनी मला एकदा अध्यक्षपदाबद्दल विचारल्यावर, मी होकार दिला आणि त्यांना म्हणालो की, तुम्ही माझ्या नावाचा विचार करताय, म्हणजे ही नक्कीच एक उत्तम संधी ठरणार आहे. खरोखरच, इतक्या लहान वयात आणि दुसऱ्यांदा निवडून आल्यानंतर, अध्यक्ष बनण्याचा अनुभव छान होता. मी त्या पदाला योग्य न्याय दिला, असं मला वाटतं.

अध्यक्ष म्हणून मी स्वतःची एक चांगली प्रतिमा तयार करू शकलो आणि त्यांनीही कायम माझं कौतुकच केलं. या पदासाठी त्यांनी माझ्यावर विश्वास दाखवला, ही गोष्टच माझ्यासाठी खूप महत्त्वाची होती; खरंतर तो माझा सन्मान होता. पक्षानं घेतलेल्या प्रत्येक निर्णयाशी माझा जवळून संबंध येत होता आणि निर्णय घेण्यापूर्वी माझंही मत ते विचारात घेत होते. दुर्दैवाने, वर्षभरानंतर त्यांना कॅन्सर झाल्याचं निदान झालं.'

आणि हीच ती वेळ होती जेव्हा पर्रीकरांनी सावंत यांना आपले राजकीय उत्तराधिकारी म्हणून निवडल्याचे अप्रत्यक्षपणे संकेत दिले. 'त्यांच्यानंतर राज्याचा कारभार मी हातात घ्यावा, असे काही संकेत त्यांनी दिले होते. १५ ऑगस्टला, ध्वजारोहणाच्या कार्यक्रमासाठी, त्यांनी थेटपणे माझं नाव जाहीर केलं. खरं म्हणजे, एखाद्या वरिष्ठ मंत्र्यांची प्रतिनियुक्ती होणं (डेप्युटिंग) अपेक्षित होतं. अर्थातच, या निर्णयाला अनेकांनी विरोध केला. त्यांच्या मते वरिष्ठ कॅबिनेट मंत्री असताना, एक अध्यक्ष कसा काय ध्वजारोहण करू शकतो? मात्र ते आपल्या निर्णयावर ठाम राहिले आणि बहुधा तोच त्यांनी दिलेला पहिला संकेत होता. अर्थात ते मला या संदर्भात थेटपणे काहीच बोलले नव्हते,' सावंत यांनी या सर्व गोष्टींचा उलगडा केला.

पर्रीकर दुसऱ्या फळीतले नेते तयार करू शकले नाहीत, असं जे त्यांच्याबद्दल बोललं जातं, त्याच्याशी सावंत असहमत आहेत. 'पक्षात दुसऱ्या पिढीतल्या नेतृत्व गुणांना प्रोत्साहन देणारे भाई हे एकमेव होते, हे मी ठामपणे म्हणू शकतो. पक्षात अनेक आजी आणि माजी आमदार आहेत आणि भाईच त्यांना संधी देत होते. ग्रामीण, मागसवर्गीय, अनेक जाती आणि जमातींमधल्या युवकांना त्यांनी कायमच प्रोत्साहन दिलं. मतदारसंघात कोणामध्ये नेतृत्वगुण आहेत, ते शोधून काढण्याची हातोटी त्यांच्याकडे होती. अशांना योग्य मार्गदर्शन देत राजकीय क्षेत्रातील बारकावे त्यांना शिकवत असत, जसं त्यांनी माझ्याबाबत केलं होतं. ते समाजाचे नेते होते. गोव्यातील प्रत्येकजण पहिले मुख्यमंत्री भाऊसाहेब दयानंद बांदोडकर यांची कायम आठवण काढतो, आणि त्यांच्यानंतर लोकांच्या कायम स्मरणात राहणारे दुसरे म्हणजे भाईच असतील. आधुनिक गोव्याचे ते शिल्पकार होते.

पर्रीकरांच्या निकट सहवासात येणाऱ्या इतरांप्रमाणेच सावंतही होते. त्यांनी सांगितल्याप्रमाणे, पर्रीकरांचा अत्यंत आवडीचा विषय होता शिक्षण. हे खातं त्यांनी

कधीच इतर मंत्र्यांकडे सोपवलं नव्हतं. उलट पूर्व प्राथमिक शिक्षणापासून ते उच्च शिक्षणासाठी जे काही करता येणं शक्य होतं ते सगळं त्यांनी करण्याचा प्रयत्न केला.

'आरएसएसचा उपाध्यक्ष म्हणून, मी त्यांना शिक्षण क्षेत्रातल्या पायाभूत सुविधांबरोबरच त्या क्षेत्रासाठी विविध धोरणे राबवण्यासाठी झटताना बघितलं होतं. त्यांच्या पहिल्या कार्यकाळात, अनेक प्राथमिक शाळांच्या पुनर्रचना आणि नूतनीकरणाचे काम पूर्ण केलं होतं. आज गोव्यातील जवळपास ९० टक्के प्राथमिक, माध्यमिक, उच्च माध्यमिक शाळा आणि कॉलेजेस यांचं नूतनीकरण तरी झालंय किंवा पुनर्रचना तरी. यासाठी त्यांनी जास्तीत जास्त निधी उपलब्ध करून दिला होता. एकूण बजेटच्या १२ टक्के निधी त्यांनी शैक्षणिक क्षेत्रावर खर्च केला असावा, असं मला वाटतं. तरुणांनी स्वतः आपलं करिअर घडवावं ही त्यांची कायमच इच्छा होती,' सध्याचे मुख्यमंत्री या मुद्याकडे लक्ष वेधत म्हणाले.

सायबर एज स्कीमच्या माध्यमातून विद्यार्थ्यांना लॅपटॉप पुरवून त्यांनी ई-शिक्षणालाही प्रोत्साहन देण्याचा प्रयत्न केला. याशिवाय अनेक प्रकारच्या शिष्यवृत्तींनाही त्यांनी प्रोत्साहन दिलं. त्यांनी महाविद्यालयीन विद्यार्थ्यांसाठी शिष्यवृत्ती योजनाही सुरू केली, ज्याअंतर्गत तुम्हाला फीसाठी एकही पैसा भरावा लागणार नाही. परदेशी शिक्षणासाठी जाणाऱ्या विद्यार्थ्यांसाठी ७ लाखापर्यंतचं बिनव्याजी कर्ज गोवा शिष्यवृत्ती योजनेखाली मिळेल, अशी व्यवस्था केली. शिक्षणासाठी अनेकांना त्यांनी वैयक्तिक मदत केली होती.

फक्त त्यांच्याच मतदारसंघातल्या नाही, तर संपूर्ण राज्यातून आलेल्या नागरिकांना अशी मदत दिली जायची. मृत्यूपश्चात पर्रीकर हे आधुनिक गोव्याचे शिल्पकार, म्हणून कायम लक्षात राहतील, असं पंतप्रधान नरेंद्र मोदी यांनी पुत्र उत्पल यांना पाठवलेल्या शोकसंदेशात म्हटलं आहे. (पुढील प्रकरणातील पत्र बघा)

प्रकरण ११

प्रेमळ, पण भावना व्यक्त न करणारा पिता

समाजातील लोकप्रिय व्यक्तिमत्त्व असल्यानं, मनोहर पर्रीकर यांना कुटुंबासाठी पुरेसा वेळ कधी देताच आला नाही. त्यांची पत्नी मेधा यांनी, लग्न झाल्यापासून नवऱ्याला आपल्या कामात कायम व्यग्रच बघितलं होतं. पण त्यांच्या दोन्ही मुलांसाठी - उत्पल आणि अभिजात - त्यांची अनुपस्थिती अपेक्षित होती. मोठा मुलगा उत्पल सांगतो, 'ते मला चित्रपट बघायला किंवा अशाच काही गोष्टींसाठी बाहेर नेतील, अशी मी कधीच अपेक्षा केली नव्हती. उलट मीच पक्षाच्या (भाजप) बैठकांना त्यांच्याबरोबर जायचो. पक्षाचा विकास होताना आम्ही बघितला आहे.'

राजकारणाशी संबंधित अगदी पहिली आठवण उत्पलकडे आहे - त्यासाठी बाबांना तो धन्यवाद देतो - ती १९८९ च्या निवडणूक प्रचाराची. 'माझ्या बाबांनी १९८९ सालच्या निवडणुकीत पक्षाचा प्रचार, स्वतःच्या स्कूटरवरून घरोघरी जाऊन केला होता आणि अपेक्षेप्रमाणे मगोप जिंकून आल्यानंतर, त्यांच्या कार्यकर्त्यांनी आम्हाला डिवचण्याच्या हेतूने आमच्या घराबाहेरच फटाके फोडले होते. मी तेव्हा नऊ वर्षांचा होतो; त्यामुळे फटाके फोडण्याचा मी मनसोक्त आनंद

लुटला, पण माझे बाबा अत्यंत शांतपणे घराबाहेर उभे होते,' उत्पल आठवण सांगत होता. उत्पलच्या आठवणीप्रमाणे संपूर्ण पर्रीकर परिवार काँग्रेसच्या विरोधात होता. १९७५-७७ या आणीबाणीच्या काळात कुटुंबाला बऱ्याच अडचणींचा सामना करावा लागला होता. आणीबाणीचा विरोध करणाऱ्या आरएसएसचा खूप मोठा प्रभाव परिवारातल्या प्रत्येकावर होता.

उत्पलला सर्वात आधी आठवतं, ते बाबांचं कायम व्यग्र असणं. कुटुंबानं मुलांचे वाढदिवस कधीच साजरे केले नाहीत; त्यांच्या दृष्टीनं त्याला फार महत्त्व नव्हतं. 'पण या सगळ्यांमध्ये आम्ही ज्या गोष्टी शिकलो, त्या जास्त महत्त्वाच्या होत्या. घरात माझी आई अत्यंत शिस्तप्रिय होती. बाबा न बोलता संवाद साधणारे होते आणि ते कायम मोठीच स्वप्नं बघायचे. बाबा आणि मी एकमेकांशी कधीच भावनिक पातळीवर चर्चा करायचो नाही आणि त्याची गरजही कधी आम्हाला जाणवली नाही. अगदी सुरुवातीपासूनच आमचं नातं विलक्षण होतं,' उत्पल सांगत होता.

तर दुसरीकडे, त्यांचा धाकटा मुलगा अभिजात, सांगत होता : 'लहानपणापासूनच बाबा आणि मी एकमेकांच्या खूप जवळ होतो. त्यांनी माझे खूप लाड केले. बाबा आणि उत्पल दादा यांच्यातल्या नात्यापेक्षा, मी धाकटा असल्यानं, आमचं नातं कदाचित थोडंस वेगळं होतं. माझ्या आईचं निधन झाल्यानंतर अवघ्या सहा महिन्यांमध्ये ते मुख्यमंत्री बनले. मला आठवतं, तेव्हा मी सातवीत वर्गात पहिला क्रमांक पटकावला होता, मात्र आईच्या अचानक जाण्यानं, माझ्यासाठी सगळ्याच गोष्टी अवघड बनल्या होत्या. मला तर आईला कोणता आजार झाला होता, याचीही कल्पना नव्हती. त्यामुळे तिचं जाणं हा माझ्यासाठी खूपच मोठा धक्का होता आणि त्याचा परिणाम माझ्या अभ्यासावर झाला. पण बाबा कायम माझ्यासोबत होते.'

नवे मुख्यमंत्री म्हणून जबाबदाऱ्या वाढलेल्या असूनही, अभिजातसोबत बसून त्याला गृहपाठात मदत करण्यासाठी ते वेळ काढायचे. 'आई गेल्यानंतर आलेल्या पहिल्याच परीक्षेची तयारी करत असताना मला तिची उणीव खूप जाणवत होती, हे मला आजही आठवतंय. मी हे बाबांना सांगितलं आणि ऑफिसमधलं काम बाजूला ठेवून ते घरी आले आणि माझा अभ्यास पूर्ण होईपर्यंत माझ्यासोबत बसून राहिले. ही

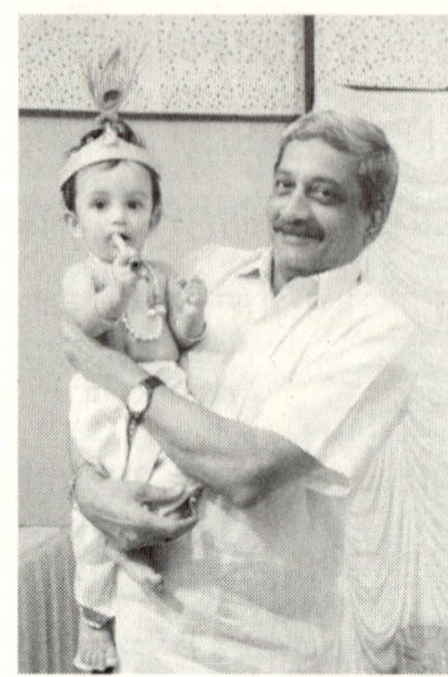

आजोबा म्हणून वावरताना पर्रीकर खऱ्या अर्थाने खूश असायचे.

माझ्यासाठी खूप मोठी गोष्ट होती आणि म्हणूनच, आमच्यातलं नातं वेगळं आणि खूप विशेष होतं,' अभिजात म्हणाला.

वडील-मुलाच्या या जोडीमध्ये आकड्यांच्या संदर्भात काही योगायोग आणि श्रद्धा होती. 'बाबा माझ्या १३ व्या वाढदिवशी, म्हणजे २२ ऑक्टोबरला मुख्यमंत्री झाले. हा आकडा त्यांच्या आयुष्यात खूपच महत्त्वाचा होता. त्यांचा वाढदिवसही १३ तारखेला, १३ डिसेंबरला असतो. त्यांच्या गाड्यांच्या नंबरमध्येही १३ आकडा असायचा आणि त्यांच्या मोबाईल नंबरमध्येही १३ आकडा होता,' अभिजात या मुद्याकडे लक्ष वेधून घेत म्हणाला.

मेधा यांच्या अचानक जाण्यामुळे झालेलं दुःख वडील आणि दोन्ही मुलांनी वेगवेगळ्या मार्गांनी पचवण्याचा प्रयत्न केला होता. उत्पलने स्वतःला अभ्यासात बुडवून घेतलं आणि उच्च शिक्षणासाठी अमेरिकेला जाण्याच्या तयारीला तो लागला; पर्रीकरांसमोरही कामांचा एवढा डोंगर होता की, त्यातून त्यांना इतर कोणता विचार करायला फारसा वेळच नव्हता. अभिजातला मात्र या अचानक आलेल्या संकटाचा मुकाबला करण्यासाठी बराच मानसिक संघर्ष करावा लागला होता. याबद्दल बोलताना उत्पल म्हणाला, 'मनाचा गोंधळ उडालेला असताना आमच्याकडे हा एकच उपाय होता. खरंतर, अभिजातसाठी हे जास्त कठीण होतं, कारण त्यावेळी तो केवळ आठवीत होता. बाबांकडे तो सतत मला वेळ द्या, अशी मागणी करायचा. त्यामुळे त्यांना (पर्रीकरांना) एकल पालक आणि मुख्यमंत्री अशी कसरत करावी लागली होती. हे सगळ्यात कठीण होतं.'

आयुष्याच्या नाजूक वळणावर धाकट्या अभिजातनं आपल्या आईला गमावलं होतं, त्यामुळे पर्रीकरांची माया त्याच्यावर जरा जास्तच होती. म्हणूनच त्यांच्या अत्यंत व्यग्र दिनक्रमातून काही दिवस सुट्टी घेण्यासाठी त्यांच्याकडं हट्ट धरला जायचा. 'बंगलोर हे बाबांच्या अत्यंत आवडीच्या शहरांपैकी एक होतं. त्यांचे भरपूर मित्र असल्याने आम्ही तिथे ख्रिसमससाठी जायचो. मला आठवतं, २००४ मध्ये सुट्टीत फक्त दोघंच फिरायला जाण्यासाठी त्यांच्या मागे लागलो होतो. आम्ही हिमाचल प्रदेशातील चौल इथे गेलो, नंतर चंडीगढ आणि शेवटी दिल्लीला आलो. पण शेवटी-शेवटी आम्ही दोघंही कंटाळलो होतो. आम्हाला कायम लोकांमध्ये

राहण्याची सवय होती. खासगी आयुष्याच्या संकल्पनेचा विचारच कधी आम्ही केला नव्हता. आमच्या म्हापशाच्या घरातही कायम लोकांची वर्दळ असायची आणि बाबा मुख्यमंत्री झाल्यानंतर तर जास्तच,' अभिजात म्हणाला.

पर्रीकर म्हणजे आपल्या भावना व्यक्त करता न येणारे वडील असल्याचं उघड करून उत्पल म्हणाला, 'त्यांनी आमच्यासाठी कधीही काहीही आणलं नाही. मी आधी म्हणालो तसं, बाबा आणि मी आमच्यात कधीच असं नातं नव्हतं. पण नंतर, जेव्हा ते दौऱ्यावर जात त्यावेळी आठवणीने एखादी छोटीशी भेटवस्तू का होईना, पण माझी बायको उमासाठी घेऊन यायला लागले. आम्हाला ध्रुव झाल्यानंतर तर ते नेहमीच खेळणी आणि इतर गोष्टी घेऊन यायला लागले. त्याआधी कोणत्याही ऐहिक गोष्टींसाठी ते खरेदीला गेल्याचं मी तरी बघितलेलं नव्हतं,' उत्पल आपला मुद्दा मांडत म्हणाला.

१९९१ सालच्या लोकसभा निवडणुकीत आपले बाबा उमेदवार म्हणून उभं राहिल्याचं उत्पल याला अजूनही स्पष्टपणे आठवतं; कारण क्रिकेट खेळण्याचं सोडून त्याला बाबांना मदत करण्यासाठी, भाजपचं काम करावं लागलं होतं !

'उन्हाळ्याच्या सुट्ट्या सुरू झाल्या होत्या आणि माझे सगळे मित्र बाहेर क्रिकेट खेळत असायचे, त्यावेळी मला मात्र बाबा आणि त्यांच्या मित्रांबरोबर भाजपच्या ऑफिसमध्ये – खरंतर कौटुंबिक नातं असणाऱ्या मित्राचीच ती जागा होती - जावं लागायचं. त्यावेळी डिजिटल युग नसल्यानं सगळ्या मतदारयाद्यांच्या फोटोकॉपीज् काढण्यासाठी मलाच पाठवलं जायचं. निवडणूक आयोगाकडून मतदारसंघांनुसार मतदारयाद्यांच्या एकंदर ४० मास्टर कॉपीज् दिल्या जायच्या आणि पक्ष कार्यकर्ते प्रत्येक मतदारसंघासाठी ३ ते ४ कॉपीज् मागायचे. या प्रत्येक कॉपीमध्ये जवळपास ५० ते १०० पानं असायची. त्यावेळी माझे मित्र क्रिकेट खेळत असायचे आणि मला मात्र, आपण बालकामगार आहोत, असंच वाटायचं! काही वेळा मी तिथून निसटायचो. पण मग बाबांचे मित्र घरी येऊन मला परत ऑफिसमध्ये पाठवायला आईला सांगायचे, कारण फोटोकॉपीचं मशीन कसं चालवायचं, हे फक्त मलाच माहीत होतं,' त्या आठवणी सांगताना उत्पलला मात्र आता गंमत वाटत होती.

बाबांचं आणखी एक वेगळं वैशिष्ट्य उत्पलला आठवतं ते म्हणजे त्यांचं पुस्तकांवर असणारं प्रेम. वेगवेगळ्या वाचनालयांमध्ये किंवा पुस्तकांच्या दुकानांमध्ये पर्रीकर अनेक तास वाचनात किंवा पुस्तकं शोधण्यात घालवायचे. उत्पल अमेरिकेत असताना, ते जेव्हा त्याला भेटायला गेले होते, तेव्हा ते मुख्यमंत्री नव्हते. पण गोवा विधानसभेचे विरोधी पक्षनेते होते. उत्पलचं शिक्षण सुरू होतं. त्याच्या सुट्ट्या सुरू व्हायच्या होत्या, त्याअगोदर उत्पल आपल्या असाईनमेन्टस् पूर्ण करण्याच्या मागे होता. त्यामुळे बाबांबरोबर स्थलदर्शन करणं किंवा जेवायला बाहेर जाणं त्याला शक्य नव्हतं. पण पर्रीकर उत्पलला म्हणाले होते, 'काळजी करू नकोस. मला फक्त बार्न्स ॲण्ड नोबल किंवा बॉर्डर्स अशा पुस्तकांच्या दुकानापाशी सोड.' ते तिथं पुस्तकं वाचण्यात, चाळण्यात किंवा खरेदी करण्यात दोन ते तीन तास सहजपणे घालवायचे. 'त्यांना पुस्तकं आणि फाऊंटन पेन्सची आवड होती, जी मलाही आवडतात. या दोन महत्त्वाच्या गोष्टींच्या खरेदीसाठी ते वेळ खर्च करायचे. त्यांना कपडे किंवा तत्सम इतर गोष्टी खरेदी करण्यात फारसा रस नसायचा,' उत्पल म्हणाला.

उत्पलला आजही एका गोष्टीचं वाईट वाटतं. संरक्षणमंत्री म्हणून दिल्लीत असताना आपण आणि अभिजातने त्यांना वरचेवर भेटायला जायला हवं होतं, असं त्याला वाटतं. संरक्षणमंत्री म्हणून अडीच वर्षं दिल्लीत असताना, केवळ नऊच दिवसांसाठी उत्पल त्यांना भेटला होता. पर्रीकरांना जेव्हा १०, अकबर रोडवरचा बंगला मिळाला, त्यावेळी केवळ तीनच दिवसांसाठी प्रजासत्ताक दिन परेडसाठी तो तिथे राहिला. संरक्षणमंत्री पदाची सूत्रं हाती घेतल्यानंतरचा तो पहिलाच प्रजासत्ताक दिन होता. नंतर दुसऱ्या प्रजासत्ताक दिनासाठी तीन दिवस होता. त्यानंतर त्यांना कंपनी देण्यासाठी मी आणि उमा आमच्या मुलासोबत परत तीन दिवस दिल्लीत राहून आलो. आज मागे वळून बघितलं की वाटतं, मला त्यांच्याकडे वरचेवर जायला हवं होतं, कारण ते कदाचित होमसिक होत असावेत.'

यातच भर टाकत अभिजात म्हणाला : 'संरक्षणमंत्री म्हणून बाबांनी कार्यभार सांभाळल्यावर, मी दिल्लीत काहीवेळा जाऊन आलो - अर्थातच उत्पलदादापेक्षा जास्त - पण केवळ एखाद दोन दिवसांसाठीच. एका प्रजासत्ताक दिनाला, आमचं सगळं कुटुंब तिथे होतं आणि तिथूनच मग आम्ही राजस्थानला गेलो.'

उत्पल सांगतो की, कुटुंबातल्या कोणाही व्यक्तीनं सरकारी सोयीसुविधा वापरण्यास बाबांचा प्रचंड विरोध असायचा. 'सरकारी ऑफिसमध्ये चहाचा एखादा कप जरी मला हवा असला, तरी मी दोनदा विचार करायचो आणि शक्य तितकं चहा पिणं मी टाळायचो. अगदी लहानपणापासूनच या गोष्टी आमच्यावर बिंबवल्या गेल्या होत्या. त्यामुळे सरकारी निवासस्थानाचाही आम्हाला कधीच मोह वाटला नाही.'

संरक्षणमंत्रीपद सोडून पर्रीकरांनी मुख्यमंत्री म्हणून परत येण्याबाबत उत्पल म्हणतो की तो एक गुंतागुंतीचा निर्णय होता. 'त्यांच्या परत येण्याबाबत आमच्यात खूप चर्चा झाल्या. संरक्षणमंत्री म्हणून त्यांनी त्यांचा कालावधी पूर्ण करावा, अशा मताचा मी होतो. मात्र निवडणुकीनंतर परिस्थितीच अशी झाली की, त्यांना परत यावं लागलं.'

पर्रीकर गोव्याला परतल्यानंतर अवघ्या वर्षभराच्या आतच त्यांना कॅन्सर असल्याचं निदान झालं. तो अत्यंत कठीण काळ होता. सुरुवातीला गोव्यातील डॉक्टरांचा, तो स्वादुपिंडाचा दाह असावा, असा समज झाला होता. पण काही डॉक्टरांच्या मते, हे त्यापेक्षाही काहीतरी गंभीर होतं. मुंबईतील लीलावती हॉस्पिटलमध्ये ते तपासणीसाठी गेले. तिथे त्यांच्या वेगवेगळ्या चाचण्या घेण्यात आल्या. आपल्या बाबांना कॅन्सर झाला आहे, हे पर्रीकरांच्याही आधी उत्पलला समजलं होतं.

त्याच्या दुसऱ्याच दिवशी, उत्पलने ही वाईट बातमी जेव्हा त्यांना सांगितली, तेव्हा त्यांचे पहिले उद्गार होते, 'ओह्, ठीक आहे. आपण प्रत्येकजण आपलं मर्यादित आयुष्य घेऊनच येत असतो.' 'अर्थातच, असं ते कोकणी भाषेत म्हणाले होते.' उत्पलला ते स्पष्टपणे आठवत होतं. बाबांच्या तब्येतीबद्दल जेव्हा समजलं, तेव्हा आपल्याला मोठा धक्काच बसल्याचं अभिजात सांगत होता : 'बाबांना मी कायमच सिगरेट सोडून द्या, पान खायचं सोडून द्या आणि थोडी अजून विश्रांती घ्या असं सांगायचो; त्यावर "मी ते करीन" असं ते नेहमी म्हणायचे, पण ते कधीच जमलं नाही. ते वेळेवर जेवतही नव्हते. ती वाईट बातमी आली, तेव्हा आम्ही सगळेच हादरलो,' अभिजात एवढंच बोलू शकला.

'आम्ही या सगळ्याला दुसऱ्यांदा तोंड देत होतो - कॅन्सरचा मोठा "सी" - त्यामुळे आमच्या सगळ्यांसाठीच हे खूप कठीण होतं, विशेषतः माझ्या भावासाठी. तर, बाबा अतिशय शांत होते. मी सुद्धा तसं राहण्याचा प्रयत्न करत होतो, पण ते

अतिशय कठीण होतं. मला रोगाचं निदान आणि तब्येतीत होणारे चढउतार याबद्दल कल्पना होती आणि मला हे सुद्धा माहीत होतं की, आता सगळं काही येणाऱ्या काळावर अवलंबून आहे,' दुःखद आठवणींमधून बाहेर येण्याच्या स्वरात उत्पल म्हणाला. अभिजातच्या मते बाबांमध्ये जबरदस्त इच्छाशक्ती होती. 'आम्ही कधीही त्यांना घाबरलेलं बघितलं नव्हतं. त्यांच्याकडे वेळ कमी होता आणि आम्हाला सोडून त्यांना जावं लागणार याबद्दल त्यांना वाईटही वाटत होतं. पण ते कधीही घाबरले नाहीत; अगदी त्यांच्या जाण्याच्या दिवसापर्यंत,' पाणावलेल्या डोळ्यांनी अभिजात सांगत होता. 'ते गेले तेव्हा मीच त्यांच्या जवळ होतो. आम्ही घरीच मेडिकल सपोर्ट सिस्टीम उभी केली होती आणि त्यांना नॉन-इनव्हॅसिव्ह व्हेंटिलेटरवर ठेवलं होतं. त्यांना आधीच खूप त्रास होत होता. त्यामुळे आता जास्त त्रास नको, असा आम्ही विचार केला होता,' अभिजातने समारोप केला.

कॅन्सर

पर्रीकरांना पुढील उपचारांसाठी अमेरिकेचं नाव सुचवलं गेलं, तेव्हा त्यांना तिथे जायचं नव्हतं. उत्पलचंही मत फारसं अनुकूल नव्हतं, पण त्यामागे त्याची काही कारणं होती. अमेरिकेत नऊ वर्ष राहिल्यानंतर, त्याला हे माहीत होतं की, तिथे वैद्यकीय उपचारपद्धती एका यंत्रणेसारखी असते. याउलट भारतात पेशंट आणि डॉक्टरांमध्ये एक भावनिक नातं निर्माण होतं, तसं अमेरिकेत नसतं. 'अमेरिकेत परिस्थितीवर आपलं कोणतंही नियंत्रण नसतं. सगळी कामं करण्यासाठी यंत्रणा उभारलेली असते आणि त्याच्याच द्वारे कामं होत असतात. मानवी स्पर्श वगैरे फारच कमी प्रमाणात असतो. हे सगळं यासाठी, कारण तिथे डॉक्टरांच्या विरोधात खटले भरणं खूपच सामान्य आहे. त्यामुळे डॉक्टरही काही प्रोटोकॉल्स पाळतात,' उत्पल स्पष्टीकरण देत म्हणाला.

मात्र, अखेरीस, पर्रीकर अमेरिकेला गेले. ट्यूमरमुळे आतड्यांमध्ये अडथळा निर्माण झाल्याने त्यांच्यावर तिथे शस्त्रक्रिया करावी लागली. 'ही शस्त्रक्रिया झाल्यानंतर, ती करणाऱ्या सर्जनने मला आणि भारतातून आमच्याबरोबर आलेल्या डॉक्टरांना, त्यांच्याकडे (पर्रीकरांकडे) कदाचित तीन ते सहा महिने एवढाच

कालावधी असल्याचं स्पष्ट केलं होतं,' उत्पल म्हणाला. हे ऐकून आम्ही हादरून गेलो होतो, पण पर्रीकरांनी अतिशय धीरानं त्याला तोंड दिलं आणि त्यामुळे कुटुंबालाही धीरानं उभं राहावं लागलं.

केमोथेरपी सुरू होणार होती. पर्रीकर त्यांच्या ऑन्कोलॉजिस्टला पहिल्याच केमोथेरपीसाठी भेटायला जाणार, त्याच्या काही मिनिटं आधी उत्पलला मोबाईलवर पंतप्रधानांच्या निवासस्थानाहून फोन आला. 'मी माझा फोन बाबांकडे दिला आणि पंतप्रधानांनी त्यांना सांगितलं, "हे सगळे मनाचे खेळ आहेत. खंबीर रहा." पंतप्रधानांकडून त्यांच्या प्रगतीबाबत विचारपूस होणं आणि त्यांनी सकारात्मकता दाखवायला सांगणं, या गोष्टी बाबांना खूपच भावल्या होत्या.' केमोथेरपीनंतर पर्रीकरांची प्रतिकारशक्ती एकदम खालावल्यानं आणि अशा परिस्थितीत प्रवास करणं शक्य नसल्यानं, पर्रीकर कुटुंबाला अमेरिकेत तीन महिने मुक्काम करावा लागला. त्यावेळी, 'मी गोव्याला परत कधी जाऊ शकेन?' हा एकच प्रश्न बाबा डॉक्टरांना सतत विचारायचे,' उत्पल आठवण सांगत म्हणाला.

ते हॉस्पिटलमध्ये असतानाचा आणखी एक प्रसंग उत्पलला आठवतो. 'अमेरिकेचे माजी संरक्षणमंत्री, ॲश्टन कार्टर, यांच्याशी बाबांचे वैयक्तिक स्नेहबंध होते. भौतिकशास्त्रज्ञ असलेले कार्टर, आता हार्वर्ड केनेडी स्कूलमध्ये प्रोफेसर आहेत. अमेरिकेचे संरक्षणमंत्री म्हणून जेव्हा ते भारत भेटीवर आले होते त्यावेळी बाबा संरक्षणमंत्री होते. त्या दोघांचे एकमेकांशी लगेच सूर जुळले होते. बाबा त्यांना गोव्यातील मंगेशीच्या देवळात आणि जुन्या गोवा चर्चमध्ये घेऊन गेले होते. त्यामुळे एक दिवस, मला मेसेज आला की, माजी संरक्षणमंत्र्यांना वैयक्तिक पातळीवर मित्र म्हणून बाबांना भेटायला येण्याची इच्छा आहे. त्याप्रमाणे कार्टर आले आणि त्यांना भेटले. बाबा त्यांना चेष्टेच्या सुरात म्हणाले, 'लोकशाही म्हणजे लोकांचंच, लोकांनी केलेलं, लोकांसाठी राज्य,' पण अमेरिकेत हॉस्पिटलमध्ये दाखल होताना त्यांना अनेक अर्ज भरावे लागले होते. हे म्हणजे, 'वकिलांकडून, वकिलांसाठी, वकिलांनी केलेलं' असं असावं!

पर्रीकरांच्या हातात फारसा वेळ नाही हे लक्षात आल्यानंतर त्यांनी गोव्याला परतण्याचा निर्णय घेतला आणि शेवटच्या क्षणापर्यंत काम करत राहिले. ज्या

प्रधान मंत्री
Prime Minister

New Delhi
23rd March, 2019

Shri Utpal Parrikar Ji,

I am deeply grieved and saddened at the passing away of your father, Shri Manohar Parrikar. Please accept my heartfelt condolences in this hour of grief.

A patriot to the core and an efficient administrator, Shri Parrikar was widely acclaimed as the builder of modern Goa. His immense popularity among the people made him a natural choice as the leader of the state for several years. His tenure as Raksha Mantri of the nation will always be remembered for taking decisions that enhanced our security capabilities, helped in boosting indigenous defence production and fulfilled the expectations of ex-servicemen. His exceptional service will always be fondly remembered by the nation and its people.

In my several personal interactions with him, he always came across as a simple, humble and compassionate person, blessed with a strong willpower and immeasurable reserves of energy. A true patriot and a brilliant administrator, he was admired by one and all.

In his passing away, the nation has lost a towering leader. For the Parrikar family, he was a pillar of strength.

My condolences and sympathies are with the family and his innumerable admirers.

Om Shanti.

(Narendra Modi)

Shri Utpal Parrikar
House No 157
Opposite Pharmacy College
Panaji
Goa - 403001

पंतप्रधान मोदी यांचा पर्रीकर कुटुंबाला सांत्वनाचा व्यक्तिगत संदेश

प्रकल्पाशी ते भावनिकरीत्या गुंतले होते, त्या मांडवी नदीवरील पुलाच्या उद्‌घाटन कार्यक्रमालाही ते नाकात ट्यूब असलेल्या अवस्थेत उपस्थित राहिले होते. 'नाकातील ट्यूबसह त्यांना पुलाच्या उद्‌घाटन समारंभात स्टेजवर बसलेलं बघून आमचं आणि उपस्थितांचं मन गलबलून गेलं होतं. पण त्यांच्यासाठी ही खूपच सामान्य गोष्ट होती. आपण सुरू केलेल्या प्रकल्पांच्या प्रगतीचा आढावा घेणं, ही त्यांच्यासाठी सकारात्मकता देणारी गोष्ट होती. ते विश्रांती का घेत नाहीत, असा प्रश्न अनेकजण विचारायचे, त्यावर मी म्हणायचो की, ते त्यांचं मनच आहे, जे या सगळ्याशी खंबीरपणे लढा देतंय. ती त्यांची इच्छाशक्ती होती. जर ते पुलाच्या बांधकामाचा आढावा घ्यायला त्या ठिकाणी न जाता घरी विश्रांती घेत बसले असते, तर त्यांनी हार मानली असं वाटलं असतं. त्यांची ही कृती म्हणजे बाकीच्या अनेक कॅन्सर पेशंटसाठी दिलेला सकारात्मक संदेश होता. समाजातून मला अनेकांनी मेसेजेस पाठवले होते की, त्यांना यातून पुन्हा उभं राहण्याची शक्ती मिळाली आहे,' उत्पलने सांगितलं.

आपले वडील नसल्याची उणीव दोन्ही मुलांना अद्यापही प्रकर्षानं जाणवते. त्याबरोबरच दोघांनाही वाटतं की, बाबांनी त्यांना अशी मूल्यं दिली आहेत, जी केवळ जगण्यासाठीच नाही, तर भविष्यात आपण जे काही करू त्यात भरभरून यश देणारी आहेत. राजकीय वारसा सोडून पर्रीकर यांनी विश्वासार्हता व सचोटी असे उच्च मापदंड प्रस्थापित केले आहेत की, कदाचित त्याचे अनुकरण अनेक राजकारणी करू शकणार नाहीत, परंतु त्यांची मुलं नक्कीच करतील. किमान त्यांनाही हीच आशा आहे. 'मला आशा आहे की त्यांनी दिलेले धडे आम्हाला जगायला शिकवतील. आमच्या कोणत्याही कृत्यामुळे त्यांचं नाव कधीही कलंकित होऊ नये,' हे अभिजातचे वक्तव्य खूप काही सांगून जातं.

परिशिष्ट

भारताचे संरक्षणमंत्री म्हणून पर्रीकर यांनी कार्यभार स्वीकारला त्याला नोव्हेंबर २०१५ मध्ये एक वर्ष पूर्ण झालं. एका खास विमानाने गोव्याहून दिल्लीला जाताना, लेखकाला दोन तास दिलेल्या विशेष मुलाखतीत पर्रीकर यांनी संरक्षणमंत्री म्हणून जे विविध प्रश्न हाताळले त्यांचा विस्तृत आढावा घेतला होता. यावेळी संदर्भासाठी त्यांना कोणत्याही कागदपत्रांची गरज लागली नव्हती, पण तरीही अनेक गुंतागुंतीच्या विषयांबाबत त्यांच्याकडे संपूर्ण माहिती होती. त्यावेळी ज्या प्रश्नांना त्यांना तोंड द्यावं लागलं, त्यापैकी काही अद्यापही प्रलंबित आहेत, मात्र नोव्हेंबर २०१५ मध्ये त्यांनी मांडलेल्या स्पष्ट दृष्टिकोनामुळे संरक्षण क्षेत्राशी संबंधित कामकाजात अधिक पारदर्शकता येऊ लागली आणि कामकाजाचा वेग वाढायला मदत झाली. नोव्हेंबर २०१५ मध्ये प्रस्तुत लेखकाच्या BharatShakti.in साठी घेतलेल्या मुलाखतीमधील संक्षिप्त भाग इथे परत एकदा दिला आहे. यातून मोठमोठ्या आव्हानांसाठी नेमकं काय करायचं, याबद्दल अतिशय विचारपूर्वक निर्णय घेण्याच्या पर्रीकरांच्या क्षमतेची एक झलक बघायला मिळेल.

नितीन अ. गोखले (एनजी) : कार्यभार स्वीकारून एक वर्ष झाल्यानंतर तुमच्या मनात कोणते विचार आहेत?

रक्षामंत्री (आरएम) : गेल्या वर्षभराचा विचार केला, तर मी अनेक प्रकरणांमध्ये बदल घडवून आणू शकलो आणि संरक्षणविषयक अनेक प्राधान्यक्रम हाताळू शकलो, याचं मला समाधान आहे.

धोरणात्मक प्रश्न

एनजी : उपकरण खरेदीबाबतच्या धोरणाचा आराखडा तयार करण्यात येत आहे, त्याची किती प्रगती झाली आहे?

आरएम : यामध्ये काही प्रश्न निर्माण झाले होते, त्यांवर लवकरच तोडगा काढला जाईल. उदाहरण द्यायचं झालं, तर संरक्षण खरेदी प्रक्रिया; याचा आढावा घेण्याचं काम पूर्ण झालं आहे. या प्रक्रियेला अंतिम रूप देण्याचं काम जवळपास पूर्ण होत आलं आहे. या दरम्यान तातडीच्या प्रश्नांकडे लक्ष दिलं आहे. उदाहरणार्थ, ऑफसेट पॉलिसी आणि पॉलिसी ऑफ कम्प्लेंट, जी याआधी अधिग्रहण प्रक्रियेत अडथळा ठरत होती, ती पूर्णपणे काढून टाकलेली आहे.

एनजी : तक्रारींसाठी तुम्ही आधीच्या पद्धतीत कोणता बदल केला? क्षुल्लक तक्रारी आणि निनावी तक्रारी कशा हाताळल्या जातील?

आरएम : जर एखाद्या निनावी तक्रारींमध्ये खरोखरच एखादा गंभीर मुद्दा उपस्थित केला गेला असेल आणि अधिक चौकशीनंतर त्यात तथ्य असल्याचं आढळलं तर योग्य ती कारवाई नक्कीच केली जाईल. मात्र, तक्रार प्रथमदर्शनी सिद्ध होईपर्यंत खरेदी प्रक्रिया थांबवता येणार नाही. त्यामुळे खरेदी प्रक्रियेबरोबरच तक्रारीची पडताळणी देखील सुरू राहील,पण प्रक्रिया थांबणार नाही. दुसरी गोष्ट म्हणजे, जर तक्रार ही त्यात सहभागी असलेल्यांकडूनच आली असेल, निविदा सादर केलेल्या पक्षाकडून असेल, आणि त्यात कोणतंही तथ्य आढळलं नाही, तर त्याच्यावर दंडात्मक कारवाई करण्यात येईल. अर्थात, आम्हीही पूर्ण काळजी घेऊच आणि जर काही कारवाई करायची झाली, तर आम्ही लोकपालांचा सल्ला घेऊ, अन्यथा ती केस बंद करू. जोपर्यंत तक्रारीत

प्रथमदर्शनी पुरावा सापडत नाही, तोवर ही प्रक्रिया सुरूच राहील. अनेकदा खोट्या तक्रारींमुळे अधिग्रहण प्रक्रियेत अडथळे आले तरी - काही वेळा ती रद्दबातल करण्यात येई - सुरूच ठेवली जाईल.

हा एक मुद्दा झाला. दुसरा मुद्दा म्हणजे ऑफसेटस् संदर्भात. आधीच्या ऑफसेट नियमांमध्ये काही अतिशय प्रतिगामी धोरणे असल्याचं आमच्या लक्षात आलं. उदाहरण द्यायचं झालं तर, तुम्ही भारतीय ऑफसेट भागीदार (आयओपी) बदलू शकत नाही. खरंतर ऑफसेट्स ही दीर्घकाळ चालणारी प्रक्रिया असल्याने हा नियम जाचक होता. काही वेळा उत्पादन कालबाह्य होतं, तर कधी आयओपी संपुष्टात येते. उदाहरण द्यायचं झालं तर विविध सेवा, ज्या कक्षेबाहेर होत्या, त्यांचाही समावेश नव्या धोरणामुळे झाला. त्यामुळे ऑफसेटशी संबंधित बहुतेक मुद्दे तसंच तक्रारींसंदर्भात मार्ग काढण्यात आला आहे. परकीय चलन दरात समानता आणली आहे; म्हणजे सार्वजनिक क्षेत्रातील उपक्रमांमध्ये जे उपलब्ध होतं, ते आता खासगी क्षेत्रालाही मंजूर केलं जात आहे. विनिमय दरांमध्ये होणाऱ्या चढउतारांचा सार्वजनिक क्षेत्रातील उपक्रमांवर परिणाम होऊ नये, यासाठी जसं संरक्षण दिलं गेलं, तसंच संरक्षण आता खासगी क्षेत्रालाही मंजूर झालं आहे.

खरंतर, हे आधी अन्यायकारक होतं, कारण आम्ही सतत असं म्हणतोय की, सर्वांना समान संधी मिळायला हवी. या समान संधी स्थानिक उद्योगांना मिळतील, याची खातरजमा करायला हवी. उदाहरणार्थ, ऑफसेटमध्ये, जागतिक स्तरावर खरेदी करताना ती जर भारतीय कंपनी असेल तर, तर तुम्हाला ५० टक्के स्वदेशीचा स्वीकार करावा लागायचा. पण जर ती परदेशी कंपनी असती तर ऑफसेटमध्ये ती ३० टक्केच असायची. त्यामुळे आता आम्ही दोघांसाठीही ३० टक्के स्तर निश्चित केला आहे. त्याप्रमाणे, आता किमतींनी तुलना देखील वैधानिक करांशिवाय केली जात आहे; कारण आयात सामग्रीवर बरेचसे कर आकारले जात नाहीत. या काही मधल्या टप्प्यातल्या पायऱ्या आहेत, ज्यांची अंमलबजावणी सुरू झाली आहे. डिसेंबरच्या मध्यावर डीपीपी - २०१५ प्रसिद्ध करण्याचा आमचा विचार आहे. त्याबद्दल आम्ही लवकरच सूचित करू, अशी आम्हाला आशा आहे. त्यामुळे त्याच्या स्वरुपात नक्कीच बदल होईल.

अधिग्रहण

आता आधीच्या रिक्वेस्ट फॉर प्रपोजलनुसार (आरएफपी), माझ्याच कार्यकाळात जवळपास ९०,००० कोटी रुपयांच्या करारांवर सह्या केल्या गेल्या. अजून ७०,००० कोटी रुपयांचे करार होणार आहेत. त्यावरचं काम सध्या अंतिम टप्प्यात आहे. त्या संदर्भात अंतिम मंजुरी मिळाली की, करारांवर सह्या होतील. पुढील सहा महिन्यांत आणखी ५०,००० ते ६०,००० कोटी रुपयांच्या व्यवहारांची मला अपेक्षा आहे. पुढील सहा महिन्यांत एकंदर १,५०,००० ते १,६०,००० कोटी रुपयांच्या करारांवर सह्या केल्या जातील. जवळपास अजून ९५,००० कोटी रुपयांच्या करारांबद्दल वाटाघाटी सुरू आहेत. त्यामुळे दुसऱ्या वर्षापर्यंत १,३०,००० ते १,४०,००० कोटी रुपयांच्या करारांवर सह्या झाल्याचं तुम्हाला बघायला मिळेल. एकूणच आधीच्या आरएफपींना आता गती देण्यात आली आहे. अर्थात, निधी उपलब्धतेचाही मुद्दा असल्याने या सगळ्या गोष्टी मला अतिशय काळजीपूर्वक कराव्या लागणार आहेत. मार्चपर्यंत तोफा खरेदी प्रक्रियेतील किमान एक-दोन करार तरी निश्चित होतील, आणि त्याचा पुरवठा पुढील वर्षापासून सुरू होईल, असं मला अपेक्षित आहे. याच पद्धतीनं क्षेपणास्त्रं, पाणबुड्या, लढाऊ विमाने, हेलिकॉप्टर्स् यांच्याही खरेदीची प्रक्रिया सुरू होईल आणि पुढच्या वर्षीपर्यंत ही सगळी साधनसामग्री आपल्याकडे पोहोचण्याची शक्यता आहे.

एनजी : राफेलबाबत काय?

आरएम : राफेल अंतिम टप्प्यात आहे. व्यावसायिक वाटाघाटींनाही कोणत्याही क्षणी सुरुवात होऊ शकते. अर्थात, पॅरिसच्या घटनेला कदाचित दोन आठवडे उशीर होऊ शकतो.

एनजी : म्हणजे ५० टक्के ऑफसेटवर सहमती झाली आहे.

आरएम : सर्वसाधारण आराखडा बहुतांश पूर्ण झाला आहे. त्यामुळे व्यावसायिक वाटाघाटींना सुरुवात व्हायला हवी, त्या सुरू होऊ शकतात, मात्र या घटनेला काहीसा उशीर होणार आहे. मात्र माझ्या मते, डिसेंबर-जानेवारीपर्यंत हा सौदा होईल, असं अपेक्षित आहे.

संरक्षण खात्यात आपल्याला स्वावलंबी बनायचं आहे. मी तुला जी ९०,००० कोटी रुपयांची आकडेवारी सांगितली, त्यात जवळपास ७० टक्के गोष्टी या स्वदेशी आहेत, बाय इंडियन किंवा बाय अ‍ॅण्ड मेक इन इंडिया. फक्त ३० टक्के करार हे जागतिक स्तरावरील खरेदी या श्रेणीमध्ये येणारे आहेत. ज्या प्रकल्पांसाठी अ‍ॅक्सेप्टन्स ऑफ नेसेसिटी (एओएन) मंजूर झाली आहे, अशांची किंमत जवळपास १,०५,००० कोटी रुपये इतकी आहे. त्यात ८८ टक्के वाटा हा बाय इंडिया आणि बाय अ‍ॅण्ड मेक इन इंडिया यांचा आहे. हे एओएन आता पुढील वर्षीच्या करारांमध्ये प्रतिबिंबित होतील. ज्या एओएनना मंजुरी मिळालेली आहे, ते येत्या वर्षात आरएफपीमध्ये रुपांतरित होतील. स्वदेशीकरणाचे अनेक प्रयत्न त्यात एकवटलेले आहेत. खरंतर मानसिकता बदलणं, हे सोपं काम नाही. मात्र सगळ्या सशस्त्र दलांना हे संकेत देण्यात आले आहेत की, त्यांनी मेक इन इंडियाला प्राधान्य देऊन परदेशी स्रोतांवर अवलंबून राहणं आता कमी करायला हवं. अर्थातच, त्यात काही तांत्रिक अडचणी आल्या तरी, प्रक्रिया सुरू ठेवून ते आपल्याला साध्य करायचंआहे. पण पुढील वर्षीपर्यंत ७०:३० हे प्रमाण (आयातीऐवजी स्वदेशी बनावटीचे) किमान १० टक्के तरी बदलायला हवं. त्यामुळे दरवर्षी परदेशी घटकांमध्ये १० टक्क्यांची कपात करत गेलो तरी, चार ते पाच वर्षांमध्ये, आपण प्रमाण उलट करू शकू - ७० टक्के परदेशी आयातीवरून ७० टक्के स्वदेशी निर्मितीपर्यंत पोहोचवण्याचं लक्ष्य आहे. तू बघितलंस तर समजेल की, जवळपास २०-२५ टक्के आयात केल्या जाणाऱ्या घटकांना पर्याय नाही. काही कच्च्या मालाचं उत्पादन करणं शक्य नाही, कारण तंत्रज्ञानाच्या तफावतीमुळे किंवा उत्पादनाच्या किमतीबाबत आर्थिक गणितं न जुळल्याने, काहीवेळा खनिजं उपलब्ध नसल्यामुळे आणि काही बाबतीत केवळ ठराविक भाग किंवा प्रमाण हे भारतात तयार करणं हे व्यवहार्य ठरत नाही. किमतीच्या दृष्टीनंही ते परवडणारं नसतं.

डीपीपी - २०१५

एनजी : संरक्षण मंत्रालयातील चटकन बदल न स्वीकारण्याच्या आणि अपारदर्शक निर्णय प्रक्रियेसंदर्भात मानसिकता बदलण्याच्या दृष्टीनं काही पावलं उचलणार आहात का?

आरएम : आधीच्या डीपीपीमध्ये प्रक्रियेवर सगळ्या गोष्टी चालायच्या. डीपीपी २०१५ मध्ये, आम्ही प्रक्रियेशिवाय आणखी काही गोष्टींचा अंतर्भाव करण्याचा प्रयत्न करीत आहोत - अर्थात प्रक्रिया आम्हाला पार पाडाव्या लागतीलच - पण जिथे काही आपत्कालीन परिस्थिती निर्माण होईल, काही तत्त्वांना बगल देत त्यातून बाहेर पडण्यासाठी काही यंत्रणा असण्याची गरज आहे. एखाद्या समस्येतून बाहेर कसं पडायचं याचं मार्गदर्शन प्रस्तावनेतून होईलच. दुसरी गोष्ट म्हणजे, एकल विक्रेता परिस्थितीबाबत त्यात विचार करण्यात आला आहे. पारदर्शकतेचा विचार केला तर, स्पर्धेमध्ये एकापेक्षा जास्त स्पर्धक असणं आवश्यक आहे. योग्य निरीक्षण करून, तांत्रिक आढावा घेतल्यानंतर जर एखाद्या विशिष्ट उत्पादनाची सर्व्हिस क्वालिटेटिव्ह रिक्वायरमेन्ट्स (एसक्यूआर) बदलणं शक्य नसेल आणि जर अनेक विक्रेते येण्याजोगी परिस्थिती निर्माण होण्याची शक्यता नसेल, तर एकल विक्रेता परिस्थितीत नेमकं काय करायचं, याबाबत डीपीपीमध्येच योग्य तरतुदीही करण्यात आल्या आहेत.

याशिवाय एसक्यूआर आणि फिल्ड ट्रायल संकल्पनेत काही बदल विचाराधीन आहेत. एसक्यूआर हे क्रियात्मक (ऑपरेशनल) आवश्यकतांवर अवलंबून असायला हवं आणि सध्या उपलब्ध असलेल्या उपकरणांच्या निकषांवर फिल्ड ट्रायल्स साधारणपणे आधारित असाव्यात. अतिशय महाग आणि मध्यम किमतीच्या उपकरणांच्या संदर्भात, ट्रायल सॅम्पलमध्ये आपल्याला आवश्यक असणाऱ्या सर्व एसक्यूआरची पूर्तता करण्याची गरज पुरवठादार करू शकत नाही. फिल्ड ट्रायल्ससाठी व्यापक सहभाग निश्चित करण्यासाठी हा पैलू विचारात घेणं आवश्यक आहे.

सामरिक भागीदार आणि एमएसएमई

एनजी : सामरिक भागीदार निवडणं ही काय संकल्पना आहे?

आरएम : सामरिक भागीदारी झाली, याचा अर्थ असा नाही की, ही भागीदारी सर्वच अधिग्रहणांसाठी लागू राहील. जिथे तंत्रज्ञान आणि गुंतवणूक जास्त आहे आणि

आपल्याकडे अनेक पुरवठादार नाहीत, केवळ अशाच क्षेत्रांसाठी ही भागीदारी असेल. लढाऊ विमानांचे उत्पादन करण्यासाठी समजा तुम्हाला जुळवणी यंत्रांची उभारणी करायची आहे, तर तुम्ही स्वतंत्र संस्थेची निवड कशी कराल? त्यावेळी कदाचित एखाद-दोन पर्यायच उपलब्ध होतील. अतिशय कमी जणांकडे आर्थिक पाठबळ, तांत्रिक आणि उत्पादन क्षमता असतील. तसंच व्यवस्थापन कौशल्याचीही गरज असेल. खरंतर, ज्या गोष्टींबद्दल आपण चर्चा करतोय त्या अतिशय कमी आहेत : पाणबुड्या, हेलिकॉप्टर्स, लढाऊ विमानं आणि अशाच काही एकदोन गोष्टी. आता या गोष्टींच्या खरेदीमध्ये आपण एमएसएमई (सूक्ष्म, लघु आणि मध्यम उद्योग) विभागाला वगळू शकत नाही. त्यामुळे आपण नेहमीच सामरिक भागीदारांना हे निश्चित करण्यास सांगू शकतो की, स्वदेशी उत्पादनाचा इतका टक्के हिस्सा एमएसएमईंसाठी राखीव आहे किंवा जे एमएसएमईकडून पुरवठा करतात त्यांना जरा झुकतं माप दिलं जाऊ शकतं. हे करण्यासाठी अनेक पर्याय उपलब्ध आहेत.

एनजी : सूक्ष्म, लघु आणि मध्यम उद्योग (एमएसएमई) विभागाला तुम्ही कसं प्रोत्साहन देणार आहात?

आरएम : आम्ही डीपीपीला अंतिम रुप देण्याच्या प्रक्रियेत आहोत, ज्यात एमएसएमईच्या अनेक अडचणी दूर करण्यावर भर दिला आहे, त्यानुसार एमएसएमईची आर्थिक क्षमता पाहिली जाईल, जेणेकरून ते आर्थिक संकटात सापडणार नाहीत.

एनजी : आपण स्वदेशी डिझाईन आणि विकासाला प्रोत्साहन देण्यावरही भर देताय...

आरएम : बरोबर, स्वदेशी डिझाईन आणि विकसित होणाऱ्या उत्पादनांना नेहमीच पहिलं प्राधान्य दिलं जाईल आणि तो डीपीपी - २०१५ चा अत्यंत महत्त्वाचा भाग असेल. पण इथे मला एक गोष्ट स्पष्ट करायची आहे : डीपीपीला अंतिम रूप दिल्यानंतरही, आम्हाला वेळोवेळी येणाऱ्या अडचणींनुसार त्यात बदल करणं आवश्यक असेल. डीपीपी - २०१५ ला अंतिम रुप दिल्यानंतरही, अधिग्रहणाची प्रक्रिया नीट व्हावी, यासाठी गरज भासल्यास त्यातही सुधारणा केल्या जाऊ शकतात. हे निश्चल नाही तर त्यात आवश्यकतेनुसार बदल करता

येण्याजोगं गतिशील धोरण आहे. अर्थात, सातत्याने यात बदल होणार नाहीत. सर्वांना समान संधी मिळावी, यासाठी पारदर्शकता आणि बदल महत्त्वाचे असतील. पण यामुळे निर्णय घेण्यात उशीर केला जाईल, असं मात्र नाही.

धोरणे : एजंट्स आणि प्रतिनिधी; बंदी आणि काळी यादी

एनजी : गैरप्रकार करणाऱ्या कंपन्यांवर कायमस्वरूपी बंदी घालण्याच्या निर्णयाचं काय झालं? आणि अधिकृत प्रतिनिधींना परवानगी देण्याबाबत काय?

आरएम : डीपीपी - २०१५ बरोबरच हे धोरणही येईल. कोणताही एजंट हा मध्यस्थ म्हणून नाही, तर अधिकृत प्रतिनिधी म्हणूनच काम करेल. एजंट म्हणजे नक्की कोण, याचीही व्याख्या आम्ही देणार आहोत. सध्या अशी कोणतीही व्याख्या अस्तित्वात नाही. तंत्रज्ञानविषयक माहिती असणारी, व्यवस्थापनविषयक आधार देणारी व्यक्ती, जी अत्यंत वाजवी फी आकारेल आणि ही फी कराराच्या किमतीवर किंवा त्याच्या परिणामांवर - सकारात्मक अथवा नकारात्मक - अवलंबून नसेल, अशाच व्यक्तीला एजंट म्हणून मान्यता दिली जाईल.

एनजी : काळ्या यादीच्या धोरणाबद्दल काय?

आरएम : सध्याच्या धोरणानुसार, ज्यावेळी एखाद्या कंपनीवर आरोप केले जातात, त्याच क्षणापासून तिला होल्डवर ठेवलं जातं किंवा तिला निलंबित केलं जातं किंवा तिला काळ्या यादीत समाविष्ट करण्यात येतं. आता जर काही संशयास्पद स्थिती आढळली तर, तक्रारींच्या माध्यमातून त्याची दखल घेतली जाईल. प्रथमदर्शनी काही चुकीच्या गोष्टी आढळल्या, तर नोटीस जारी केली जाईल आणि त्या पार्टीला एक संधी दिली जाईल. पण जर प्रकरण गंभीर असेल, तर काही तात्पुरते उपाय योजले जातील. उदाहरणार्थ, त्यांना होल्डवर ठेवणं किंवा निलंबित करणं, हे तात्पुरते उपाय असतील. त्यानंतर, स्थापन करण्यात आलेली समिती याचा सखोल अभ्यास करेल. प्रथमदर्शनी पुराव्यांनुसार जर चुकीच्या गोष्टी होत असल्याचं दिसलं, तर तात्पुरते उपाय कायम ठेवण्यात येतील. जर त्यांना कोणत्याही चुकीच्या गोष्टी आढळल्या नाहीत, तर हे तात्पुरते उपाय मागे घेण्यात येतील. या तात्पुरत्या उपाययोजनांसाठीही कालमर्यादा आखून दिली

जाईल. जर चौकशीमध्ये समितीला एखाद्या गंभीर फसवणुकीचा पुरावा मिळाला किंवा काही चुकीचं होताना आढळलं, तर त्यांच्यावर दंडात्मक कारवाई होऊ शकते, इंटिग्रिटी पॅक्ट बॉण्ड लागू केले जाऊ शकते किंवा योग्य ती किंमत वसूल करू शकते किंवा पुरवठादारावर बंदी घालण्यात येऊ शकते. संरक्षण मंत्रालयातील अधिकारी व दक्षताविषयक बाबींचे ज्ञान असणाऱ्या काही तज्ज्ञांचा समावेश असलेल्या समितीमार्फत विद्यमान प्रकरणे देखील हाताळली जातील. मुळात गैरप्रकारानुसार शिक्षा देण्याचा आमचा प्रयत्न राहील. यासाठी एक व्यवस्था निर्माण करण्याचा आमचा मानस आहे. याला मंजुरी मिळावी, यासाठी अंतिम टप्प्यातील काम सुरू आहे आणि डीपीपी - २०१५ च्या बरोबरीने त्याचीही अंमलबजावणी केली जाईल.

डीआरडीओ आणि उत्पादन सुधारणा

एनजी : डीआरडीओ आणि संरक्षण सार्वजनिक क्षेत्रातील उपक्रम (डीपीएसयू) यांच्याकडे वळू या. त्यांची कामगिरी एकत्रित झाली आहे, ज्यामुळे ती तितकीशी अधोरेखित होत नाही. ही परिस्थिती सुधारण्यासाठी तुम्ही काय करणार आहात?

आरएम : गेल्या वर्षभरात, त्यांनी परत एकदा जोमाने कामाला लागावं यासाठी आम्ही प्रयत्न केले. त्यांची काही उत्पादनं आता अंतिम टप्प्यात आहेत. उदाहरण द्यायचं झालं तर, काही दिवसांपूर्वी भारतीय नौदलातील जहाजांसाठी स्थानिक पातळीवर तयार करण्यात आलेल्या टारपिडो डेकोय सिस्टीमचं मी उद्घाटन केलं.

एनजी : एलसीए (लाईट कॉम्बॅट एअरक्राफ्ट)बद्दल काय सांगाल, अर्थात याचा डीआरडीओशी थेट संबंध नाही?

आरएम : बरोबर. एलसीए मॉडेलला अंतिम रूप दिलं जातंय. मला एक गोष्ट स्पष्ट करायची आहे की, उत्पादन विकासामध्ये, काहीही परिपूर्ण बनत नाही, मग ते भारतीय उत्पादन असो अथवा परदेशी. यासाठी आपण बोईंग पी ८१ चं उदाहरण बघू. त्यांच्याकडे असणारा ट्रॅक रेकॉर्ड अतिशय मोठा आहे पण तरीही

त्यात काही त्रुटी होत्या. गेल्या दोन वर्षांमध्ये यातल्या अनेक त्रुटी दूर करण्याचा प्रयत्न केला आहे. कंपनीने यावर त्वरित कार्यवाही सुरू केली आणि आता अनेक मुद्यांवर तोडगा शोधण्यात आला आहे. तरीही काही मुद्दे आहेतच, पण त्यावरही पुढील वर्षभरात काहीतरी तोडगा निघेल, अशी मला आशा आहे. जेणेकरून हे उत्पादन १०० टक्के क्षमतेने काम करू शकेल.

जर बोईंगसारख्या प्रस्थापित कंपनीलाही अशा प्रश्नांना सामोरं जावं लागत असेल, तर एडीए किंवा एचएएल उत्पादने पहिल्याच प्रयत्नात परिपूर्ण बनतील, अशी अपेक्षा मी कशी ठेवू शकतो? म्हणून आम्ही एलसीएचा समावेश केला आहे, आणि मार्च २०१६ पर्यंत बहुतेक सगळ्या प्राथमिक अडचणी दूर करण्यात येतील. उत्पादनालाही सुरुवात व्हावी, यासाठी प्रयत्न केले जातील आणि एलसीएची पहिली तुकडी लवकरच भारतीय हवाई दलाकडून भरारी घ्यायला सज्ज होईल. एकदा त्यांनी भरारी घ्यायला सुरुवात केली की मग, पुढील त्रुटी, जर काही सापडल्या तर, त्या पहिल्याच बॅचमध्ये सुधारता येतील. हवाई दलाच्या मागणीनुसार पहिल्या १०० एलसीए १ एच्या खरेदीसाठी तत्त्वतः मान्यता देण्यात आली आहे आणि त्यासाठी सर्व संबंधितांनी सहमती दर्शवली आहे.

२०१६ च्या मध्यापर्यंत मेक इन इंडिया अंतर्गत आपल्याकडे पाणबुड्या, हेलिकॉप्टर्स, तोफा, विमाने आणि क्षेपणास्त्रं असावीत, असे स्पष्ट निर्देश आहेत. मी यासाठी एक वेळापत्रकच तयार केलं आहे, हे संरक्षण मंत्रालयासाठी आहे. मात्र काही अपरिहार्य कारणांमुळे या कार्यक्रमात थोडेसा बदल होऊ शकतो. पण तरीही २०१६ मध्ये लढाऊ विमाने, पाणबुड्या, हेलिकॉप्टर्स आणि क्षेपणास्त्रं या पाच महत्त्वपूर्ण गोष्टींसाठी एक मार्गदर्शक आराखडा तयार असेल.

महसुली खर्च

एनजी : ही सगळी भांडवली खर्चाची उत्पादनं आहेत. पण आपण महसूल प्राप्तीमधील विलंब दूर करण्यासाठी काय प्रयत्न करत आहात? निर्णय त्वरित घेतला जात नाही, तेव्हा प्राथमिक वस्तूंच्या पुरवठ्यावर अनेकदा त्याचा परिणाम होताना दिसतो.

आरएम : निर्णय प्रक्रियेत येणारे अडथळे सगळ्यात आधी दूर करण्याची आवश्यकता आहे. मंजुरीसाठी लागणारा वेळ कमी करावा लागेल. आम्ही आता प्रत्येक गोष्टीवर लक्ष ठेवून आहोत. उदाहरणार्थ, दारुगोळ्याच्या संदर्भात, कार्यक्षमता सुधारण्यासाठी आणि उत्पादन वाढवण्यासाठी ओएफबीला (आयुध उत्पादन मंडळ) सतत प्रोत्साहन दिलं जात आहे. आम्ही त्यांच्याकडे तीन वर्षं आधीच पाच वर्षांच्या सामग्रीची मागणी केली आहे. जेणेकरून ते त्यांचं प्लॅनिंग करून, योग्य त्या स्त्रोतांकडून कच्चा माल आधीच उचलतील. जानेवारीपासून, आम्ही त्यांना दीर्घकालीन दर निश्चिती करार करण्याची परवानगी देत आहोत. त्यामुळे कच्चा माल कमी किमतीत आणि खात्रीशीरपणे खरेदी करता येईल. अन्यथा, पुरवठादार निश्चित करण्यामध्येच ते अधिक वेळ खर्च करतील. यावर्षी ओएफबीने १५ टक्के अधिक गुणवत्तापूर्ण दारुगोळ्याचा पुरवठा केला आहे. म्हणूनच २०१७ पर्यंत, मला दारुगोळ्याच्या आवश्यकतेकडे अधिक लक्ष देण्याची गरज आहे.

धोरणात्मक मालमत्ता संपादन

एनजी : आपण भारताच्या संरक्षण सज्जतेमध्ये : हवाई संरक्षण तोफखाना, मैदानी तोफखाना आणि पाणबुड्यांच्या संदर्भात असणाऱ्या गंभीर समस्या कशा सोडवणार आहात? या सर्व गोष्टी कमी प्रमाणात उपलब्ध आहेत. आपण काही गोष्टींची खरेदी अधिक गांभीर्याने कराल का? ओएफबीने तयार केलेल्या तोफांच्या खरेदीबद्दल काय सांगाल?

आरएम : काही मुद्यांबाबत विचार झालेला आहे. पाणबुड्यांमध्ये काही बदल करण्याच्या दृष्टीने आपण पहिल्यांदाच विचार करत आहोत. सुरुवातीला हे बदल करण्यासाठी आम्ही माझगाव डॉकला, स्कॉर्पेन पाणबुड्यांच्या संदर्भात ही प्रक्रिया अधिक वेगाने पूर्ण करण्यासाठी विचारणा केली होती. आपल्याला या श्रेणीतील आणखी काहींची गरज आहे का, याबाबतही आमची चाचपणी सुरू आहे. तसंच मेक इन इंडियाअंतर्गत इतर काही पाणबुड्यांना सामरिक भागीदार कोण असेल, हे ठरवण्यासाठी अजून सहा महिने लागतील. एअर

डिफेन्स तोफांकडेही लक्ष पुरवलं जात आहे, मी त्याबद्दल आताच काही सांगणार नाही. परंतु आम्ही एस४०० या रशियन शस्त्रास्त्र यंत्रणेवरही काम करत आहोत. सध्याच्या एअर डिफेन्स तोफांमध्ये अधिक सुधारणा करण्यावर आमचा भर आहे आणि तातडीची आवश्यकता म्हणूनच आम्ही त्याकडे लक्ष पुरवत आहोत. पुढील किमान दोन ते तीन वर्षांत त्यातील त्रुटी दूर केल्या जातील.

एनजी : तुम्ही नुकताच रशियाचा दौरा करून आलात. ५ व्या जनरेशनच्या फायटर एअरक्राफ्ट प्रकल्पाची सध्याची स्थिती काय आहे?

आरएम : बैठकांची सुरुवात झालेली आहे. आम्ही आता पुढच्या टप्प्यातील डिझायनिंग, संशोधन आणि विकास यावर लक्ष केंद्रित केलं आहे. या सगळ्या गोष्टी लवकरात लवकर मार्गी लागतील, अशी आशा आहे.

एनजी : एसयू - ३० या एअरक्राफ्टच्या संदर्भात दिल्या जाणाऱ्या वाईट दर्जाच्या सेवेबद्दल काय? तुम्ही याबाबत रशियाला माहिती दिली का?

आरएम : या प्रश्नावर प्रकाश टाकण्यात आला असून आमचे विचारही पोहोचवले आहेत. यानंतरच्या काळात सुटे भाग अत्यंत सहजपणे उपलब्ध करून दिले जातील, याबद्दल रशियाने वचन दिलं आहे आणि त्यासाठीचा सुधारित कार्यक्रमही उपलब्ध होईल. यातील काही सुटे भाग हे मेक इन इंडिया कार्यक्रमांतर्गत तयार केले जातील.

एनजी : आपल्या धोरणात्मक कार्यक्रमांबद्दल काय सांगाल? आणखी एक आण्विक पाणबुडी भाडेतत्त्वावर घेण्यासंदर्भात भारताच्या रशियाबरोबर काही वाटाघाटी सुरू आहेत का? आपणही त्यावर काम करतोच आहोत. भारताच्या स्वतःच्या आण्विक पाणबुडी कार्यक्रमाची प्रगती कशी सुरू आहे?

आरएम : आपल्या सगळ्या धोरणात्मक कार्यक्रमांची प्रगती त्यांच्या वेळापत्रकानुसारच सुरू आहे.

एनजी : माऊंटन स्ट्राईक कोरच्या संदर्भात एक प्रश्न आहे. त्याची सध्याची स्थिती काय आहे?

आरएम : माऊंटन स्ट्राईक कोरच्या संदर्भात पुरेशी आर्थिक गरज विचारात न घेताच त्याला मंजुरी देण्यात आली होती. मात्र, भांडवली खर्चाच्या काही बाबींमध्ये

फेरबदल करून, आम्ही योग्य प्रकारे निधी उभारून त्याचा वापर होईल, याची काळजी घेऊ.

एनजी : पण यासाठी निधी उपलब्ध आहे का? आपल्याकडे अनेक योजना आहेत, अनेकांना मंजुरी मिळाली आहे. या सगळ्यासाठी शासनाने पुरेसा पैसा उपलब्ध करून दिला आहे का?

आरएम : सध्या केलेली निधीची तरतूद ही अतिशय चांगली आहे, असं मी अजिबात म्हणणार नाही, पण हा निधी जर योग्य खरेदी प्रक्रियेसाठी चातुर्याने वापरला, तर आधुनिकीकरणासाठी आपण जिथं कमी पडतो आहोत, त्या बाबी पुढील तीन ते चार वर्षांत दूर करता येईल. निधीचा विनियोग हुशारीने करण्याची गरज आहे. माझ्या म्हणण्याचा अर्थ इतकाच आहे की, सध्या आपल्याकडे साधारणपणे ३०० असे प्रस्ताव आहेत की, ज्यांचं खूप निकडीचे, निकडीचे आणि फारसे निकडीचे नाहीत, असं वर्गीकरण करण्याची गरज आहे. अधिग्रहणाला प्राधान्य देऊन पुढील दोन वर्षांत सशस्त्र दलांचा आधुनिकीकरणाचा कार्यक्रम चालू राहील, यावर भर देता येईल.

संरचनात्मक सुधारणा

एनजी : डीआरडीओचे व्यवस्थापकीय संचालक (डीजी) आणि रक्षामंत्री यांचे वैज्ञानिक सल्लागार ही पदं तुम्ही वेगळी केली. या व्यवस्थेमुळे काही चांगले बदल घडून येतील, असं वाटतं का?

आरएम : या व्यवस्थेवर मी समाधानी आहे. डीआरडीओचे डीजी हे आर ॲण्ड डीचे सेक्रेटरीसुद्धा असतात आणि या दोन पोस्टच्या जबाबदाऱ्यांमध्ये आणखी भर टाकली (वैज्ञानिक सल्लागार) तर ती सांभाळणं कठीण झालं असतं.

एनजी : मंत्रालय आणि सशस्त्र दलांच्या कार्यपद्धतीत ज्या प्रकारे रचनात्मक सुधारणा घडविल्या आहेत, त्यानुसार कारगिल आढावा समिती किंवा नरेश चंद्रा समितीने जे काही मूलभूत बदल आणि सुधारणा सुचवल्या आहेत, त्याबद्दल आपण काय सांगाल?

आरएम : जर तू सीडीएसच्या किंवा ज्या कोणत्या नावाने ते ओळखलं जाईल, त्या संदर्भात विचारत असशील तर त्याचा विचार केला गेला आहे. आता ते सल्लामसलतीच्या अंतिम टप्प्यात आहे. मला वाटतं, पुढच्या काही महिन्यांत, ते पटलावर येईल.

एनजी : म्हणजे सीडीएस हे मूलभूतपणे तिन्ही दलांमध्ये समन्वय साधणं आणि खरेदी प्रक्रिया पार पाडणं याची काळजी घेणार आहे का? त्याच्या भूमिकेबद्दल नेमकी कल्पना काय असणार आहे?

आरएम : त्यांची भूमिका नेमकी काय असेल, याबद्दल विचार सुरू आहे. या तीन दलांच्या सेवा कमी-अधिक प्रमाणात जशा आधी होत्या तशाच अखंड राहतील, पण त्यातील काही भाग हा सीडीएसकडून हाताळला जाईल; मुख्यतः खरेदी प्रक्रियेतील संयुक्त प्रयत्नांबाबत समन्वय साधणं, जेणेकरून किंमत कमी होईल आणि पुनरावृत्ती (डुप्लिकेशन) तसंच वेळखाऊपणा आणि कालावधी कमी होईल.

वरिष्ठ पातळीवरील बढत्यांबाबतच्या धोरणांचा आढावा

एनजी : तुम्ही या प्रश्नावर गांभीर्याने विचार करत आहात का? वरिष्ठ पातळीवर होणाऱ्या बढत्यांसाठी जन्मतारीख हा एकच निकष बनतो, या दीर्घकाळ चालत आलेल्या विचाराबद्दल काय? या चालत आलेल्या काही प्रणाली आणि पद्धतींबाबत एकदा पुनरावलोकन करण्याची तुम्हाला गरज वाटते का?

आरएम : मला वाटतं की, या प्रश्नांवर विचार करण्याची गरज आहे आणि सर्वोच्च स्तरावरील लष्करी नेतृत्व हे सर्वोत्कृष्ट असेल, याची आपल्याला खात्री करून घ्यावी लागेल.

एनजी : आणि गुणवत्ता हा निकष असला पाहिजे?

आरएम : गुणवत्तेचा देखील विचार केला पाहिजे. त्याच वेळी, ज्येष्ठताही विचारात घेण्याची गरज आहे. त्यामुळे याबाबत योग्य अशी संरचना करण्याची आवश्यकता आहे. हे असे प्रश्न आहेत, ज्यांच्याबद्दल कोणताही अंतिम निर्णय घेण्यापूर्वी सल्लामसलत आणि चर्चा होण्याची गरज आहे.

एनजी : मग तुम्ही त्यावर काम करणार आहात का?

आरएम : मला पहिल्यांदा सीडीएसवर काम करू दे. सर्वोत्तम परिणाम मिळवण्यासाठी योग्य मार्गाने योग्य ती निवड प्रक्रिया अवलंबण्याचा विचार करावा लागेल.

अधिकाऱ्यांची कमतरता

एनजी : लष्करातील अधिकाऱ्यांच्या कमतरतेचा प्रश्न तुम्ही कसा हाताळताय?

आरएम : एक म्हणजे शॉर्ट सर्व्हिस कमिशनला आकर्षक बनविणे आवश्यक आहे जेणेकरून आम्ही अधिकाधिक शॉर्ट सर्व्हिस ऑफिसर्सची नेमणूक करू शकू आणि ही कमतरता काही प्रमाणात कमी करता येईल. ही तफावत जास्त मोठी आहे, कारण जास्त पोस्ट निर्माण केल्या गेल्या आहेत. कमतरता आहे म्हणून त्या निर्माण केलेल्या नाहीत. प्रत्येक वर्षी ५०० ते १००० जणांची भरती करून ही तफावत भरून काढण्याचा प्रयत्न आम्ही करतोय. माझ्या मते, कार्यक्षमतेने त्यांचा वापर केला तर, जी थोडी कमतरता जाणवेल त्यावर देखील उपाय शोधता येईल. काही सेवांसाठी महिला अधिकाऱ्यांना प्रोत्साहन देणं, हा एक मार्ग असू शकतो.

एनजी : परमनंट कमिशनसाठी सुद्धा?

आरएम : काही क्षेत्रांसाठी, नक्कीच.

कल्याणकारी उपाय

एनजी : सैनिकांसाठीच्या कल्याणकारी उपायांबद्दल काय? उदाहरणार्थ विवाहितांसाठी अधिक घरांची सोय वगैरे?

आरएम : विवाहित सैनिकांच्या राहण्यासाठी घरांच्या प्रकल्पांना पहिल्यांदाच गती देण्यात आली आहे. यंदाच्या वर्षी यासाठी तरतूद करण्यात आलेला संपूर्ण निधी ऑक्टोबरमध्येच वापरून संपला आहे. त्यामुळे त्यांना आता अधिक निधी उपलब्ध करून द्यावा लागणार आहे. आम्ही सध्या दरमहा १२०० युनिट या वेगाने क्वार्टर्स/ निवासस्थानांचं बांधकाम पूर्ण करत आहोत. मागील आठ ते दहा वर्षांत बांधण्यात आलेल्या निवासस्थानांपेक्षा यंदा बांधण्यात येणाऱ्यांची

संख्या आम्ही दुप्पट करणार आहोत. त्यामुळे यंदा ही संख्या दुपटीपेक्षा अधिक असेल.

एनजी : गेल्या आठ वर्षांत जे साध्य झालं, त्यापेक्षा अधिक असेल?

आरएम : बरोबर. मागील वर्षी बांधण्यासाठी घेतलेल्या ६९,००० पैकी ९,००० निवासस्थानं दुसऱ्या टप्प्यात पूर्ण झाली आहेत. यंदा या घरांच्या संख्येने १७,००० चा टप्पा आधीच पार केला आहे.

एनजी : आता आपण ओआरओपीकडे (एक पद, एक पेन्शन) वळूया. तज्ज्ञ याबाबत खूश नाहीत आणि त्यांनी ज्याची मागणी केली होती ते हे नाही, असं त्यांचं म्हणणं आहे. यावर तुम्ही काय विचार करता?

आरएम : ओआरओपीचं तत्त्व हे सल्लामसलत करून मगच स्वीकारलं गेलं. ज्यामुळे गेल्या ४० वर्षांची मागणी पूर्ण होणार आहे. खरंतर, यामुळे दरवर्षी ८,००० कोटी रुपयांचा अतिरिक्त भार पडणार आहे, पण तरीही याला मंजुरी दिली आहे. कोश्यारी समितीने सुचवल्यानुसारच, दर पाच वर्षांनी श्रेणीसुधारणा (समानीकरण) केली जाणार आहे. अकाली सेवानिवृत्तीचा (पीएमआर) मुद्दाही उपस्थित केला गेला आहे. ओआरओपी अंतर्गत पीएमआरच्या संभाव्य अंमलबजावणीसंदर्भात विचार केला गेला नसला तरी, मी याची खात्री देतो की, या संदर्भात सशस्त्र दलांच्या ज्या गरजा असतील त्याबाबत सल्लामसलत केल्यानंतरच योग्य निर्णय घेतला जाईल. याशिवाय आणखीही काही किरकोळ प्रश्नांबाबत न्यायिक आयोगामार्फत दखल घेतली जाईल. मी तज्ज्ञांना खात्री देतो की, त्यांच्या सर्व तक्रारींचं योग्य प्रकारे निराकरण केलं जाईल आणि ज्या व्यक्ती या सगळ्याचा फायदा घेऊन संशय किंवा दिशाभूल करणारी माहिती पसरवत आहे त्याला बळी पडू नका.

डिफेन्स एक्स्पो

एनजी : डिफेन्स एक्स्पो तुम्ही गोव्याला हलवलं, अशी अफवा आहे. याबद्दलची खरी माहिती काय आहे?

आरएम : सगळ्यात पहिली गोष्ट म्हणजे, या संदर्भातला निर्णय मी संरक्षणमंत्री होण्याच्या कितीतरी अगोदर घेतला गेला होता. प्रगती मैदानाच्या अनुपलब्धतेमुळे

हा प्रश्न निर्माण झाला होता. २०१३ मध्येच याबाबतची माहिती देण्यात आली होती. याआधीच्या शासन काळातच डिफेन्स एक्स्पो वेगळ्या जागी हलवण्याच्या शक्यतेबाबत पडताळणी केली गेली होती. त्यावेळी गोवा ही अगदी योग्य जागा असल्याचं सांगितलं गेलं. पुढील कार्यवाहीसाठी जेव्हा ते माझ्याकडे आलं, तेव्हा मी फक्त त्याबाबत स्पष्ट निर्णय घेतला.

एनजी : म्हणजे ती तुम्ही निवडलेली जागा नव्हती; त्याआधीच निर्णय घेतला गेला होता.

आरएन : नाही, त्या जागेची निवड मी केली नव्हती. याबद्दलचा निर्णय आधीच घेतला गेला होता. महत्त्वाचा मुद्दा म्हणजे, प्रगती मैदान उपलब्ध नसल्याचं कारण स्पष्टपणे दिलं गेलं होतं आणि म्हणूनच कोणत्या तरी पर्यायाबाबत निर्णय घ्यावा लागणार होता. त्यावेळी गोव्याचा सर्वात अनुकूल जागा म्हणून विचार केला गेला.

लेखकाबद्दल

नितीन अ. गोखले हे दक्षिण आशियातील एक प्रमुख रणनीतिक विश्लेषक, प्रसिद्ध लेखक, माध्यम प्रशिक्षक आणि bharatshakti.in तसंच Strategic News International (sniwire.com) अशा दोन संरक्षणविषयक वेबसाईटचे संस्थापक आहेत. माध्यम उद्योजक म्हणून ओळखले जाणारे गोखले, १९८३ पासून प्रिंट, वेब आणि ब्रॉडकास्ट अशा माध्यमांमध्ये कार्यरत होते. ३६ वर्षांच्या कार्यकाळात, ईशान्य भारतासाठी वार्तांकन करताना २३ वर्षं तिथे होणाऱ्या बंडखोरींवर त्यांनी लक्ष केंद्रित केलं होतं. अनेक देशांमधील युद्धसंघर्षाच्या वार्तांकनांमध्ये १९९९ चं भारत-पाकिस्तान कारगिल युद्ध, श्रीलंकेतील चौथं ईलम युद्ध यांचा विशेष उल्लेख करायला हवा. राष्ट्रीय सुरक्षाविषयक विषयावर गोखले यांची आतापर्यंत सहा पुस्तकं प्रकाशित झाली आहेत. गोखले हे होनोलुलू, हवाई इथल्या एशिया पॅसिफिक सेंटर फॉर सिक्युरिटी स्टडीजचे माजी विद्यार्थी आहेत. नॅशनल डिफेन्स कॉलेज, आर्मी, एअर फोर्स आणि नेव्हल वॉर कॉलेज, डिफेन्स मॅनेजमेंट कॉलेज आणि डिफेन्स सर्व्हिसेस स्टाफ कॉलेज यासारख्या प्रमुख भारतीय संरक्षण प्रशिक्षण संस्थांमध्ये ते प्रशिक्षण आणि व्याख्यानं देतात, याशिवाय नागरी लष्करी संबंध, बंडखोरी / दहशतवाद, आशियाई सुरक्षा व्यवहार आणि लष्कर-मीडिया संबंध यासारख्या विषयांवर विविध सेमिनार आणि परिसंवादांमधील लोकप्रिय वक्ते म्हणून गोखले यांची ओळख आहे. त्यांची आतापर्यंत प्रसिद्ध झालेली पुस्तकं :

मनोहर पर्रीकर : ब्रिलियंट माईंड, सिंपल लाईफ

आर एन काव : जंटलमन स्पायमास्टर

सिक्युअरिंग इंडिया, द मोदी वे

बियॉण्ड एनजे ९८४२ : सियाचीन सागा

१९६५: टर्निंग द टाइड : हाऊ इंडिया वन द वॉर

श्रीलंका : फ्रॉम वॉर टू पीस

द हॉट ब्रू

अनुवादकाबद्दल

आराधना मनोज जोशी

- मुंबईजवळील विरार येथील विवा महाविद्यालयात गेली १२ वर्षे सहाय्यक प्राध्यापक म्हणून कार्यरत.
- मराठी विषयात विशारद असून, पदवी परीक्षेत मुंबई विद्यापीठात प्रथम क्रमांकाने उत्तीर्ण, दोन सुवर्णपदकांची मानकरी.
- विविध इलेक्ट्रॉनिक वाहिन्यांमध्ये बातमीदार, वृत्तसमन्वयक, कार्यक्रम समन्वयक म्हणून १० वर्षांचा अनुभव.
- मुंबई विद्यापीठाच्या लोककला अकादमीच्या शाहीर अमरशेख अध्यासनाअंतर्गत संशोधन समन्वयक म्हणून काम केले आहे.
- भारतशक्ती मराठीच्या युट्यूब चॅनलसाठी निवेदिका आणि अनुवादक म्हणून कार्यरत.
- विविध वृत्तपत्रे आणि मासिकांमधून स्तंभलेखन.